ĐỜI THỦY THỦ 2

VŨ THẤT

Tái bản lần thứ 1

VŨ THẤT

ĐỜI THỦY THỦ 2

TRUYỆN DÀI

Tái Bản Lần Thứ 1

NHÂN ẢNH 2023

ĐỜI THỦY THỦ 2

Truyện dài Vũ Thất

Tái bản lần thứ 1

Ảnh bìa: Ethan Trần

Thiết kế bìa: Uyên Nguyên Trần Triết

Dàn trang: Công Nguyễn

Biên tập: Trần Thị Nguyệt Mai

Nhà xuất bản Nhân Ảnh, California, Hoa Kỳ

ISBN: 9781088222058

“

Thương tặng người bạn đời 50+ năm và các con

”

TỰA

Truyện dài "Đời Thủy Thủ" của nhà văn Vũ Thất xuất bản lần thứ nhất năm 1969 tại Sài Gòn, Thư Ấn Quán tái bản năm 2012 tại Hoa Kỳ với nhân vật chính Võ Bằng, một sĩ quan Hải Quân trẻ tuổi, mới ra trường, bước đầu vào hải nghiệp.

"Đời Thủy Thủ 2" được viết xong vào tháng 3/2023, 54 năm sau. Nhân vật chính lần này là một người đẹp Nha Mân, sinh viên khoa Sử Địa thuộc Đại học Sư phạm Sài Gòn, cảm tình viên của phong trào sinh viên phản chiến, có người yêu là một kiến trúc sư, nhân viên USAID, con trai một chủ thầu rác cho căn cứ Mỹ ở Quy Nhơn. Thuộc gia đình khá giả nhờ chiến tranh nhưng chàng ta lại đi theo Việt Cộng và muốn lôi kéo người yêu cùng hoạt động với mình. Dù đã được hai bên cha mẹ đồng ý, nhưng nếu hai người muốn cử hành hôn lễ, nàng phải lập thành tích bằng cách cho nổ tung một chiến hạm của Hải quân VNCH.

Mù quáng trước tình yêu cộng thêm những buổi học tập cách mạng, nghe theo lời tuyên truyền "căm thù và chống đối Mỹ Ngụy" của cộng sản, cô bằng lòng dùng giấy phép quá giang giả với tên giả để mang quả bom xuống chiến hạm.

Câu chuyện bắt đầu từ 7 giờ tối ngày thứ sáu 4/8/1967 và kết thúc vào khoảng 9 giờ 30 phút tối chủ nhật 6/8/1967 với hai ngày hai đêm trên biển cả qua các vùng biển Quy Nhơn, Bình Định, Phú Yên, Khánh Hòa, vịnh Cam Ranh, Ninh Thuận, Bình Thuận, Bình Tuy, Phước Tuy, vịnh Gành Rái và sông Lòng Tào.

Trong chuyến hải hành dài 50 tiếng đó, qua từng chương sách, tác giả đã khéo léo tỉ mỉ giới thiệu về Hải quân VNCH mà ông chọn làm binh nghiệp. Từ cách phân biệt sĩ quan hạ sĩ quan và thủy thủ đoàn dựa trên kiểu quân phục và cấp bậc đến các ngành nghề chuyên môn cũng như việc thuyên chuyển, thăng cấp trong Hải quân. Rồi cách bày trí, kích cỡ của các phòng trên chiến hạm, cách chọn màu sơn, tiếng còi hiệu thay đổi phiên hải hành hoặc sẵn sàng chiến đấu. Ông cũng giới thiệu các loại chiến hạm, chiến đỉnh, chiến thuyền và duyên đoàn, các loại hiệu kỳ mang những ý nghĩa khác nhau, như tàu đang chở hàng nguy hiểm, tàu đang lâm nạn, tàu đang neo v.v... Cách xác định vị trí tàu trên đại dương để tránh bị giạt vào vùng đá ngầm, bãi cạn.

Qua mỗi hải phận Miền Nam, tác giả nhắc tới các danh lam thắng cảnh kèm theo một câu chuyện về đặc điểm nơi đó, hoặc lịch sử, hay văn nghệ rất lý thú. Cũng có lúc tác giả giới thiệu sách hay phim ảnh nên xem để hiểu rõ hơn về một sự việc được đề cập... Đặc biệt, tác giả kể lại chuyến hải hành xuyên Thái Bình Dương suốt 45 ngày, xuyên nhật đạo nhằm đúng Mồng Một Tết Đinh Mùi 1967 thật thú vị.

Tác giả cũng không quên nhờ chàng Hạm Phó giải thích cho người đẹp Nha Mân vì sao bầu trời và biển có màu xanh, vì sao biển thì xanh mà sóng lại bạc đầu, vì sao mây trôi lang thang, vì sao mỗi dạng mây mang tên khác nhau, vì sao có cầu vồng sau cơn mưa, vì sao có thủy triều, vì sao có bão... Đặc biệt, ở một phiên hải hành ca tiên từ nửa đêm tới bốn giờ sáng, tác giả dùng truyện ngắn Les Étoiles của Alphonse Daudet mào đầu cho chàng và nàng nhắc đến những vì sao, những chòm sao... Đây là một chương đẹp và thơ mộng nhất.

Nhưng trên tất cả, tác giả nhắc tới hiện trạng bất ổn của Miền Nam sau khi Tổng Thống Ngô Đình Diệm bị ám sát. Mặt Trận Giải Phóng xúi giục sinh viên học sinh rầm rộ biểu tình chống đối chính quyền Quốc Gia. Trong khi ấy, Cộng Sản Bắc Việt được Cộng Sản Nga Tàu tích cực yểm trợ súng đạn tối tân hơn, gia tăng xâm nhập Miền Nam, mở nhiều trận đánh kết hợp với Đặc công tăng cường khủng bố nhiều nơi.

Đặc công người đẹp Nha Mân mang quả bom xuống chiến hạm nhưng lại được Hạm Trưởng, Hạm Phó, thủy thủ đoàn, kể cả cố vấn Mỹ vô tình tiếp đón nồng hậu trên suốt cuộc hải hành. Qua việc tận tai tận mắt nghe thấy sinh hoạt của chiến hạm, thấm thía lòng nhiệt thành bảo vệ Tổ Quốc của mỗi người, liệu cô nàng đặc công có thay đổi ý định hay vẫn sẽ cố sức làm nổ tung con tàu giết chết toàn bộ thủy thủ đoàn? Câu trả lời sẽ làm hài lòng độc giả vào cuối truyện qua văn phong trong sáng, bố cục chặt chẽ, nội dung hấp dẫn và cuốn hút...

Nơi đây xin được cảm ơn nhà văn Vũ Thất đã để lại cho những thế hệ sau một tác phẩm văn chương cũng là một tài liệu sống động về Hải quân Việt Nam Cộng Hòa trong giai đoạn Miền Nam hết sức nhiễu nhương.

Ước sao ông còn đủ sức và ý nguyện để tiếp tục viết Đời Thủy Thủ 3. Mong lắm thay!

Trần Thị Nguyệt Mai

30-4-2023

MỞ

Hưng thả tôi ngay chân chiếc thang dẫn lên chiến hạm rồi trở đầu Honda đậu chờ gần đó. Chiến hạm mang màu xám thẫm, súng ống tua tủa, chiếm trọn chiều dài của cầu tàu hải cảng Quy Nhơn. Ba người lính trên trạm gác giữa tàu đang chiếu tướng tôi một cách soi mói. Một người mang súng ngắn bước lên cầu thang. Chiếc thang rung nhẹ theo nhịp bước. Bộ quân phục cùng chiếc mũ casquette nói lên chức vị của anh chàng.

Trong một lần quan sát sinh hoạt lên xuống chiến hạm ở bến Bạch Đằng chuẩn bị cho chuyến công tác này, Hưng chỉ tôi cách phân biệt giữa quan và lính. Sự khác biệt là ở kiểu quân phục. Nhưng với sĩ quan và hạ sĩ quan thì quân phục giống nhau, khác biệt ở vành nón casquette. Đường viền trước vành nón màu vàng là sĩ quan. Còn thấy màu đen là hạ sĩ quan. Một phân biệt khác: sĩ quan mang giày trắng, hạ sĩ quan giày đen. Về cấp bậc, thì đều đeo ở cầu vai. Trên nền đen, nếu thấy gạch vàng thẳng là sĩ quan, gạch vàng gãy là hạ sĩ quan. Cấp Thiếu úy thì một gạch thẳng. Càng nhiều gạch thì cấp bậc càng cao. Hưng bảo công tác chỉ chừng hai ngày, biết đại khái thế là đủ...

Tôi dừng chân ở cuối cầu thang cũng vừa đúng lúc anh chàng hạ sĩ quan mang hai gạch gãy đặt chân lên cầu tàu. Anh lịch sự hỏi:

– "Chào cô. Cô muốn tìm ai?"

Tôi nở nụ cười thật tươi gây cảm tình:

– "Tôi muốn xin quá giang về Sài Gòn!"

– "Cô có giấy phép quá giang?"

Tôi mở bóp, trao tờ Lệnh Chuyển Vận. Anh hạ sĩ quan xem rồi nhã nhặn:

– "Cô vui lòng chờ một chút."

Anh xoay người bước trở lên tàu và đưa tờ giấy cho người sĩ quan mang một gạch vàng. Người này chăm chú đọc rồi nhấc ống liên hợp trên vách, quay số. Tôi nghe tiếng anh vọng xuống:

– "Thưa Hạm Phó, đây Thiếu úy Văn, sĩ quan trực hạm kiều. Có một cô muốn xin quá giang về Sài Gòn. Có giấy phép của Phòng Chuyển Vận."

Tiếng "giấy phép" gợi trong tôi cảm giác nôn nao, bồn chồn. Nếu như họ biết đó là giấy giả thì sao? Hưng đã trấn an tôi nhiều lần rằng không ai có thể khám phá ra giấy giả. Trước tôi anh đã cho hai cô đi quá giang dò đường cũng bằng giấy giả và mọi sự êm xuôi. Hai lần đó, người bảo lãnh là hai thủy thủ. Riêng với tôi lần này là một Trung úy, xem ra uy thế hơn nhiều.

Tôi thở hắt ra rồi hít đầy không khí trong lành. Gió buổi sáng xoa dịu dần nỗi lo âu. Mặt nước đầm Thị Nại lấp lánh long lanh kéo tôi bước dần về phía cuối cầu. Tôi, Hưng và em gái Hưng đã đi ghe băng ngang qua đầm đến bán đảo Phương Mai. Một ngày thật vui với những dân chài chân chất hiền lành. Quy Nhơn là quê hương của Hưng. Ba Hưng là chủ thầu rác cho căn cứ Mỹ. Hưng tốt nghiệp đại học xin được việc làm ở Cơ quan USAID. Anh nghỉ hai tuần đưa tôi về giới thiệu với ba má và cô em gái năm tới vào đại học Sài Gòn. Rồi hai tuần trôi qua thật nhanh nhưng để lại trong ký ức tôi những kỷ niệm không bao giờ quên. Hình ảnh các di tích lịch sử của vua Quang Trung, những thắng cảnh, những món ăn lạ miệng ngon lành. Nhất là những cuộc bàn cãi chừng như bất tận mà rốt cuộc Quy Nhơn trở thành nơi ghi dấu khởi đầu một thành tích tôi cần đạt được để Thành Ủy cho phép tôi và Hưng nên duyên vợ chồng. Cuộc bàn cãi dẫn đến việc tôi bằng lòng thực hiện một chuyến quá giang với nhiệm vụ mang theo quả bom để khi về đến Sài Gòn tôi đặt thời chỉnh cho nổ tung chiến hạm...

– "Chào cô Phan Kim Phượng!"

Tôi giật mình quay lại. Khuôn mặt hiện ra ngay trước tôi là của tài tử Burt Lancaster trong phim Thói Đời mà tháng rồi tôi xem đến ba lần. Chỉ có một khác biệt nổi bật: Da mặt chàng Hải Quân thì sạm đen còn chàng tài tử thì sạm trắng. Còn về khuôn mặt, cho dù vốn mang ác cảm, tôi cũng cho là khá hơn coi được.

– "Xin lỗi đã làm cô giật mình." Anh chàng cười. "Tôi cũng từng thích ngắm Đầm Thị Nại để nhớ trận thủy chiến giữa các... phe ta! Còn cô, cô đang nhớ gì?

Giọng thân mật đẩy lùi tinh thần cảnh giác trong tôi. Tôi nhìn bảng tên Võ Bằng bên trên túi áo và hai vạch vàng óng ánh hai bên cầu vai. Anh chàng này hơn anh chàng canh gác một gạch hẳn là cấp trung úy.

– "Cô là gì của Trung úy Phan Kim Đính?" Bằng hỏi.

Hưng đã chuẩn bị tôi sẽ bị hỏi câu này. Theo thủ tục xin giấy phép quá giang, tôi phải có người trong Hải Quân bảo lãnh mới được cấp phép. Vì vậy, giấy thì giả nhưng người bảo lãnh thì thực. Phan Kim Đính là bạn học Pétrus Ký với Hưng.

– "Là em." Tôi lấy giọng tự nhiên.

Võ Bằng cúi đọc tờ phép quá giang:

– "Phan Kim Phượng! Tên đẹp quá!"

Vừa nói anh chàng vừa chiếu tướng. Mắt Võ Bằng mở to và mắt tôi như bị nung nóng. Tên thật của tôi còn đẹp hơn nhiều, nếu anh chàng biết được hẳn quê một cục! Võ Bằng lại tiếp:

– "Cái thằng thật tệ. Học cùng khóa hai năm mà chưa bao giờ nghe khoe là có em gái... rất đẹp!"

"Cùng khóa!" Hai tiếng như một lời báo động, như tiếng nổ của quả bom. Đây là một tình cờ đáng e ngại. Tự nhận 'là em' mà chẳng biết tí gì về ông anh thì khác gì lạy ông tôi ở bụi này. Tốt nhất là nên né đi để khỏi trả lời những câu hỏi liên quan. Tôi cố giữ giọng bình thản:

– "Tôi là em chú bác với anh Đính."

Anh chàng gật gù, cười mỉm:

– "Thì vẫn là ruột thịt chớ không phải người dưng khác họ!

Tôi thở nhẹ, hài lòng với sự nhanh trí của mình. Tôi chờ Võ Bằng nói thuận cho tôi quá giang nhưng anh chàng chỉ lặng thinh, dáng vẻ trầm ngâm suy tư. Rồi anh chàng nhìn tôi, lối nhìn cân nhắc như tìm xem tôi có điểm nào giống Phan Kim Đính. Con chú con bác thì hẳn cũng có ít nhiều. Võ Bằng đột ngột hất hàm về phía Hưng:

– "Anh chàng kia là người yêu của cô?"

– "Anh tôi đó."

Võ Bằng đăm đăm hướng mắt vào Hưng nhưng may quá Hưng không quay mặt nhìn lui. Anh em gì mà không có chút nào giống nhau!

– "Cô có người yêu rồi chứ hả?"

Anh chàng bắt đầu mở máy tán đây. Tôi nghĩ thầm và thấy cần chận lại ngay:

– "Dĩ nhiên là có rồi!"

– "Là Hải Quân chứ hả?"

Đang cảm thấy khó chịu nên tôi không kềm được chút mỉa mai:

– "Thật đáng buồn là không!"

– "Đáng buồn thật!" Bằng lặp lại, theo sau là tiếng thở dài rõ ràng là giả vờ.

Tôi đổ quạu, cao giọng:

– "Tại sao không có người yêu Hải Quân là đáng buồn?"

– "Đáng buồn là cô không đủ điều kiện để quá giang!"

Tôi chăm chăm nhìn Võ Bằng, không thể tin anh chàng vừa tuôn ra một câu khó nghe như thế. Hẳn anh chàng muốn tôi nhận làm người yêu rồi mới cho quá giang chắc. Tôi nói mỉa:

– "Điều kiện gì lạ vậy? Tôi có giấy phép chính thức mà!"

Bằng cười, giọng bỡn cợt:

– "Giấy phép đó không áp dụng cho tàu này! Tàu này chỉ chở người yêu của thủy thủ."

Tôi tức nghẹn, nổi nóng:

– "Tôi không thích lảm nhảm. Trung úy trả lời dứt khoát: cho hay là không?"

– "Không!" Bằng trả lời cộc lốc với nụ cười.

Tôi cao giọng:

– "Khi tôi xin giấy phép quá giang, không ai đặt điều kiện tôi phải là người yêu của Hải Quân. Người ta chỉ hỏi thân nhân bảo lãnh. Và thân nhân bảo lãnh của tôi là Trung úy Phan Kim Đính."

– "Đó là điều kiện của nơi cấp giấy phép. Còn nơi thi hành có điều kiện riêng!"

– "Điều kiện gì mà vô lý quá."

– "Với cô thì vô lý nhưng với chiến hạm này thì không. Nói rõ hơn, với chiến hạm khác thì được!"

Xem ra anh chàng lèm bèm cố tình muốn tôi năn nỉ. Nhưng năn nỉ một người tôi vốn coi thường thì khó nói quá. Nỗi thất vọng và cơn giận cùng lúc ập tới. Tôi như nghẹt thở, định bỏ đi nhưng nghĩ đến công tác, tôi đành giữ giọng nhã nhặn:

– "Có thực phải là người yêu của Hải Quân mới được đi tàu? Tôi cho rằng Trung úy nói chơi."

– "Tôi không nói chơi!" Võ Bằng đáp bằng nụ cười.

Tôi lại tức nghẹn, gằn giọng:

– "Không được đi, ngay cả tôi có giấy phép?

– "Ngay cả cô có giấy phép!"

– "Về Sài Gòn tôi sẽ đi thưa Trung úy!"

– "Cô đi thưa, tôi đi hầu!"

Bằng vẫn giữ giọng bỡn cợt và tôi thực sự đổ quạu:

– "Cái điều kiện Trung úy nêu ra thật thậm vô lý! Các bạn tôi có giấy phép quá giang đều được cho quá giang!"

Võ Bằng lại mỉm cười, dai dẳng:

– "Là nhờ họ có người yêu lính thủy!"

Tôi gắt:

– "Không ai có cả! Chỉ có thân nhân là Hải Quân."

– "Với tàu này, tôi rất tiếc!"

Nghĩ đến mọi công phu chuẩn bị thành công dã tràng, tôi ước gì có súng để tặng anh chàng ấm ớ này một phát! Tôi buông lời cuối cho hả dạ:

– "Thiệt là... cà chớn cà cháo!"

Tôi hậm hực xoay người bỏ đi. Được mươi bước, sực nhớ tờ giấy phép Võ Bằng còn giữ, tôi quay lại. Võ Bằng đang đứng nhìn theo. Tôi nói lớn:

– "Không cho quá giang thì trả tờ giấy lại để tôi còn đi chiếc khác."

Võ Bằng tà tà bước lại gần, nói bằng giọng thân thiện:

– "Thấy cô nổi giận, tôi... sợ quá! Không phải sợ vì cô dọa thưa Bộ Tư Lệnh Hải Quân mà vì sợ thằng bạn thân cùng khóa Phan Kim Đính! Tôi sợ nó giận rồi nó cấm tôi... gặp lại cô!"

Tôi quạu cọ nói:

– "Lải nhải hoài! Trả giấy lại cho tôi!"

Anh chàng không trả mà lại mở ra đọc, cái kiểu câu giờ tìm lời tán tỉnh. Tôi dứt khoát:

– "Nè, Trung úy! Cứ nói trắng ra Trung úy muốn gì?"

Võ Bằng chỉ mỉm cười, ra dáng suy tư. Tôi cũng tự ngẫm nghĩ sao mình lại tiếc một lời ba xạo. Cứ hứa bừa rồi được ... tung cánh chim tìm về tổ ấm! Rồi Võ Bằng không bao giờ còn dịp nham nhở. Tôi tiếp:

– "Nè, Trung úy. Nếu Trung úy cho tôi quá giang, tôi hứa sẽ trở thành người yêu của Hải Quân."

Võ Bằng toét miệng cười, rộng cỡ miệng Burt Lancaster:

– "Mới chỉ hứa thì vẫn chưa đủ điều kiện!"

– "Thì Trung úy cũng phải cho tôi thì giờ tìm người chứ!"

– "À, phải, phải! Cho cô quá giang, cô sẽ có cả một thủy thủ đoàn và mấy ngày đêm trên chiến hạm để chọn lựa. Tha hồ chọn lựa. May mắn thì tôi được chấm!"

Tôi trố mắt nhìn Võ Bằng:

– "Vậy... có nghĩa là tôi được quá giang?"

– "Vậy có nghĩa là tôi mới chỉ hứa cho cô quá giang."

Anh chàng quả là tên nham nhở. Chưa cho đi đã nham nhở, huống hồ làm khách quá giang. Thôi thì đành chờ chuyến tàu sau. Còn gần một tháng mới đến ngày nhập học. Hưng cũng đã muốn tôi ở lại. Tôi hậm hực cao giọng:

– "Đủ rồi Trung úy! Tưởng tôi cần đi tàu này lắm sao! Trả lại tôi tờ giấy phép để tôi đi tàu khác!"

– "Cô Phượng bớt giận! Chuyện đâu còn có đó. Tôi sẽ nói giúp cho..."

Tôi không hiểu "nói giúp" là nói thế nào, xem chừng lại tiếp tục câu giờ. Tuy vậy tôi đẩy đưa lần cuối:

– "Cám ơn Trung úy hứa "nói giúp". Vậy chừng nào tôi... xuống tàu?"

– "Tốt nhất là cô cho tôi địa chỉ, rồi khi nào được chấp thuận, tôi sẽ cho cô biết. Trong tờ phép, địa chỉ ghi ở Sài Gòn. Còn ở đây, cô ở đâu?"

Anh chàng hỏi thật hay muốn tìm biết địa chỉ để tìm đến tán tỉnh? Tôi hỏi ngược:

– "Trung úy cần biết lắm sao?"

Võ Bằng cười mím chi:

– "Cần cho cô chớ không phải cho tôi."

– "Nghĩa là sao?"

– "Cô không cho địa chỉ thì làm sao tôi thông báo khi cô được chấp thuận quá giang."

Tôi kêu khổ thầm. Địa chỉ ở Sài Gòn là giả, họ có biết thì đã... muộn. Còn địa chỉ ở đây, tôi đâu thể để ba má Hưng liên lụy. Tôi thấy cần hỏi ý Hưng. Tôi vờ ngơ ngẩn:

– "Tôi ra đây nghỉ hè ở nhà bà con, không để ý số nhà.... Để tôi hỏi anh tôi."

Tôi dợm bước thì Bằng bảo:

– "Thôi khỏi, cô Phượng. Có thể anh cô cũng không biết. Tôi đề nghị thế này. Vào ngày thứ bảy hay chủ nhật tới đây, mỗi ngày cô chịu khó... dòm ngó bóng dáng chiến hạm. Chừng nào thấy cập cầu, cô nói lính gác muốn gặp tôi. Tôi sẽ cho cô biết ngày giờ xuống tàu. Trường hợp quá một tuần mà không thấy tàu trở lại, thì coi như chúng tôi đã về thẳng Sài Gòn!"

Tôi buông giọng chán nản:

– "Xem chừng đây là lối từ chối thật khéo!"

Võ Bằng cười, lắc đầu:

– "Không! Đó là lối chấp thuận kiểu... Hải Quân!"

Trong hy vọng mong manh, tôi cố nở nụ cười cầu tài:

– "Trung úy nói gạt là tôi méc anh họ tôi đó. Thôi thì cứ coi tôi là người yêu của Trung úy, Trung úy ừ đại cho tôi vui!"

Võ Bằng cười tươi, chừng không hiểu là tôi vừa mai mỉa. Tuy vậy anh chàng vẫn ấm ớ:

– "Ừ được thì tôi đã ừ!"

Không còn cách nào hơn, tôi đổi giọng thân mật:

– "Trung úy đã hứa thì đừng quên, thứ bảy và chủ nhật mỗi ngày tôi sẽ đến cầu tàu này trông ngóng... Trung úy! Còn như cho tới giờ Trung úy chỉ cợt đùa thì xin tha cho. Hãy biết tội nghiệp người trông ngóng..."

Anh chàng nở nụ duyên dáng nhất của Burt Lancaster:

– "Lúc đầu thì có cợt đùa nhưng giờ thì đứng đắn. Rất đứng đắn. Hãy nhớ là tôi cũng rất mong sớm gặp lại... cô em họ thằng bạn!"

Bằng trao trả tờ Lệnh Chuyển Vận. Tôi ra vẻ cảm động:

– "Cám ơn Trung úy nhiều ..."

Tôi xoay người bước đi, kịp giấu nụ cười thương xót: "Dám giỡn mặt với... tử thần!"

CHƯƠNG 1

VỊNH QUY NHƠN
THỨ SÁU 4/8/1967 19:00G

Đến cuối đường Gia Long nối liền cầu tàu, chiếc xích lô tấp vào lề, thắng sững lại, còn cách chiến hạm một quãng khá xa. Bác xích lô bảo đây là điểm giới hạn, không được phép vào cầu tàu. Bác giúp nhấc hai chiếc túi xách để lên lề đường, dọn chỗ cho tôi dễ dàng bước khỏi xe. Tôi đưa bác thêm ít tiền ngoài giá thỏa thuận.

Mỗi tay một túi xách nặng trên dưới mười ký, tôi thầm cám ơn đôi giày bata mềm mại khít khao giúp tôi giữ đều bước với dáng vẻ thảnh thơi bất kể mồ hôi bắt đầu rịn trên da thịt. Gió nhẹ nhưng chỉ phả thêm hơi nóng.

Còn mươi bước đến đầu chiếc thang bắc lên tàu, tôi chợt nhận ra chiếc thang nghiêng cao hơn lần trước, đâm lo không biết có đủ sức mang cả hai xách lên tàu. Chắc chắn là tôi phải để một túi xách trên cầu và trở lui cho chuyến thứ nhì. Nhưng túi xách nào nên mang trước để được nhiều cơ may? Tôi quyết định chọn túi xách đựng ration C và hộp quà tặng. Tôi vừa đặt túi xách đựng quả bom lên cầu tàu thì có tiếng vọng đến:

- "Xin chờ đó!"

Tôi ngẩng lên, nghe dạ nôn nao. Sáng nay Võ Bằng đã cho biết là tôi được phép quá giang, chẳng lẽ giờ lại đổi ý. Anh chàng Thiếu úy nhấc ống liên hợp và nhấn nút màu xanh trên vách. Tôi nghe loáng thoáng: "Thưa Hạm Phó, thân nhân Hạm Phó đã đến". Im lặng vài giây lại tiếng rõ hơn "Đáp nhận". Anh chàng gắn lại ống liên hợp rồi nói với anh hạ sĩ quan xuống giúp mang hành lý lên tàu. Tôi nghe mà nhẹ người. Trạm gác vẫn là cặp ba nhưng không ai quen mặt lần trước. Tôi mỉm cười chào anh hạ sĩ quan. Anh gật đầu đáp lễ rồi nhấc chiếc xách trên cầu và cầm luôn chiếc xách đang trên tay tôi. Tôi cố giữ nhưng anh cười bảo mỗi tay một xách dễ đi hơn. Tôi hồi hộp theo sau anh. Chiếc cầu thang nhún nhẩy hòa với nhịp tim của tôi.

Hai túi xách được đặt lên sàn tàu. Anh chàng Thiếu úy mang bảng tên Vương Văn Tiến nhã nhặn nói:

- Xin cô vui lòng cho xem thẻ căn cước.

Tôi mở túi đeo vai lấy tấm thẻ. Tấm thẻ giả được Hưng bầm dập cho nó cũ nhưng xem ra vẫn còn quá mới. Thiếu úy Tiến chăm chú đọc rồi ngước nhìn vào mặt tôi rồi lại nhìn vào hình. Anh so đo thêm lần nữa. Những sợi thần kinh trong tôi lao xao. Tôi cầu Trời khấn Phật cho tôi đừng biến sắc. Khi anh trả tấm thẻ, tia mắt anh cũng dịu êm như lời nói: "Welcome aboard."

Tôi vừa chớm vui với sự tiếp đón lịch sự thì Thiếu úy Tiến lại tiếp:

- "Chúng tôi mạn phép khám hành lý."

Dù vẫn biết là sẽ bị khám và đã ngụy trang cẩn thận, nhưng vẫn hồi hộp. Tôi cố nở nụ cười tươi:

- "Xin tự nhiên."

Thiếu úy Tiến ra hiệu hạ sĩ quan Trần Thanh Tùng mở túi xách. Anh chàng này chọn túi chứa quả bom.

Tim tôi ngưng đập vài nhịp. Tôi rủa thầm sao không chọn túi xách kia cho người ta nhờ. Thông thường xét túi xách đầu không thấy gì, túi sau thông qua dễ dàng. Tùng khom người kéo chiếc fermeture rồi nhấc bọc đựng bộ đồ ngủ để trên quả bom. Quả bom tênh hênh đến độ chân tôi muốn sụm xuống. Hạ sĩ quan Tùng mở bọc nylon, nhìn thoáng vào bên trong rồi đặt chiếc bọc lên sàn tàu.

Mắt anh chàng hướng qua túi xách, chợt reo lên:

- A, margarine! Tôi cũng có mua hai thùng cho má tôi. Bà thích thứ này lắm, bảo dùng tiện hơn mỡ heo, mà giá chỉ bằng nửa!

Tôi vội tán thành:

- Má tôi nói Quy Nhơn giá rẻ hơn ở Sài Gòn nhiều, mà vì sợ xách không nổi nên tôi chỉ mua một thùng!

- "Phải biết sớm, tôi giúp cô!" Chúng tôi trao đổi tiếng cười.

Tùng mở rộng miệng túi, chừng như anh chàng muốn lấy thùng margarine ra. Từng sợi thần kinh của tôi căng như dây đàn. Tôi len lén hít vào đầy ngực rồi từ từ thở ra. Thùng mỡ ăn Margarine 20 lbs với chữ và số còn mới tinh nhưng bên trong là cả khối chất nổ, đủ để làm chìm tàu. Nếu anh chàng mang nó ra khỏi túi xách và lật ngược xem phần đáy thì coi như tôi đi đứt. Phần đáy có hai lỗ cắm dành cho cái thời chỉnh tuy được một mảnh băng keo dán vắt ngang ghi tên Phan Kim Phượng và địa chỉ nhà ở Sài Gòn nhưng gặp xui thì băng keo bị gỡ! Nhưng anh chàng hạ sĩ quan chỉ mò mẫm các lớp áo quần tôi xếp quanh thùng.

Sau khi đặt quần áo lại như cũ, anh chàng mở túi xách còn lại đựng một hộp quà, một hộp bánh LU và ba hộp ration C. Hộp quà được bọc giấy có họa tiết đẹp và dây buộc thắt thành nơ, bên trong là cái thời chỉnh cho quả bom. Anh chàng Tùng cầm hộp quà ngắm nghía chiếc nơ rồi để gần lỗ tai, lắc lắc.

Có tiếng kêu sột soạt. Tùng hỏi:

- "Cái gì ở trong?"

- "Cái quẹt lửa Zippo tặng cho ba."

- "Chà! Cô có hiếu dữ a!" Tùng ra vẻ thán phục. "Hiếm có người đi chơi mà vẫn nhớ mua quà cho song thân!"

Tùng lại hướng mắt vào túi xách. Anh chàng lại kêu to:

- "Ration C! Chà ngon lành!

Tùng đặt hộp quà vào túi, nhấc hộp bánh LU. Sau khi lúc lắc, anh cười:

- "Nghe như là... ma túy!"

Anh loay hoay mở nắp. Đúng lúc đó thì Võ Bằng xuất hiện. Cả ba đứng nghiêm giơ tay chào. Bằng chào đáp rồi nói với tôi:

- "Chào cô Phượng".

- "Xin chào!" Tôi lí nhí.

- "Khám xong chưa?" Bằng hỏi Thiếu úy Tiến.

Thiếu úy Tiến nhìn Tùng. Tùng đáp:

- "Vừa xong, thưa Hạm Phó!"

Tùng đặt hộp bánh LU vào túi xách rồi kéo khóa. Võ Bằng nhờ anh lính gác mang hành lý của tôi xuống phòng ăn sĩ quan. Anh lính gác giao khẩu súng dài cho hạ sĩ quan Tùng rồi nhấc hai túi xách bước một đoạn ngắn rồi ngoặt vào một khung cửa mất dạng. Tôi lo ngại không biết có còn thêm khám xét nữa chăng?

- "Còn cô, mời theo tôi!" Bằng nói như ra lệnh.

Tôi hồi hộp bước sau Bằng cùng lối đi của anh lính gác. Lối đi hẹp là một hành lang, một bên là dây an toàn dọc theo mạn tàu, một bên là vách xám treo lỉnh kỉnh ống nước, phao cá nhân, hai chiếc búa màu đỏ bắt chéo, các bình chữa lửa, một hộp kính đựng dụng cụ mới thấy lần đầu.

Võ Bằng bước qua một khung cửa dẫn vào một căn phòng sáng choang và mát rượi. Sàn tàu lót gạch nhựa màu xanh phơn phớt các vệt trắng như hoa sóng. Căn phòng chật hẹp, sơn trắng, dây nhợ và ống dẫn khác màu chạy dọc theo chiều dài giao tiếp vách và trần tàu. Phòng không bàn ghế. Gắn trên bốn bức vách mỗi bức một loại vật dụng: Một vách toàn hộp sắt kích cỡ khác nhau có hàng chữ nhỏ. Một vách gắn các kệ đựng sách dày cộm. Một vách gồm các tủ đứng không rõ chứa những gì. Trên vách thứ tư là một hộp khá lớn mang dấu hiệu hồng thập tự. Ở cuối vách này, bên mặt là một cửa buồng đóng kín, trên có gắn một biển xanh mang hai chữ màu vàng: "HẠM TRƯỞNG". Hai tiếng "hạm trưởng" gợi tôi lời căn dặn của Hưng: "Ráng giết tên chỉ huy tàu để đạt thành tích xuất sắc." Nhưng ai là Hạm Trưởng?

Làm sao gặp? Và quả bom sẽ đặt nơi nào... cho ăn chắc?

Có tiếng gọi của Bằng. Anh chàng đang đứng bên một ô vuông trên sàn tàu ở bên trái hộp hồng thập tự. Tôi bước đến gần Bằng. Ô vuông là ngõ xuống tầng dưới bằng một cầu thang gần thẳng đứng. Ánh sáng phản ánh sàn tầng dưới cùng loại gạch màu xanh phơn phớt hoa sóng. Bằng bước lên bậc thang đầu tiên. Rồi anh chàng tụt dần, tay giơ cao ngoắt tôi bước theo. Tôi lo ngại nói:

- "Coi bộ dễ té quá!"

- "Không sao đâu! Té biết liền!"

Tôi ấm ức:

- "Trung úy cứ cà giỡn hoài!"

Võ Bằng xuống hết các bậc thang, ngước lên thấy tôi còn đứng yên, hối thúc:

- "Lẹ lên chứ! Hạm Trưởng đang chờ."

"Hạm Trưởng đang chờ!" Tự dưng tôi thấy ơn ớn. Cơn ớn lạnh phát sinh từ bốn tiếng "Hạm Trưởng đang chờ" hay từ luồng hơi của máy điều hòa từ dưới thốc lên? Sao lại phải gặp Hạm Trưởng? Mấy người đi trước đâu có ai phải gặp đâu. Thậm chí còn không biết Hạm Trưởng là ai!

Cơn ớn lạnh quyện thêm vào mùi chiên xào, mùi khói, mùi xăng dầu khiến tôi như ngộp thở. Tôi nín hơi, một chân đạp lên bậc thang trên cùng, thận trọng đặt chân kia lên bậc thứ nhì. Rồi tôi khòm người, hai tay bám lấy mép ô cửa để vững vàng bước lên bậc kế tiếp. Rồi hai tay tôi rời ô cửa nắm hai bên lan can để bước xuống từng bậc. Nếu không được cảnh báo mà đi guốc cao gót thì quả là... té biết liền!

Bằng đã đứng trên sàn, đưa tay cho tôi vịn. Tôi mừng húm nắm lấy. Đôi bata không còn đủ sức cân bằng thân thể tôi. Bàn tay Võ Bằng giúp tôi nhảy từ bậc chót lên sàn. Sàn lại là một hành lang ngắn. Anh lính xuất hiện ở đầu hành lang đang tiến về phía tôi với hai tay không. Chàng ta đã bỏ hai túi xách nơi nào? Ông Hạm Trưởng mà ra tay lục soát thì chỉ có nước rục xương trong tù!

Thấy Bằng ngắm nghía tôi, tôi hỏi:

- "Bộ tôi xốc xếch lắm hả Trung úy?"

- "Không! Đủ đàng hoàng khi trình diện Hạm Trưởng!"

- "Sao phải trình diện Hạm Trưởng?" Tôi thắc mắc.

- "Thủ tục!"

- "Sao mấy người tôi quen không ai phải gặp Hạm Trưởng?"

- "Vì cô... đặc biệt!"

Tôi bặm môi, có hỏi nữa chỉ thêm bực mình! Mà giờ tôi có muốn rút lui cũng đã muộn, cũng đã vào hang ổ. Từ nhỏ tôi vốn lỳ lợm. Ba má tôi chỉ mong đứa con đầu lòng là con trai, nên nhất định bắt tôi làm con trai. Tôi ăn mặc kiểu con trai, chơi đùa với bọn con trai. Thậm chí từng đập lộn, chả ngán bất cứ tên con trai đồng lứa nào. Mãi đến khi đi học, tôi mới được mặc áo quần con gái. Nhưng tôi lại vất vả hơn. Từ năm đầu đi học, tôi phải học thêm Vovinam. Vậy mà nghe "trình diện Hạm Trưởng" vẫn thấy ngại ngùng. Cái từ "trình diện" nghe như cú đánh phủ đầu ra hồn! Tôi thầm trách mình sao bỗng đâm ra hèn. Võ nghệ đầy mình, có gì mà sợ. Con đường thoát thân cũng đã vạch sẵn: phá tan hang ổ!

Chúng tôi bước về cuối hành lang, nối liền một khung cửa. Võ Bằng vạch bức màn, bước qua và giữ bức màn cho tôi qua theo. Tôi ngỡ ngàng trước một quang cảnh đột ngột đổi thay. Không phải là một căn buồng chật hẹp sáng choang đầy dây nhợ, những hộp sắt tủ sắt vô hồn tôi vừa rời đi, mà là một không gian khoảng khoát màu đọt chuối mát mắt có một bàn ăn dài với một số người ngồi quanh cười nói. Và tất cả đột ngột nín lặng hướng mắt vào tôi. Tên Mỹ nổi bật với mái tóc hoe, đôi mắt xanh, làn da trắng và bộ kaki vàng giữa tám sĩ quan Việt với đồng bộ kaki xanh. Thêm một khác biệt nữa là hắn đeo tấm thẻ bài treo lủng lẳng trước ngực của một vóc dáng to xác. Rồi cặp lon hai gạch bằng kim loại bạc gắn lên cổ áo cũng chẳng có chút gì hòa hợp với những cầu vai đen với các gạch kim tuyến vàng của tám dân Việt vóc dáng khiêm nhường. Tên Mỹ niềm nở mỉm cười với tôi. Tôi đáp lại bằng cái mím môi, nghĩ thầm: "Thì ra Hạm Trưởng là tên này đây! Đúng là tên xâm lược, ngay cách ăn mặc cũng tỏ rõ ai chủ ai tớ!" Tôi cảm nhận sự hiện diện của hắn như là một kích thích tố xua đi nỗi lo âu và tăng thêm quyết tâm hoàn thành sứ mệnh.

Một anh lính đang nhanh nhẹn thu dọn chén dĩa toàn bằng sứ trắng; đũa, muỗng nĩa đều bằng bạch kim.

Bằng nắm cánh tay, đẩy nhẹ tôi tiến thêm vài bước gần một sĩ quan ngồi đầu bàn. Thế ngồi dựa ngửa trông dễ ghét. Hai chân bắt chéo, hai cánh tay tì lên tay tựa, mặt nghiêng nghiêng lốm đốm tàn nhang như điểm thêm nét tươi vui. Giọng Võ Bằng trịnh trọng:

- "Thưa Hạm trưởng, đây là cô Phượng, là người tôi đã trình Hạm Trưởng muốn xin quá giang về Sài Gòn."

Tôi ngạc nhiên nhìn kỹ người được gọi Hạm Trưởng. Thì ra Hạm Trưởng là ông này, không phải tên Mỹ. Mái tóc đen chải tém như tài tử Clark Gable nhưng khuôn mặt chữ điền, không râu. Cùng với vầng trán phẳng phiu là đôi mày rậm, miệng rộng, môi dày. Số tuổi chừng khoảng tuổi con dê. Trên nền đen ở mỗi cầu vai là hai gạch kim tuyến vàng kèm một gạch nhỏ. Giọng ông ôn tồn như giọng thầy dạy sử tôi ưa thích:

- "Cho tôi xem giấy phép quá giang?"

Tôi mở túi đeo vai, trao tờ giấy cho ông. Ông chăm chú đọc. Rồi đôi mắt ông chiếu thẳng vào mắt tôi. Câu hỏi như phát từ tia nhìn soi mói:

- "Sao cô lại xin quá giang tàu Hải Quân? Đi máy bay có phải vừa nhanh vừa khỏe hơn không?"

Tôi vờ ngượng ngùng buông câu đã được chuẩn bị:

- "Các bạn tôi nói đi tàu Hải Quân được ngắm biển tuyệt đẹp! Mà còn khỏi tốn tiền!"

Ông buông ra tiếng "hườm", tay thọc túi áo móc gói Pall Mall, gắn một điếu lên môi. Tên Mỹ vội vàng móc lấy hột quẹt và tiếng "tích" làm bùng ngọn lửa xanh đầu Zippo. Ông Hạm Trưởng nghiêng người bập bập châm thuốc, hít một hơi dài rồi khoan khoái phà khói. Mùi thơm ngọt ngào gợi tôi nhớ mùi thuốc Bastos khét nghẹt của Hưng. Tôi chợt nhớ hai túi xách và đưa mắt đảo quanh. Chúng đang nằm dưới chân ghế bành ở vách phía sau lưng Hạm Trưởng.

Giọng Hạm Trưởng khô khốc:

- "Cô có biết là cô chọn nhầm tàu để xin quá giang không? Tàu này là tàu tác chiến chớ không phải tàu chuyên chở. Lỡ có lệnh hành quân là chết... như chơi. Cô còn trẻ quá, mà đẹp nữa, chết uổng phí!"

Tôi nhìn ông, tỏ vẻ không hiểu. Ông tiếp:

- "Hải Quân có nhiều loại tàu, mỗi loại có chức năng riêng. Giấy phép của cô, chỉ có hiệu lực cho loại tàu chuyển vận."

Lòng đầy thất vọng, tôi nhìn Võ Bằng, như nhắc về một lời hứa. Anh chàng lặng thinh, bình thản. Giọng ôn tồn của Hạm Trưởng lại vang lên:

- "Trong tờ Lệnh Chuyển Vận có ghi câu này: 'Tôi cam kết chấp nhận mọi rủi ro. Tuyệt đối không khiếu nại!' Cô có đọc không? Tôi đoán là trước khi ký tên, hẳn cô đã đọc?"

- "Tôi đã đọc!"

- "Tức là cô chấp nhận rủi ro?"

- "Tôi chấp nhận."

Ông chậm rãi tiếp:

- "Rủi ro thì ở đâu cũng có nhưng với tàu tác chiến chữ thọ mong manh hơn tàu chuyên chở. Nói rõ hơn, mức độ rủi ro về thương tích và tử thương được ghi nhận là cao nhất! Thí dụ như ngay cả hôm nay về nghỉ bến, chiến hạm vẫn có thể bị địch phục kích, cũng như rất có thể nhận lệnh hành quân bất thường dài ngày. Cho nên tàu tác chiến thường không nhận khách quá giang. Nếu không cần về Sài Gòn sớm, tôi khuyên cô nên đợi đi tàu chuyên chở, an toàn hơn."

Tôi ngẩn ngơ, cân nhắc. Mấy người đi trước gặp tàu, trình xin là được cho đi liền, không bị hăm he gì! Ông này không muốn cho đi nên nói để hù mình đây. Tôi mạnh dạn đáp:

- "Tôi chấp nhận mọi rủi ro!"

Ông chặc lưỡi, lắc đầu:

- "Cô nhất định đâm đầu vào cửa tử?"

Tôi giở giọng thiết tha:

- "Đây là cuộc hành trình tôi luôn mơ ước. Và tôi đã xuống tàu. Có chết cũng... ngậm cười!"

- "Vậy thì chúc cô hưởng một chuyến hải hành như ý." Ông nhìn sang Võ Bằng, tiếp. "Hạm Phó đã được thỏa mãn theo yêu cầu. Bao giờ cũng vậy: quyền lợi đi đôi với trách nhiệm..."

Anh chàng cười tươi:

- "Nhận hiểu 5 trên 5, thưa Hạm Trưởng."

Tôi ấp úng:

- "Cám ơn.... Hạm Trưởng!"

Các sĩ quan đồng loạt vỗ tay hoan hô. Tiếng cười rộn rã nổi lên. Tôi ngượng ngùng khi nhận ra mình vô tình hòa vào niềm vui chung.

Ông Hạm Trưởng nghiêm giọng:

- "Cũng cần nói thêm với cô Phượng. Xưng hô 'Hạm Trưởng' và 'Hạm Phó' là dành riêng cho thủy thủ đoàn. Cô là khách quá giang, nên gọi chúng tôi bằng cấp bậc. Hoặc thân mật hơn, gọi bằng anh!"

Nhiều tiếng cười vang lên. Tôi lúng túng nói:

- "Tôi xin gọi bằng cấp bậc nhưng tôi chưa biết cấp bậc Hải Quân."

Ông mỉm cười:

- "Giờ là tới mục đố vui để học. Hạm Phó sẵn sàng nhường ghế cho cô Phượng chứ hả?"

Võ Bằng mời tôi ngồi vào ghế bên tay mặt của Hạm Trưởng. Các sĩ quan dịch chuyển nhường ghế cạnh tôi cho Võ Bằng. Khi chúng tôi an vị, Hạm Trưởng nói:

- "Cô Phượng hãy nhìn cầu vai các sĩ quan. Đố cô một gạch là gì?"

- "Thiếu úy!" Tôi nhanh nhẩu đáp.

Hạm Trưởng nhìn Võ Bằng:

- "Hạm Phó giới thiệu các sĩ quan cấp úy."

Bằng chỉ từng người đeo một gạch vàng ngồi cuối bàn:

- "Đây là Thiếu úy Tiến, Thiếu úy Ấn, Thiếu úy Văn."

Tôi gật đầu chào từng người. Hạm Trưởng lại nói:

- "Còn hai gạch là gì?"

- "Trung úy."

Bằng lại giơ tay chỉ:

- "Xin giới thiệu Trung úy Thân, Trung úy Bạch, Trung úy Cang."

- "Còn ba gạch?"

- "Đại úy!"

Hạm trưởng lắc đầu:

- "Cô sai từ cấp bậc "hai gạch". Hãy nhìn cho kỹ cầu vai cấp Trung úy với cầu vai của Hạm Phó Bằng. Có gì khác biệt?"

Tôi nhìn qua nhìn lại hai lần mới khám phá ra hai gạch... có khác biệt. Hai gạch của cấp Trung úy không bằng nhau. Một gạch lớn và một gạch nhỏ chỉ bằng nửa. Còn hai gạch của Võ Bằng thì lớn bằng nhau. Tôi nói:

- "Khác biệt là... không như nhau!"

- "Nghĩa là?"

- "Nghĩa là Trung úy và Đại úy."

- "Thế ba gạch là cấp gì?"

Tôi nhìn cặp lon của ông, đáp nhanh:

- "Thiếu tá."

- "Hãy nhìn kỹ, có gì lạ?"

- "Một gạch nhỏ nằm giữa hai gạch lớn"

- "Vậy ba gạch lớn bằng nhau là cấp gì?"

- "Trung tá chăng?"

- "Đúng! Hãy nhớ kỹ ba gạch bằng nhau là Trung tá, chớ có nhầm là Đại úy.

- "Cám ơn... Thiếu tá hướng dẫn." Tôi ngượng ngùng nói.

- "Chưa hết! Còn bốn gạch là gì? Bốn gạch lớn như nhau, không có gạch nhỏ."

Tôi nhẩm tính: bốn gạch có gạch nhỏ là Đại tá, bốn gạch bằng nhau hẳn là Đô đốc. Tôi đáp:

- "Đô đốc."

Hạm trưởng cười:

- "Lộn xộn quá phải không? Đại tá là bốn gạch lớn. Không có gạch nhỏ. Cô ghi nhận rồi chứ?"

Tôi gật đầu và cảm thấy vui vui từ nay sẽ phân biệt được một loại cấp bậc quá... lộn xộn! Hạm Trưởng lại lên tiếng:

- "Bây giờ là câu đố chót. Hãy nghĩ cho kỹ: Đố cô Phượng... gạch một đống là gì?"

Cấp bậc trên bốn gạch nhất định phải là cấp Đô đốc. Tôi nhanh nhẩu đáp:

- "Là Đô Đốc!"

- "Sai hoàn toàn! Gạch một đống là... một đống gạch!"

Tất cả cười rần. Tôi cũng đành cười theo. Lạ nhất là tên Mỹ cười lớn hơn ai hết! Hạm trưởng lại hỏi:

- "Sẵn dịp, cô có muốn biết luôn cấp bậc Hải Quân Hoa Kỳ?"

Lòng thì không muốn mà đành gật đầu. Hạm Trưởng nhìn tên Mỹ. Tôi cũng đăm đăm nhìn hắn. Chẳng lẽ hắn biết rành tiếng Việt? Tên Mỹ mỉm cười:

- "Tôi nói sơ sơ thôi!"

Hắn nói giọng Mỹ nhưng dễ nghe. Mà dùng được từ "sơ sơ" là đủ cho thấy... đế quốc có hạng rồi! Hắn tiếp:

- "Chúng tôi có ba loại cấp bậc khác nhau, tùy vào quân phục chọn mặc. Quân phục làm việc, quân phục tiểu lễ và đại lễ. Quân phục kaki vàng tôi đang mặc là loại làm việc. Như Hải Quân Việt Nam mặc quân phục xanh. Cấp bậc tôi đang đeo là đại úy."

Hắn chỉ vào hai bên cổ áo, mỗi nơi có đính mảnh thiếc bạc nhỏ kết hợp bằng hai vạch song song. Hắn tiếp:

- "Còn khi tôi mặc tiểu lễ, quân phục trắng thì đeo lon gần giống Hải Quân Việt Nam. Tôi không đủ chữ diễn tả từng thứ bậc các cấp cũng như cho bộ đại lễ. Nay mai tôi sẽ cho cô xem hình. OK?"

Tôi gật đầu đồng ý ngay. Hắn có nói thêm thì tôi cũng không nhớ hết. Mà ích lợi gì để biết và nhớ cấp bậc kẻ tử thù!

Hạm Trưởng vụt đứng lên. Tất cả chộn rộn đứng lên theo. Ông nói:

- "Nào! Đến lúc chúng ta... về Sài Gòn!"

Tất cả cười rộ, hân hoan rời bàn ăn. Hạm Trưởng đưa tờ Lệnh Chuyển Vận cho Thiếu úy Tiến bảo lưu hồ sơ quá giang rồi rời bước qua khung cửa. Tên Mỹ theo sau, miệng hát "Sài Gòn đẹp lắm, Sài Gòn ơi, Sài Gòn ơi!" Tôi nói với Võ Bằng:

- "Xin lỗi, lâu nay gọi Trung úy."

- "Ba cái lẻ tẻ!" Anh chàng đổi giọng thân mật, "Cô có thể chọn một: hoặc là vào buồng nghỉ ngơi, hoặc lên boong gửi nụ hôn từ biệt Quy Nhơn."

Gãi đúng chỗ ngứa! Hai anh em Hưng hứa là sẽ có mặt tiễn đưa khi tàu khởi hành. Chắc chắn là họ đang đứng đâu đó gần cầu tàu. Tôi tươi cười với Võ Bằng:

- "Cám ơn Trung úy, ô, xin lỗi Đại úy. Quả là tôi đang rất muốn gửi nhiều nụ hôn từ biệt Quy Nhơn!"

CHƯƠNG 2

HẢI PHẬN BÌNH ĐỊNH
THỨ SÁU 4/8/1967 19:30G

Tôi vịn khung cửa thông ra boong tàu nhìn mấy mươi lính thủy trong đồng phục trắng dàn hàng từ mũi đến lái. Ngay khi tiếng còi vang lên, tất cả thẳng người, trang nghiêm giơ tay chào phố thị Quy Nhơn. Con tàu từ từ tách bến hướng về cửa vịnh. Tôi dõi mắt tìm bóng dáng Hưng và Anh Đào. Con đường Gia Long dài hun hút. Các mái phố lầu nhuộm ánh vàng chạy lùi trên hàng mũ polo trắng. Hưng và Anh Đào đang vẫy tay ở đúng vị trí tôi xuống xích lô. Tôi nồng nhiệt gửi đi những nụ hôn gió.

Những ngày đầu tôi đến với gia đình Hưng, cả hai bên đều vất vả với ngôn ngữ bất đồng. Giọng Bình Định đấu với giọng miệt vườn miền Tây. Với tôi thì đó là sự việc bất ngờ. Ngày tôi quen Hưng, giọng Bình Định của anh đã bị giọng Sài Gòn đồng hóa sau 15 năm làm học trò và làm việc. Tuy nhiên, bất kể trở ngại ngôn ngữ, Anh Đào lại tỏ ra hết sức thân thiết với tôi và ba má Hưng thì xử sự như tôi đã là con dâu tương lai. Tháng trước, tôi đưa Hưng về Vĩnh Long ra mắt ba má tôi và Hưng được ông bà cho phép đưa tôi ra mắt ba má Hưng. Tôi những tưởng hạnh phúc đang trong tầm tay...

Từng mệnh lệnh ngắn gọn, dứt khoát "hữu tiến", "tả lùi", "lái thẳng"... vọng mồn một đâu đó, bên trên. Sau một lệnh là tiếng nhắc lại kèm theo tiếng leng keng. Tôi nghiêng đầu nhìn ngược lên phía tiếng nói nhưng chỉ thấy đáy của một chiếc ca-nô. Gió hâm hấp từng đợt ập vào người tôi, xóa dần độ mát của không khí điều hòa bên trong con tàu. Khi chiếc cầu đã xa sau lái, tiếng còi lại vang lên chấm dứt dàn chào.

Tôi đứng lùi vào, nhường khung cửa cho từng người bước qua. Tôi nhẩm đếm. Người cuối cùng thứ bốn mươi chín. Nếu kể luôn những người đang thi hành nhiệm vụ ở các vị trí khác, hẳn tổng số thủy thủ cũng tròn một trăm. Mười phần chết bảy còn ba, chết hai còn một mới ra thái bình. Nhiệm vụ của tôi là phải đặt quả bom đâu đó có thể gây thiệt hại tối đa cho người và chiến hạm. Đó là điều kiện cần và đủ để Thành Ủy cho phép tôi và Hưng thành vợ thành chồng.

Tôi bước ra boong, vịn sợi dây an toàn chăng dọc mạn tàu, cao ngang ngực. Từ cuối tầm nhìn, bãi cát trắng ôm vùng nước xanh còn đầy ghe đánh cá chưa rời bến. Vài căn ngói đỏ ẩn hiện giữa rừng cây tiếp liền rặng núi. Thành phố chia thành hai phần rõ rệt. Phần mái nhà còn là ngày, phần vách tường đã ngả hoàng hôn.

Tôi nghĩ đến ba má Hưng, thầm cám ơn đã tiếp đãi ân cần, đã yêu thương chiều chuộng. Xin bái biệt giang sơn của anh hùng áo vải Quang Trung, thần tượng đời đời. Xin cảm ơn những danh lam thắng cảnh. Xin từ giã các con đường vắng vẻ tôi và Hưng lang thang vạch định tương lai. Xin chia tay các hàng quán thôn làng cho thưởng thức hương vị các đặc sản tuyệt vời.

Suốt hai tuần, Quy Nhơn đã cho tôi nhiều kỷ niệm đẹp nhưng không hiểu sao tôi không mảy may có ý muốn trở lại. Có thể vì Quy Nhơn quá khô cằn, nóng bức, quá chộn rộn, xô bồ với hàng quán ngày một nhiều đua nhau đáp ứng nhu cầu giải khuây lính Mỹ, lính Hàn. Cũng có thể vì Quy Nhơn ghi dấu chuyến công tác đầu đời mà chắc chắn là tôi muốn quên đi, chuyến công tác mà tôi và Hưng đã lời qua tiếng lại suốt ba ngày. Rốt cuộc, thấy Hưng có lý, tôi nhận lời...

Dù luôn luôn tự tin, nhưng đây là lần đầu, lại là công tác chết người, tôi không sao đè nén được nỗi lo âu. Tôi đề nghị Anh Đào cùng đi nhưng Hưng viện ba lý do để không đồng ý. Anh Đào vừa đi dò đường tháng rồi. Hai người đẹp cùng một chuyến dễ sinh nghi ngờ. "Trên" chọn tôi vì công tác này đòi hỏi một người lanh lợi, hoạt bát.

Tôi nhìn xuôi theo lái tàu. Tôi không còn nhận ra bóng dáng Hưng và Anh Đào. Cửa vịnh đã lờ mờ hoàng hôn, chỉ còn rõ nét mũi vách đá của bán đảo Phương Mai. Bên trái là xóm chài đã lên đèn, đầm Thị Nại phủ đầy những đốm sáng của ghe câu. Bên phải ngọn hải đăng Phước Mai là vùng nước thẫm xanh mênh mông chập chờn ánh lân tinh. Gió lồng lộng, hâm hấp, khô khan.

Phố Quy Nhơn chưa mấy xa mà tôi đã bắt đầu da diết nhớ Hưng. Hai năm trước, chúng tôi quen nhau. Hưng học năm cuối Kiến Trúc, tôi mới vào Sư Phạm. Vào một tối ca nhạc Trịnh Công Sơn và Khánh Ly ở sân trường Văn khoa, chúng tôi đứng gần nhau và cùng chạy trốn khi mật vụ giải tán. Từ đêm đó chí hướng của tôi bắt đầu thành hình. Mỗi tháng một lần, Hưng đưa tôi ra ngoại ô dự buổi học tập đường lối chánh sách cách mạng. Tôi đã nhìn thấy Mỹ là quân xâm lược, là tên sen đầm quốc tế. Và ngày qua ngày tôi càng yêu quý Hưng hơn. Tháng rồi anh ngỏ ý muốn cưới tôi. Tôi vui sướng nhận lời...

Bãi đá cuội ven bờ trông quen quen, chừng như là bãi tắm Hoàng Hậu. Nếu đúng vậy thì trên khoảng cao là mộ Hàn Mặc Tử hoang lạnh. Hưng cũng đưa tôi đến trại cùi Quy Hòa, thắp nhang ngôi mộ ông an nghỉ thời gian đầu. Tôi rất mê thơ ông và thương xót đời ông. Hưng thì chỉ thích thơ hừng hực đấu tranh.

Cơn gió đột ngột mang theo mùi khói khét lẹt, phần phật vào người vào mày mặt làm tôi nhờn nhợn nôn mửa. Tôi nắm chặt một trụ cột, nín thở. Rồi từ từ thở ra, hít vào. Đó là kinh nghiệm của Anh Đào. Tôi thấy khá hơn nhưng khói tàu vẫn tiếp tục quấn lấy tôi. Tôi hốt hoảng đi dần về hướng lái hy vọng thở được không khí trong lành. Nhưng tránh vỏ dưa gặp vỏ dừa, phần lái nhấp nhô, lay lắc mạnh hơn và tiếng ồn rầm rập, rì rào to hơn. Tôi lần đến ngồi lên một trong hai trụ sắt kề nhau có sợi dây to quấn chéo hình số 8, nhắm mắt lắng nghe phản ứng của cơ thể. Nó có vẻ hòa hợp với sóng gió. Tôi hít một hơi dài rồi thở mạnh, rồi lại hít, lại thở, theo hướng dẫn của Anh Đào. Cũng theo lời khuyến cáo, tôi cố gắng tỉnh bơ, phớt lờ hiện trạng.

Những dải mây nhiều sắc màu chỉ còn hai màu duy nhất đen và trắng chen lẫn những vì sao.

Đang mải mê, con tàu bỗng vặn vẹo, nhấp nhô, đong đưa, rung rinh. Tôi lại nghe nhờn nhợn khó chịu. Cả thân người như đang quay mòng. Tôi chụp hai tay vào dây an toàn, ngậm cứng miệng. Sợ không đủ sức giữ, tôi bụm cả hai tay. Nhưng thức ăn trào lên, hai bàn tay tự động mở, miệng há rộng. Mọi thứ trong bụng nhộn nhạo tuôn ra. Nước mắt nước mũi tuôn theo. Tôi hổn hển thở...

Như có linh cảm bị nhìn trộm, tôi nghiêng mặt. Bằng đứng bên tôi tự bao giờ, lên tiếng:

- "Chờ đó, tôi đi lấy khăn giấy."

Anh chàng phóng vội vào lòng tàu. Hưng cũng sốt sắng như Bằng mỗi khi thấy tôi cần được giúp đỡ. Hưng hẳn không thể nào tưởng tượng được rằng người anh yêu đang say sóng ngất ngư. Anh còn đứng đó hay đã ra bến xe về Sài Gòn? Đừng quên đón em ở bến Bạch Đằng. Em đang tha thiết mong chờ giây phút cùng ngắm chiến hạm nổ tung.

Tội nghiệp Võ Bằng. Anh trở lại với xấp khăn cho tôi lau mặt mũi. Tôi sẽ trả ơn bằng quả bom nổ tung? Con tàu lại nhún nhảy, lắc lư mạnh. Cổ họng tôi lại nhờn nhợn, miệng đầy nước miếng. Tôi thò đầu ra ngoài mạn tàu, phun mạnh và khạc nhổ. Mồ hôi rịn trên trán trên lưng. Tôi tự khuyên mình cố gắng lên, chỉ mới bắt đầu.

Con tàu lại giật mạnh đánh sầm, rung rinh, phát tiếng răng rắc. Võ Bằng cho biết chiến hạm đang đổi đường, năm ba phút nữa là xuôi sóng, sẽ dễ chịu hơn. Anh chàng đề nghị tôi đến đứng ở giữa tàu, ít nhấp nhô và ồn ào hơn. Bằng băng qua phía mạn trái, rồi tiến dọc hành lang. Không gian mông lung mở rộng. Nhiều ánh đèn xa khơi. Võ Bằng chỉ hai nhóm đèn sáng nhất cho biết đó là hai thương thuyền. Còn vô số đèn lập lờ là đèn các ghe câu. Một ngọn đèn rực sáng, rồi tắt rồi sáng. Tôi nhớ ánh đèn hải đăng Phước Mai. Tôi hỏi:

- "Hải đăng ở chếch mũi tàu, phải hôn Đại úy?"

- "Đúng! Đó là hải đăng Poulo Gambir do Tây xây cất trên đỉnh của một cù lao cùng tên. Nhưng từ hàng trăm năm trước đó, ông bà ta đã đặt tên là Cù Lao Xanh. Xanh là vì hòn đảo bốn mùa cây xanh tươi tốt. Từ ngày Tây rút khỏi Đông Dương, chúng nó cũng rút theo cái tên Tây. Tháng trước, chiến hạm tham dự ba ngày hành quân, yểm trợ hải pháo cho Địa Phương Quân tảo thanh Việt Cộng trên đảo. Ngày chót, thủy thủ đoàn được phép lên bờ. Chúng tôi cũng tảo thanh, nhưng nhắm vào rừng dừa."

Tôi cười thành tiếng:

- "Lần tới, Đại úy nhớ mang cho tôi vài trái."

- "Lần tới, cô đích thân tới đó với tôi." Bằng nói, cười duyên.

Tôi biết là mình vừa tạo cơ hội cho Bằng tiến tới. Cũng nên lắm! Anh chàng càng mê mẩn, tôi càng dễ lợi dụng và càng dễ che giấu sơ suất!

- "Cảnh hoàng hôn trên biển đẹp quá phải không cô Phượng?"

Tôi lặng thinh, e bị lạc vào mê hồn trận. Võ Bằng tiếp:

- "Hãy nhìn qua rừng cây. Mặt trời đã khuất nhưng còn bắn các tia màu hồng, đỏ, cam, tím vào các dải mây trên đỉnh núi. Đẹp kỳ ảo."

Tôi vẫn lặng thinh. Võ Bằng lại tiếp:

- "Người thủy thủ được trời ban cho hai buổi tuyệt vời trong ngày: đó là cảnh bình minh và cảnh hoàng hôn. Đặc biệt là không buổi nào giống buổi nào, không ngày nào giống ngày nào. Đúng là thiên thượng phù vân, thiên biến vạn hóa."

- "Ngày nào cũng ngắm thì không thể không sinh ra nhàm chán!" Tôi mỉa.

Võ Bằng đăm đăm nhìn tôi:

- "Tôi chưa bao giờ thấy nhàm chán. Tựa như ngắm một giai nhân, cho dù giai nhân đó một ngày như mọi ngày!"

Tôi tìm lời đáp trả. Đầu óc rỗng không. Tôi thầm trách tôi: Mày được khen là lanh lợi hoạt bát, sao cứ câm như hến! Võ Bằng nhởn nhơ:

- "Thế nhưng một giai nhân mà đẹp quá thì cũng nguy hiểm. Sắc trời cũng vậy. Nếu thấy bầu trời có màu óng ánh như mỡ gà thì phải nhớ câu thành ngữ 'Ráng mỡ gà có nhà thì giữ'. Nghĩa là dông bão sắp đến, cẩn thận bảo vệ nhà cửa. Hải quân chúng tôi sửa lại câu trên cho hợp cảnh hợp tình: Ráng mỡ gầu có tàu thì giữ!"

Tôi bật cười thành tiếng. Anh chàng đáo để thật. Cũng nên cho anh chàng biết ta cũng rành tục ngữ ca dao. Tôi hỏi:

- "Còn câu này: 'Cơn đàng Đông vừa trông vừa chạy, cơn đàng Nam vừa làm vừa chơi' nghĩa là sao?"

- "Cô biết câu đó, tự nó cho thấy cô đã rành sáu câu! Tuy vậy tôi cũng nói ra xem có đúng ý cô không. Cơn là cơn mưa. Nếu thấy mưa ở hướng Đông thì mưa sắp tới, mau tìm chỗ trú; còn thấy ở hướng Nam thì cứ tự nhiên ăn chơi như người Sài Gòn!"

- "Câu rồi chỉ nêu hai hướng Đông Nam, Đại úy có biết câu nói về hai hướng Tây Bắc?"

- "Tôi không thấy câu nào đề cập hướng Tây Bắc. Có thể tại vì mưa ở hai hướng này, nông dân cứ ăn chơi hết mình!"

Tôi nhìn mông lung, cố nhớ thêm một tục ngữ:

- "Còn câu này: Chuồn chuồn bay thấp thì mưa, bay cao thì nắng, bay vừa thì râm! Không biết ở biển có chuồn chuồn?"

- "Tôi không lần nào thấy chuồn chuồn bay ở biển nhưng tiếng 'râm' gợi tôi nhớ tiếng 'thâm' trong câu tục ngữ cũng về mưa hướng Đông: Thâm Đông thì mưa, thâm dưa thì khú, thâm... ư ư..."

Bằng im bặt, tủm tỉm cười. Tôi tức mình, hối:

- "Thâm gì nữa?"

- "Tưởng cô biết rồi! Thôi, để dành cho cô về Sài Gòn tra cứu, nói ra không tiện."

- "Không có gì bất tiện. Tôi rất thích ca dao tục ngữ. Đại úy cứ nói."

- "Về Sài Gòn tra cứu đi mà, nói ra dị hợm!"

Tôi làm mặt giận, bước dần về phía mũi. Võ Bằng nói:

- "Được rồi, tôi nói đây. Nguyên văn đó nghen: Thâm Đông thì mưa, thâm dưa thì khú, thâm vú thì chửa."

- "Vô duyên!"

- "Cô nói tôi hay tác giả?"

- "Cả hai!"

Chúng tôi cùng cười. Tôi nhớ đến những câu ca dao tục ngữ tương tự mà bái phục cổ nhân. Hàng trăm năm trước các cụ đã táo bạo không ngờ. Tôi không biết Võ Bằng đang nghĩ gì. Nhưng anh chàng lên tiếng trước:

- "Cô nói với ông Hạm Trưởng rằng cô xin quá giang là vì nghe đồn biển tuyệt đẹp. Cô thấy biển thế nào?"

Tôi nhìn mặt nước dao động, lao xao. Ánh lân tinh chập chờn trên các ngọn sóng. Tiếng xạc xào đều đều êm êm như khúc nhạc du dương. Nhưng thấy vậy mà không phải vậy. Tôi nuốt nước bọt, cay đắng:

- "Đẹp thì đẹp thật! Nhưng giống như giai nhân, có giai nhân tàn ác. Gặp phải là ... ói mửa!"

- "Vừa say sóng, vừa say tình, cô quạu quọ cũng phải!" Võ Bằng cười ngất.

- "Đại úy nói vậy là ý gì?" Tôi dọ dẫm.

- "Khi tàu rời bến, tình cờ tôi bắt gặp một anh chàng đứng cạnh chiếc Honda liền tù tì gửi hôn gió cho... chiến hạm! Nếu là "anh" thì không thể gửi hôn kiểu đó!"

Tôi ớn lạnh. Võ Bằng tinh tế thật. Trời xui đất khiến chi cho tôi vớ phải anh chàng cà chớn này. Giờ có muốn thoát cũng không xong, có muốn nói cũng nghẹn lời! Bằng tiếp tục chế nhạo:

- "Than ôi! Bước chân xuống tàu nước mắt như mưa!"

- "Nguyên tác là 'Bước chân xuống thuyền!'"

- "Thuyền hay tàu gì thì cũng khóc. Cô Phượng nhận là có khóc đi."

Sau ngày gặp Bằng, Hưng đã dặn tôi cố tìm cơ hội gặp gỡ và lợi dụng cho công tác. Hạm Phó là người uy quyền thứ hai trên tàu, lợi dụng được thì công tác càng thuận lợi. Cơ hội thì đã có, còn lợi dụng thì coi bộ khó ăn. Chỉ một sơ suất nhỏ đã đủ cho anh chàng suy ra Hưng không phải là "anh" thì quả đáng ngại. Có lẽ nên rủ quến cho anh chàng mù quáng. Thì đã sao! Khi mình lìa tàu thì anh chàng cũng... lìa đời! Tôi vờ kịch liệt phản đối:

"Anh ruột thì có mắc mớ gì mà phải khóc! Hôn gió thì hôn ai chẳng được. Đại úy có thấy em gái của tôi hôn không? Cũng như anh tôi thôi. Tại đại úy hay... nghĩ bậy!"

Không gian còn đủ sáng cho tôi thấy ánh mắt Bằng đang cân nhắc thật hư. Tôi vờ phân trần:

- "Tôi nói thật đó. Ba má tôi khó lắm. Cấm tôi không được "dớ dẩn" yêu đương trước khi ra trường. Tới nay, tôi chưa dám để ý đến bất cứ ai."

- "Cô học ở trường dạy chữ hay dạy nghề?"

- "Ba má tôi muốn tôi thành giáo sư."

- "Còn cá nhân cô, cô muốn thành gì?"

- "Làm con thì phải nghe lời cha mẹ!"

- "À, vậy ra cô đang học Đại học Sư phạm!"

Tôi giật mình. Tôi vừa nói thật. Tôi đã cảnh giác mà vẫn vào tròng. Lẽ ra tôi phải nói Đại học Kiến Trúc. Đó là trường Hưng theo học. Anh nói đi nói lại mấy ngày liền cho tôi nhớ trường ở đường nào, tên ông Viện trưởng, giáo sư gồm những ai, năm thứ nhất thứ nhì gồm những môn học gì. Giờ lỡ mồm nói thật, nếu Võ Bằng không chết theo tàu, thì tôi cũng khó thoát! Hưng cũng đã cảnh báo nhiều lần, tôi sẽ là mục tiêu cho mọi câu hỏi, từ đó người ta có thể khám phá tôi là ai. Anh bảo tôi ráng nhập tâm căn cước mới. Căn cước mới là căn cước cô bạn thân, tôi rành rẽ đời tư. Nhưng từ thuở tôi biết nói suông câu, tôi lại nhập tâm lời dạy của cha mẹ là phải luôn thật thà, không nói dối. Tôi chỉ tập nói dối từ ngày quen Hưng. Bây giờ đã trót lỡ lời nhưng chưa đến nỗi! Với đầu óc đang chập chờn, có thể lại phạm lỗi lầm. Tôi nghĩ tốt nhất là... đi ngủ cho khỏe. Tôi nói:

- "Sao nhức đầu quá, mệt và khó chịu quá... phải đi nằm mới được."

- "Để tôi đưa cô xuống phòng."

- "Cám ơn Đại úy".

- "Chừng nào cô thấy dễ chịu, thì bắt đầu bước."

Tôi vờ còn choáng váng, nhắm nghiền mắt, hít thở không thôi. Có đến năm phút tôi mới mở miệng:

- "Sẵn sàng rồi, Đại úy."

- "Cô hãy đi như tôi, người sẽ vững vàng hơn."

Hai chân Bằng dang rộng, từng bước về hướng mũi. Chúng tôi băng qua khung cửa vào lòng tàu. Cái mùi hỗn hợp khói tàu, thức ăn, mùi sơn càng nồng nặc. Tôi đưa tay bụm cả mặt lẫn mũi. May quá, bụng chỉ quặn đau, ợ chua mà không mửa. Mửa lên sàn tàu, ai rửa ai lau? Chừng như mùi hỗn tạp cũng bắt chiến hạm rùng mình.

Võ Bằng nắm cánh tay tôi, dìu tôi đi. Lần mò đến được chiếc thang nghiêng, tôi thấy dễ chịu hơn. Cái mùi đặc biệt gần như tan biến, chừng như thấm hết vào da thịt. Bằng nắm cả hai bàn tay tôi, giữ thăng bằng cho tôi xuống trước. Bước đến bậc thứ ba, Bằng nhả một tay cho tôi nắm thanh an toàn rồi nhả nắm tay còn lại. Tôi nghĩ phải chi Bằng là Hưng, tôi sẽ bắt anh cõng. Khi tôi đã đứng trên sàn, Bằng chạy vụt xuống dễ dàng như bị trượt chân. Con tàu không còn lay lắc. Tôi bước những bước bình thường dọc hành lang về phòng ăn. Lần này tôi có thì giờ nhìn quanh.

Căn phòng chiếm trọn chiều ngang con tàu. Rộng rãi, sáng sủa. Tám ống néon kép được thiết trí khéo léo trên trần. Tên Mỹ đang ngồi bói bài ở salon. Dưới chân ghế cạnh đó là hai chiếc xách của tôi. Tên Mỹ không phải là đứa tò mò; tôi an tâm với ý nghĩ đó. Hai sĩ quan đang chơi domino. Tấm khăn bàn màu trắng khi ăn đã được thay bằng tấm nỉ xanh mát mắt. Một sĩ quan đọc sách trên ghế bành đặt cạnh góc. Một sĩ quan đang pha cà phê. Bằng lên tiếng:

- "Cô Phượng uống chút gì nghe. Sẽ giúp cổ họng tan vị đắng!"

- "Cảm ơn Đại úy."

- "Cám ơn yes hay cám ơn no?

Tên Mỹ ngẩng lên cười. Đôi mắt xanh của hắn chờ tôi trả lời.

- "No!" Tôi đáp.

- "Vậy thì mời cô về buồng nghỉ ngơi."

Tôi vội bước đến hai túi xách. Bằng bảo:

- "Cứ để đó, tôi mang sau!"

Tôi vẫn khom người, hai tay vừa nắm hai quai xách thì tên Mỹ nói "Để tôi giúp" rồi giành lấy. Tôi không nói cám ơn. Tôi ghét hắn, tôi không nhờ hắn. Võ Bằng vén màn nhường tôi và tên Mỹ qua trước. Sau khung cửa là một hành lang khá dài, ánh sáng dịu mát. Hai bên hành lang là vách đứng sơn trắng, có nhiều màn treo cách khoảng, đối nhau. Bằng vén tấm màn đầu tiên, bên tay mặt:

- "Buồng của cô đây."

Tôi bước vào. Gian buồng sơn màu ngà, chật hẹp nhưng gọn gàng. Chiếc giường nệm trải drap trắng tinh trông thật hấp dẫn. Tên Mỹ đặt hai túi xách lên mặt bàn bọc formica xanh rồi biến sau bức màn đối diện. Tôi nghe ơn ớn. Chẳng lẽ nó ngủ gần mình. Trời ơi nửa đêm nó mò qua thì sao. Hoàng đai đệ nhị cấp của Vovinam có đủ đối phó? Mặt bàn bọc formica xanh được ánh đèn tập trung tỏa sáng tạo cho hai túi xách hơ hớ tênh hênh. Phía trong là hai khung ảnh. Một là ảnh cô thiếu nữ bồng đứa bé thật dễ thương và khung kia là ảnh có vẻ là một gia đình 5 người. Tôi cúi nhìn kỹ hơn. Không thể lầm lẫn. Đó là Võ Bằng với cha mẹ chị em. Tôi kêu lên:

- "Đây là buồng của Đại úy mà! Đại úy làm ơn cho tôi ngủ ở khu quá giang."

Bằng cười:

- "Đã nói rồi, tàu này là tàu chiến, làm gì có khu quá giang. Thì cô cứ coi đây là khu quá giang!

Thấy tôi ngần ngừ, Bằng tiếp:

- "Tôi đã từ chối không cho cô quá giang nhưng cô cứ nằng nặc, buộc tôi trình xin Hạm Trưởng. Rồi bây giờ cô tiếp tục làm khó tôi!"

Tôi chợt vỡ lẽ cái từ "nói giúp". Tôi dịu giọng:

- "Cám ơn Đại úy đã "nói giúp". Nhưng nhường cho cả phòng riêng thì tôi áy náy lắm! Đại úy đã giúp thì giúp cho trót. Làm ơn cho tôi ngủ chỗ nào khác, chỗ nào nằm được là được rồi!"

- "Chỗ nào nằm được thì quá dễ. Chỉ cần một tấm nệm và một chiếc gối đem đặt trên boong. Tuy nhiên cô sẽ gặp hai trở ngại lớn. Khi mưa thì ướt như chuột lột. Khi cần thì không có chỗ vệ sinh! Cô nhắm chịu được suốt hai ngày?"

Tôi cứng họng. Anh Hưng, anh có biết đã đẩy em vào tình cảnh ngặt nghèo. Anh nói có khu quá giang, lúc nào cũng đông người. Bây giờ em chỉ một mình và từ đêm nay em bị vây quanh bởi những tay gây tội ác trời không dung đất không tha! Em có võ nhưng mãnh hổ sao địch quần hồ. Em thấy sợ... Giọng Võ Bằng dứt khoát:

- "Tôi nhường buồng không vì cô mà vì thằng bạn cùng khóa! Tùy ý cô, hãy chọn một: ngủ ở đây hay là ngủ ở nhà?"

Thấy tôi tỏ ra không hiểu, Võ Bằng lạnh lùng tiếp:

- "Muốn ngủ ở nhà thì tàu sẽ ủi bãi cho cô lên bờ!"

Anh chàng dám làm thật lắm! Lên bờ giữa đường thì biết về đâu, biết ngủ đâu. Thôi đành ba bảy cũng liều. Nếu Bằng nằm chung giường thì chịu khó thủ thân! Còn nếu bị tập thể thì... tử thủ! Tôi hỏi dò:

- "Rồi Đại úy ngủ ở đâu?"

- "Có một sĩ quan đang đi phép, tôi ngủ ở buồng của anh ta."

- "Đại úy cho tôi ngủ ở đó."

- "Nó nằm ở mũi tàu, ở đó sóng nhồi dữ lắm, cô không chịu nổi đâu!"

- "Tôi chịu nổi!"

- "Cô còn bướng bỉnh thì tôi nhất định trả cô lên bờ." Bằng gắt.

Đến nước này thì không thể nằn nì nữa. Đành nhập gia tùy tục. Tôi đã quá mỏi mệt. Cứ ngủ một giấc rồi tùy cơ ứng biến. Tôi đuổi khéo:

- "Cám ơn Đại úy nhường buồng!"

Giọng Bằng ấm áp:

- "Tôi biết cô Phượng đang rất thèm nghỉ ngơi nhưng cho tôi thêm vài phút. Có một vài tiện ích cô cần biết cách sử dụng."

Tôi theo anh chàng bước sâu vào trong. Phòng vệ sinh bên trái được ngăn đôi. Một bên là bồn rửa mặt và cầu tiêu. Một bên sát mạn tàu là phòng tắm. Bồn rửa mặt và phòng tắm có hai cần ngắn. Một, màu xanh để mở nước mát và một màu đỏ cho nước nóng. Bằng với tay nhấn chiếc cần bên hông một chậu sành sau bàn cầu:

- "Đây là cần xả nước đi cầu."

Tiếng nước rút đi tạo âm thanh lạ tai. Bằng tiếp:

- "Cầu tiêu trên chiến hạm tân tiến hơn cầu tiêu chúng ta thường dùng. Ngồi bẹp chớ không chồm hổm. Và chỉ nhấn nút chớ không múc xối!"

Tôi gật đầu tỏ vẻ hiểu biết. Bằng bước ra phía cửa, dừng lại ở chiếc bàn. Anh chàng nhấc cả hai túi xách dời qua cái kệ đối diện, bên dưới chứa giày dép. Tôi lại nhìn hai khung ảnh. Người đẹp bồng con là ai? Nếu là vợ Võ Bằng thì sao anh chàng không chụp chung?

Võ Bằng đưa tay nhấn vào đầu ngọn huỳnh quang nằm ngang có cánh tay gắn vào vách. Ánh sáng vụt tắt. Bằng đẩy ngọn đèn sang phía đầu giường. Đèn vụt sáng, tỏa lên cặp gối kề sát đầu bàn. Anh chàng nói:

- "Chừng nào thấy khát nước, thì qua phòng ăn. Nước uống từ cái máy đứng ở góc. Nước ngọt hay bia thì trong tủ lạnh. Còn đói bụng thì có... gạo sấy, thịt chà bông."

Bằng nhìn tôi. Tôi gật đầu tỏ ra đã ghi nhớ. Anh chàng lại tiếp:

- "Suốt thời gian ở trên tàu này, mỗi ngày cô được mời dự ba bữa ăn. Xin vui lòng ghi nhớ. Sáng từ 7 đến 9. Tự do, ăn lúc nào cũng được. Nhưng trưa và chiều phải có mặt đúng giờ. Trưa: đúng ngọ. Chiều đúng 6 giờ. Cô cần có mặt sớm 10 phút, vì Hạm Trưởng rất đúng giờ. Chúc cô Phượng ngủ ngon."

Nghĩ tới cả tiếng phải ngồi chung bàn, mặt đối mặt với tên Mỹ, tôi năn nỉ:

- "Đại úy cho tôi tự túc ăn uống. Tôi có mang theo Ration C đủ cho hai ngày."

- "Ration C chỉ dành cho lính Mỹ, cô Phượng người Việt, ăn cơm Việt."

Bằng bỡn cợt nhưng tôi chừng như bị búa giáng. Khi mua tôi chỉ tính tiện lợi cho việc quá giang chớ bình thường tôi vốn ghét thức ăn Mỹ. Tôi định phân trần thì Bằng đã tiếp:

- "Nói là mời nhưng đúng ra là... lệnh."

- "Làm ơn mà!" Tôi nài nỉ.

- "Hãy nhớ vị thế của cô hiện tại. Cô đã biết tàu này không nhận khách quá giang rồi mà. Cô được chấp thuận cho đi là vì tôi nhận cô là thân nhân." Võ Bằng nhìn vẻ ngỡ ngàng trên khuôn mặt tôi, cay đắng tiếp: "Đã là thân nhân của Hạm Phó thì làm ơn hành xử như... thân nhân của Hạm Phó!"

Tôi ngớ người, cúi mặt. Sự việc đang vượt xa mọi dự liệu. Giọng Bằng trở lại bỡn cợt:

- "Chịu khó hai ngày ăn cơm Việt. Bảo đảm thức ăn Mỹ cô ưa thích không bị tịch thu. Về Sài Gòn cô thưởng thức sau!"

Lời Võ Bằng như nước lạnh tạt vào mặt. Xót xa và xấu hổ. Tôi từng tự hào chống Mỹ cứu nước mà lại nuôi thân bằng thức ăn Mỹ! Tôi mắng thầm "đồ vô ý thức!" Bằng mỉm cười, tiếp:

- "Điểm lưu ý chót, khi cô ngủ mà nghe tiếng còi thì cứ ngủ tiếp. Đó là tiếng còi gọi nhân viên đổi phiên hải hành. Cứ mỗi 4 tiếng còi ré một lần. Ngủ thật ngon nghe, cô Phan Kim Phượng."

Anh chàng vén màn bước ra và biến mất. Tôi thở phào bước vội đến bồn cầu. Khu vệ sinh không có cửa đóng then cài, chỉ có tấm màn plastic mờ ảo kéo ngang.

Tôi mở nắp đậy bằng gỗ sơn trắng láng bóng và hài lòng với bồn cầu bằng men sứ sạch bong. Nhớ lời Bằng dặn phải ngồi bẹp, tôi thở dài. Từ nhỏ chỉ biết ngồi chồm hổm, nay ngồi bẹp thì sao ngồi được. Giấy cuộn tinh khôi, mềm mại. Đúng là Mỹ! Tôi nhận xét mà không biết mình khen hay chê!

Tôi xề qua bồn rửa mặt. Tấm gương chữ nhật phản chiếu màu bạc sáng láng của chậu kim loại rửa mặt. Tấm gương cũng cho thấy một khuôn mặt xanh xao, xơ xác. Tôi vặn vòi đỏ vòi xanh, thử độ ấm, xoa xà phòng chà xát hai tay. Khỏe ơi là khỏe! Ở nhà phải múc nước rửa từng bàn tay. Tôi bụm nước cúi đầu xoa mặt. Xoa tới lui mãi đến chán chê, cũng là lúc tôi chợt nhận ra tôi quên mở xách tay lấy khăn lau.

Vừa xoay lui tôi bắt gặp ngay hai chiếc khăn lông trắng tinh máng sẵn ở vách ngăn. Trên một bệ nhỏ tiếp nối tấm gương, cây kem đánh răng và chiếc bàn chải còn chưa khui hộp. Tôi khen thầm Bằng quá chu đáo!

Tôi quyết định không thay đồ ngủ, thả ngửa lên giường. Bộ nệm quá êm ái. Tôi nhớ chiếc phản gỗ của nhà trọ và ở nhà ba mẹ Hưng. Tôi ao ước sau này đi làm có tiền sẽ ưu tiên cho... êm ái! Nhưng hiện tại, hiện tại thật gai góc. Tôi không biết phải ứng xử thế nào cho qua hai ngày lê thê xem chừng lành ít dữ nhiều. Hai ngày đó hẳn phải thường "vật lộn" với những người rõ ràng có học vấn cao hơn, nhiều kinh nghiệm trường đời hơn. Chỉ sơ sẩy một lời nói, một cử chỉ là tương lai tan tành. Hưng đã tưởng nhờ cậy sĩ quan bảo lãnh thì tôi dễ dàng vượt ải khám xét, dễ dàng hành động. Anh nào biết tôi đã phải trải qua những giây phút căng thẳng đứng tim. Anh lại càng không biết cái tên bạn học của anh đã đẩy tôi vào hang ổ của Võ Bằng! Riêng mỗi Võ Bằng cũng đã nhiều móng vuốt...

Từng thớ thịt như đang giãn nở và mắt cứ muốn híp lại. Ngọn đèn trên trần vẫn sáng chói dù mắt tôi đã híp. Nhưng tắt đi thì chắc chắn tôi càng không ngủ được dù tôi vốn quen ngủ không đèn. Tôi không sợ ma nhưng ở đây thì sợ người. Tôi trở mình nằm nghiêng, mặt hướng ra ngoài. Ở vị trí này tôi có thể thỉnh thoảng nhướng mắt canh chừng...

Gian buồng chật hẹp phát đều tiếng động rầm rừ, lạch cạch, lách cách chen với âm xạc xào, bùm bụp, đì đùng. Tôi nghe mãi nghe hoài và thiếp đi...

CHƯƠNG 3

HẢI PHẬN BÌNH ĐỊNH
THỨ SÁU 4/8/1967 23:45G

Tiếng còi "te-tít, te-tít, te-tít" rền rĩ. Tôi choàng tỉnh, tim thùm thụp đập. Siết chiếc gối vào ngực và mở mắt, tôi thót người. Mọi hình ảnh đều lạ hoắc lạ huơ. Đây là đâu? Ai mang tôi đến đây? Tại sao tôi lại nằm trên chiếc giường êm ái này? Tiếng động gì mà cứ rầm rì, bùm bụp, xạc xào? Và tôi nhớ ra là đang ở trên một chiến hạm cùng tiếng còi đổi phiên hải hành.

Tôi nhấc cổ tay xem đồng hồ: 11 giờ 45. Tôi đã ngủ được bao lâu? Đang buổi trưa hay khuya? Trong lòng con tàu, ngày đêm giống nhau, lúc nào và nơi nào cũng được tỏa sáng bằng những ống huỳnh quang. Tôi lắng nghe động tĩnh. Ngoài các dị âm đã quen tai, không có tiếng động đáng nghi ngờ. Tôi cũng cảm nhận con tàu không còn nhấp nhô, lay lắc.

Tôi trở người nằm ngửa. Ánh đèn huỳnh quang chói chang. Một khối tròn như trăng rằm mọc trên vách cuối giường. Đó là chiếc đồng hồ tôi mới gặp lần đầu. Vòng ngoài ghi số lớn, bắt đầu từ đỉnh với số 00, 1, 2... đến số 23. Vòng số nhỏ nằm trong, bắt đầu với số 00, 5, 10 ... đến số 55. Cũng có ba cây kim chỉ giờ, phút, giây. Tôi suy ra giờ chiến hạm hiện là 23 giờ 45 phút. Mười lăm phút nữa là tới nửa đêm. Tôi đã ngủ nhiều lắm là ba tiếng. Khỏe đâu không thấy chỉ thấy mỏi mệt hơn.

Tôi hít vào cho đến khi không khí thật đầy phổi và bụng, đếm đến 3 rồi thở ra. Tôi làm lại vài lần. Nghe đâu đây thoang thoảng mùi khói. Chắc chắn không phải là mùi chiến hạm. Mùi khói không còn kinh dị mà thơm dịu. Mùi thuốc lá thơm tôi ngửi ở phòng ăn. Tôi xoay vào vách, ngửi chiếc gối. Cái gối cũng là mùi đó. Có lần tôi than phiền mùi Bastos khét lẹt. Hưng bảo tiết kiệm để mua nhà, làm đám cưới. Tôi đành chịu đựng.

Có tiếng văng vẳng và tiếng đóng cửa như là cửa của tủ lạnh. Tôi bỗng nghe cổ khô khốc. Tôi lồm cồm ngồi dậy, bước chân không đến mở chiếc xách lấy đôi dép. Rồi đi rửa mặt, chải lại tóc.

Tôi lần lượt vén hai bức màn để vào phòng ăn. Võ Bằng đang ngồi ở chiếc ghế tôi ngồi ban chiều. Thấy tôi, anh chàng có vẻ ngạc nhiên:

- "Chỗ lạ, khó ngủ phải không?"

- "Ngả xuống giường là thiếp đi, không còn biết trời biết đất!" Tôi cười gượng.

- "Nhưng còn biết biển chứ?" Võ Bằng chế nhạo.

- "Thấy Đại úy mới biết!" Tôi đáp trả.

- "Và thấy khỏe?" Võ Bằng mỉm cười.

- "Chút chút!"

Đáp xong tôi mới biết bị lừa. Tôi như thú nhận có chút khỏe là nhờ thấy Bằng. Đành đánh trống lảng:

- "Còn mệt đừ nhưng khát quá phải mò ra đây kiếm nước."

- "Cô thích nước lạnh hay nước ngọt?"

Anh Đào đã cho biết nước trên tàu có vị lờ lợ, khó uống. Tôi nhìn anh chàng sĩ quan đang pha cà phê, thấy thèm nhưng chợt nhớ đã nửa đêm mà chơi cà phê thì hết ngủ. Thôi thì giữa hai thứ, dại gì không chọn thứ ngon. Tôi nói:

- "Xin cho nước ngọt."

- "Thứ nào?"

Đáng ghét thật. Thứ nào tàu có cho thứ ấy, cứ làm như nhà hàng. Tôi chọc quê bằng cách nói thứ tôi thích nhưng hiếm có trên thị trường:

- "Nếu có thể, xin cho lemonade."

- "Mời cô Phượng ngồi. Ăn sáng, cô có thể ngồi bất cứ ghế nào. Nhưng trưa và chiều phải ngồi đúng ghế, nghĩa là ghế tôi đang ngồi."

Tôi nhớ lại lúc Võ Bằng giới thiệu các sĩ quan, các Thiếu úy ngồi cuối bàn, các Trung úy ở giữa, Đại úy Bằng bên tay mặt của Hạm Trưởng, tên Đại úy Mỹ bên tay trái. Thì ra tôi được tiếp đãi như một... thượng khách! Đã không thấy vui mà càng khổ thân; ngày hai buổi phải đối mặt với tên Mỹ khốn kiếp! Tôi cằn nhằn:

- "Đại úy làm ơn cho tôi ngồi tuốt dưới kia. Chỗ này của Hạm Phó mà!"

- "Cô quên rồi sao? Cô là thân nhân của tôi!"

Nằn nì cũng vô ích. Với Võ Bằng, coi như ván đã đóng thuyền. Thì cứ trực diện kẻ thù, để thêm căm thù. Thậm chí ngay lúc này, lẽ ra tôi ngồi đối diện Võ Bằng cho phải phép, nhưng tôi kéo chiếc ghế cạnh ghế tên Mỹ. Tôi không muốn ngồi lên ghế của hắn.

Võ Bằng đang mở cả hai cánh cửa tủ lạnh đặt cạnh bàn pha cà phê. Tủ lạnh to gấp đôi tủ lạnh thường dùng ở nhà. Cả bốn ngăn gần như trống trơn, chỉ ít hộp trái cây và vài tô nhựa có nắp đậy. Ngăn dưới cùng chứa các chai nước ngọt để chồng lên nhau. Võ Bằng khom người lục lọi và cầm lên một chai. Đúng là lemonade. Anh chàng bước qua bàn cà phê, lấy cây khui nắp, nhấc một chiếc ly trên giá, rót một nửa, mang cả hai đến đặt trước tôi.

- "Không biết là cô hay tôi may mắn! Thường thì tủ lạnh trống trơn khi hết công tác."

- "Cám ơn Đại úy, dĩ nhiên người may mắn là tôi. Thật tình mà nói, tôi có ý chọc quê Đại úy. Tôi đã nghĩ tàu làm gì có lemonade."

- "Thì cô hẳn biết, mỗi người một ý thích. Mười quan trên tàu này chứng minh điều đó. Ông Hạm Trưởng thì chỉ nước đá lạnh. Tên Mỹ thì chỉ Coke, các quan thì không ai giống ai."

- "Còn Đại úy?"

- "Tôi à? Tôi bắt đầu thích... lemonade."

Anh sĩ quan quay lại nhìn tôi mỉm cười. Tôi nâng ly lemonade uống cho tới cạn. Vị ngọt lần này có pha vị ngọt trong lời của Võ Bằng. Tôi rót thêm vào ly. Chiếc ly thủy tinh in hình mỏ neo tuyệt đẹp...

- "Xin phép Hạm Phó, tôi lên Đài Chỉ Huy trước."

- "Thiếu úy ký nhận phiên, tôi lên trễ một chút! Thấy gì bất thường, cho tôi biết ngay."

- "Đáp nhận, thưa Hạm Phó."

Tôi đã thấy bảng tên. Thiếu úy Hoàng Văn. Bằng chào đáp Thiếu úy Văn rồi quay nhìn tôi:

- "Bình thường thì tôi không đi phiên, chỉ tạm thay khi có sĩ quan đi phép, đau yếu."

- "Thì ra làm Hạm Phó... khỏe re!"

- "Khỏe re như con bò kéo xe!"

Chúng tôi cùng cười rồi cùng lặng thinh. Tôi tránh đôi mắt của Bằng, cố nghĩ xem sẽ hỏi gì để tránh bị... tấn công. Chợt nhớ lời Bằng vừa nói với Thiếu úy Văn 'Thấy gì bất thường cho tôi biết ngay', tôi hỏi:

- "Đại úy nói 'cho tôi biết ngay' là cho biết thế nào? Đài Chỉ Huy hẳn ở trên cao, từ đó chạy xuống đây qua mấy cầu thang thẳng đứng thì đâu còn 'biết ngay' nữa!"

- "Chiến hạm có điện thoại nội bộ từ Đài Chỉ Huy đến các vị trí quan trọng như phòng Hạm Trưởng, phòng họp sĩ quan, phòng chiến báo, phòng truyền tin, hầm máy..."

Tôi nhìn ống liên hợp gắn gần khung cửa, ngang ghế ngồi của Hạm Trưởng. Tiếng của Võ Bằng như phát ra từ đó:

- "Tôi nhận cô là 'thân nhân' mà cả tôi lẫn cô chả ai biết ai là ai! Còn 20 phút nữa tôi sẽ lên Đài Chỉ Huy, chúng ta mỗi người có 10 phút kê khai tiểu sử. Mời cô nói trước."

- "Tiểu sử!" Tôi kêu lên. "Nghe ghê quá! Tôi quê mùa mà tiểu sử tiểu siếc gì!"

Võ Bằng im lặng như một hình thức không chấp nhận. Tôi tìm cách hoãn binh để duyệt lại tiểu sử giả của mình. Tôi nói:

- "Đại úy nói tiểu sử của Đại úy trước đi."

- "Một yêu cầu thông minh. Nhưng nghe xong rồi mà cô... chạy làng là không được đó. Nên nhớ cô đang ở trên tàu, có chạy trời cũng không khỏi nắng."

Lời của Võ Bằng gợi tôi nhớ câu thơ 'Con Cóc là cậu ông Trời...', tôi mỉa:

- "Tôi biết chứ. Đại úy là... cậu ông Trời mà!"

Võ Bằng lườm tôi:

- "Tôi sinh ở một làng thuộc tỉnh Châu Đốc. Cha làm công chức, mẹ buôn tảo bán tần. Ông bà có năm người con, tôi lớn nhất. Khi tôi lên đại học được một năm thì xem ra ba má tôi đã đuối sức. Nhân Hải Quân mở khóa sĩ quan, có thằng bạn rủ rê, tôi gia nhập. Về đường thê tử thì rất long đong. Thê thì định cưới cô nào là cô đó bỏ đi lấy chồng. Còn tử thì không biết có hay không. Hết!"

- "Gia cảnh của Đại úy quá độc đáo!" Tôi cười lớn. "Còn đường công danh, xem ra Đại úy đi lính chỉ để cha mẹ bớt gánh nặng chớ đâu phải vì yêu nước, phải hôn?"

- "Đúng như vậy. Nhưng vào lính rồi mới thấy quyết định đó đúng hết chỗ nói! Tôi ra trường vào thời điểm ông Diệm bị giết, các tướng tranh giành quyền lực, quân đội suy yếu, Việt Cộng mở những cuộc đánh lớn."

- "Và Mỹ nhảy vô đô hộ!"

- "Mỹ đô hộ? Cô nghe cộng sản tuyên truyền rồi! Pháp thì có đô hộ nhưng Mỹ thì không. Họ đến vì chính quyền yêu cầu tiếp sức."

- "Tiếp sức? Tiếp sức kiểu gì mà giết Tổng Thống của người ta!"

Bằng nhìn tôi đăm đăm. Tôi cúi nhìn tấm nỉ xanh phủ mặt bàn. Tôi vừa rót phần lemonade cuối cùng vào ly vừa giận mình quá nhạy miệng. Lẽ ra tôi phải giả vờ ngu dốt thời sự. Tôi đưa ly lên môi, tìm lời điều chỉnh nhưng Võ Bằng đã lên tiếng:

- "Ở Đại học Sư phạm, có sinh viên tham gia biểu tình chống Mỹ?"

- "Cũng có." Báo chí đều đăng, tôi không thể nói không.

- "Cô có dự?"

Cái điều tôi lo sợ đã đến. Tôi buộc phải nói dối:

- "Không!"

Võ Bằng vẫn chiếu tia mắt ngờ vực:

- "Rất tốt! Hãy dành hết thì giờ cho việc học. Được miễn học phí, được làm giáo sư, vinh dự biết bao. Đừng dại dột nghe cộng sản, bị đuổi học, uổng lắm."

Tôi nóng mặt, thẳng thừng:

- "Tôi không ưa cái giọng thầy đời của Đại úy. Tôi... tôi..."

- "Đủ rồi, cô Phượng. Có dịp chúng ta bàn tiếp nơi khác. Trên chiến hạm, chính trị bị nghiêm cấm. Bây giờ đến lượt cô."

Tôi nhìn đồng hồ. Đúng là đến 10 phút của tôi. Tôi quyết định nói thật tiểu sử của mình. Chỉ dùng tên giả là đủ an toàn rồi, cần gì nhớ thêm thân thế của nhân vật giả. Nói dối không quen, sao khỏi lầm lẫn chân giả, giả chân. Tôi nói:

- "Tôi sinh ra ở Vĩnh Long. Ba má đều là giáo sư trung học Tống Phước Hiệp. Tôi đang học năm thứ hai Đại học Sư phạm Sài Gòn. Chưa dám yêu ai. Hết!"

- "Tiểu sử của cô cũng quá độc đáo, ngắn kỷ lục!" Võ Bằng nhìn đồng hồ. "Cô còn 8 phút nữa."

- "Tiểu sử chỉ có thế, không còn gì thêm. Chỉ còn một thắc mắc lớn: Vì sao cùng khóa mà anh Đính còn mang Trung úy. Chắc anh ấy bê bối lắm?"

- "Đính nổi tiếng siêng năng, đàng hoàng. Hắn sẽ được thăng cấp một ngày rất gần. Trong quân đội việc thăng cấp dựa vào tiêu chuẩn tính điểm. Như kỷ luật, năng lực, thành tích, chức vụ. Phải không bị phạt, hoàn thành mọi công tác, được ân thưởng huy chương và nhất là được đề bạt một chức vụ có cấp bậc cao hơn."

- "Như chức vụ Hạm Phó của Đại úy Bằng?"

Cái bản mặt thần tượng ciné nở nụ cười tươi:

- "Đúng. Nhưng để được chức vụ Hạm Phó, tôi phải đạt các yếu tố còn lại. Kỷ luật của tôi không được mấy ngon lành nhưng nhờ các yếu tố khác ngon lành hơn nên bù qua sớt lại. Khi còn là Sĩ quan Đệ tam tôi được gửi qua Mỹ lãnh tàu. Suốt sáu tháng đầu tiên tôi được học bổ túc hải nghiệp như hàng hải thiên văn, luật hàng hải quốc tế. Rồi thêm nửa năm on-the-job-training, nghĩa là học hỏi và thực tập sử dụng các máy móc dụng cụ tân trang hiện đại cho chiến hạm. Sau đó là suốt hơn một tháng hải hành liên tục từ Mỹ về Sài Gòn. Khi đi, tôi là Sĩ quan Đệ tam; khi về, tôi lên Sĩ quan Đệ nhị. Nói cho đúng, cũng nhờ có thêm thành tích trận Vũng Rô. Cô có nghe về trận Vũng Rô?"

Đó là thời điểm tôi mới yêu Hưng. Anh đã tức giận, than thở, buồn phiền mấy tuần liền trước tin con tàu chở quân dụng tiếp viện cho quân Giải phóng bị bắn chìm và vô số vũ khí đạn dược bị tịch thu. Vụ này quá lớn, cả Sài Gòn xôn xao, tôi không thể nói không biết.

- "Có, tôi có nghe!"

- "Tôi tham dự trận đó, được ân thưởng huy chương vàng, nhờ đó thêm số điểm đáng kể."

- "Ồ!" Tôi ngạc nhiên kêu lên cùng với nỗi xót xa. Thì ra, kẻ góp phần đã gây đau buồn cho người tôi yêu là tên ngồi đối diện. Nên hắn có chết cũng đáng kiếp.

Tôi nhìn đồng hồ. Đã qua 7 phút. Còn chưa đầy 3 phút. Chẳng lẽ đứng lên chào về buồng, mà ngồi lại thì cặp mắt Võ Bằng cứ nhìn tôi chăm bẳm. Anh chàng nâng tách cà phê, tôi biết, ngay khi đặt ly xuống, thế nào cũng buông câu tán tỉnh. Bèn vội nói:

- "Mình đang ở đâu, Đại úy?"

- "Không thể nói chính xác. Mình đã đi được ba tiếng. Có lẽ sắp rời vùng biển Bình Định, vào lãnh hải Phú Yên."

- "Mới nghe tên lần đầu! Đại úy có đến Phú Yên?"

- "Cô có đến Bình Định?"

Tôi ngớ người, Võ Bằng cười, tiếp:

- "Dĩ nhiên là cô có đến Bình Định, nhưng cụ thể thì cô chỉ viếng cùng lắm là tỉnh lỵ Quy Nhơn và vài danh lam thắng cảnh nổi tiếng. Còn bao nhiêu thành phố làng xã trong tỉnh cô chưa đi tới. Có phải không? Tôi cũng vậy, thậm chí chỉ mới dạo qua một đoạn đường của phố Tuy Hòa. Riêng thị xã Sông Cầu và Duyên Đoàn đồn trú ở đó thì tìm hiểu kỹ hơn."

Cái lối ăn nói chi li, lòng vòng nghe chướng tai. Tôi hết muốn hỏi hay nghe thêm. Chỉ mong anh chàng đứng lên. Nhưng Võ Bằng vẫn ngắm nhìn. Thôi ráng chịu đựng vậy. Chỉ còn một phút mong manh nữa hắn buộc phải lên Đài Chỉ Huy. Đài Chỉ Huy! Thêm vào danh sách một từ lạ nữa từ khi xuống tàu: Hạm Trưởng, Hạm Phó, hạm kiều, hàng hải thiên văn... những danh từ nghe hấp dẫn. Đài Chỉ Huy hẳn là nơi dành cho giới chỉ huy. Cho nổ một phát là một đống quan đi đứt, mong là gồm cả Võ Bằng!

Anh chàng uống cạn tách cà phê. Tôi uống cạn ly lemonade. Tôi liếc nhìn đồng hồ, vừa hết giờ. Võ Bằng đứng lên, giọng ân cần:

- "Cô nên tiếp tục ngủ. Nếu thích đọc sách thì có một số trên kệ. Tàu đang xuôi sóng, hết lắc rồi, hết mửa rồi, đọc sách được lắm!

- "Tôi thích lên Đài Chỉ Huy hơn. Để về khoe bạn bè."

- "Cô không là người yêu thủy thủ, không được phép!"

- "Nói thật, tôi quá ghét cái lối móc họng của Đại úy."

Võ Bằng cười như hài lòng vì đã chọc được tôi nổi quạu, tuy vậy lại đổi giọng ân cần như lời xin lỗi:

- "Tôi sẽ dứt phiên hải hành vào lúc 4 giờ. Nếu cô không ngủ được và thấy đói bụng, tôi sẽ tặng cô tô mì ăn liền!"

Tôi định nói 'không thèm' nhưng chợt nhận ra anh chàng đâu phải là Hưng mà nhõng nhẽo. Bằng nói 'Hẹn gặp' rồi rời phòng. Tôi vừa lầm bầm vừa bước về buồng. Hai túi xách còn nguyên chỗ. Tôi đi thẳng vào khu vệ sinh rồi lại ngả lên giường.

Đúng như Bằng nói, tàu xuôi sóng rất êm nhưng tôi cảm thấy chính tôi mới còn lắc lư. Ngọn đèn trên trần quá chói mắt, tôi ngồi dậy, bước qua mở đèn ở bàn và tắt đèn trên trần. Ánh sáng rực chiếu mặt bàn bọc formica xanh soi rõ từng gương mặt trong hai khung ảnh. Một khung ảnh là gia đình Võ Bằng. Anh chàng trông giống mẹ nhiều hơn cha. Hai chị em thì ngược lại. Tất cả đều tươi cười hạnh phúc. Khung ảnh kia là nàng thiếu phụ bồng con, phải chăng là hai nhân vật Võ Bằng ám chỉ qua 'tiểu sử' vừa kể? Nếu tôi nêu thắc mắc, liệu Võ Bằng có cho tôi quá tò mò? Mà cũng chắc gì anh chàng chịu nói!

Chiếc giường thật êm như đang san sẻ cơn mỏi mệt của tôi. Kể ra anh chàng Bằng gian nan sóng gió rất xứng đáng được đền bù. Còn mình, thật mỉa mai, được hưởng là nhờ mưu đồ tiêu diệt chủ nhân của nó. Luồng gió điều hòa từ khe hở trên trần về khuya trở nên lạnh hơn. Tôi đặt chiếc gối lên ngực và giấu hai cánh tay vào trong. Chiếc gối mềm mại, ấm áp. Điệp khúc rầm rì, xào xạc, bùm bụp làm đầu óc lung tung nghĩ ngợi.

Anh Đào đã căn dặn là vào lúc gần sáng, mọi người còn ngủ say, đi thám sát địa điểm đặt bom là tốt nhất. Tôi cũng thừa biết nhưng bây giờ chỉ mới nửa đêm. Bằng nói sẽ mãn phiên vào bốn giờ. Ăn mì xong thì vẫn còn quá sớm. Mà vội chi, còn nhiều thì giờ mà...

Có tiếng động ở phòng ăn. Tôi ngồi dậy, nằm trở đầu nhìn ra ngoài và lắng nghe. Ở vị thế này, tôi thấy an tâm hơn. Bất cứ ai bước vào buồng, tôi có đủ thì giờ tự vệ.

Nhưng tự vệ thế nào trường hợp hàng chục trai tráng được rèn luyện đánh đấm chí tình ra tay cùng lúc. Có vẫy vùng gì thân thể cũng sẽ nát như tương. Chỉ còn mối hy vọng họ không tàn ác như lời đồn. Hay ít ra cũng phải nể mặt Võ Bằng. Thân nhân của Hạm Phó mà! Nhưng nếu chính Võ Bằng?

Tôi chợt nhớ đến ba má tôi và nghe rùng mình. Trời ơi, mãi đến lúc này tôi mới nghĩ tới hai người thương yêu và tin tưởng tôi nhất. Ông bà đâu có ngờ con gái mình quá liều lĩnh. Khi nhận lời công tác, tôi không hề nghĩ tới cha mẹ, chỉ lo sợ Hưng giận, chỉ biết chiều lòng người yêu. Lỡ tôi có mệnh hệ nào. Tôi không dám nghĩ tới...

Đúng lúc đó, qua khe hở của chiếc màn và khung cửa, tôi thấy bóng dáng to kềnh của tên Mỹ dừng ngay trước cửa buồng. Tôi nín thở, chuẩn bị thế võ, chờ hắn bước vào. Nhưng hắn biến mất, hẳn là đã vào buồng hắn. Tôi thở phào...

Gian buồng càng khuya càng lạnh, Võ Bằng để cái mền ở nơi nào? Trong tủ đứng hay tủ nằm? Ngăn thứ mấy? Thôi đành chịu lạnh. Tôi nằm nghiêng, ôm chiếc gối vào ngực, một bàn tay giấu vào cái gối ở ngực và bàn tay kia luồn dưới gối kê đầu. Hóa ra dưới cái gối kê đầu là chiếc mền lông cùng màu trắng với tấm drap, được xếp nhiều lớp đặt nằm vắt ngang cuối giường.

Tôi tung chiếc mền ra, trùm kín người. Tôi cảm thấy ấm dần. Tôi lại nghĩ đến ba má tôi, đến căn phòng riêng của tôi trong căn nhà xinh đẹp ở Long Hồ, gần cầu Thiềng Đức. Tôi nhớ chiếc giường với tấm nệm mỏng manh, cặp gối thêu hoa hồng, con chó bông trên thành cửa sổ...

Những lời mơ hồ đâu đó vẳng bên tôi: "Tay lái bên phải. Tay lái bên trái. Máy tiến. Máy lùi..." Tôi nghe tiếng còi dài. Tôi thấy một hàng lính thủy áo trắng giơ tay chào.

Con tàu êm ả cập cầu. Hai thủy thủ đang hạ hạm kiều. Tôi xách hai chiếc bị bước lại gần cầu thang. Công tác hoàn tất. Quả bom đã được đặt ở phía trong của chân bàn ăn sĩ quan, chỗ Hạm Trưởng, Hạm Phó và tên Mỹ ngồi. Đó là nơi kín đáo khó ai phát giác. Càng may mắn cho tôi là tại bàn ăn sẽ có buổi họp phân công cho sĩ quan ngay sau khi tàu cập bến, cũng là lúc tôi đặt quả bom với thời chỉnh đúng 30 phút.

Tôi đã sợ toát mồ hôi khi phải chờ gặp Hạm Trưởng để nói lời cám ơn và từ giã. Mất thêm vài phút để lên đến hạm kiều. Lại thêm vài phút để Võ Bằng dặn dò toán canh gác. Tôi cố kềm cái ước muốn nhảy đại lên bờ bỏ chạy thật xa. Đâu có gì bảo đảm quả bom không nổ sớm hơn. Và tôi cũng toi đời.

Tôi đã nói với Võ Bằng miễn tiễn đưa nhưng anh chàng cứ khăng khăng giành lấy hai túi xách. Chúng tôi tiến đến chiếc xích lô còn đậu như chờ tôi trở lại. Tôi leo lên xe. Bằng đặt nhẹ hai cái xách lên chỗ để chân rồi đặt hai ngón tay lên môi. Rồi thả ra.

- "Cám ơn Đại úy về mọi giúp đỡ." Tôi thành tâm nói.

- "Mong tái ngộ." Bằng tha thiết nói rồi quay mặt thất thểu bước.

Tôi yêu cầu bác xích lô cho tôi vài phút. Tôi nhìn chiến hạm lần cuối. Nó cập hướng mũi ra cửa biển như khi khởi hành. Chỉ một thời gian ngắn nữa tôi sẽ trở thành kẻ giết người. Tôi vẫy tay chào vĩnh biệt khối sắt có chiếc giường nệm thật êm. Vĩnh biệt Hạm Trưởng và thủy thủ đoàn. Xin chúc ngàn thu an giấc.

Bằng dừng lại giữa hạm kiều. Anh nghiêng mặt nhìn tôi. Khuôn mặt Burt Lancaster tôi ưa thích. Ánh nhìn đắm đuối thiết tha. Thế đứng gợi tôi ngày được anh tiếp đón và những đãi ngộ tốt đẹp nhất sau đó. Tôi nao nao buồn đưa hai ngón tay lên môi, thầm chúc anh sống sót và mong cầu còn dịp gặp lại nhau trên cõi đời này. Rồi tôi nhờ bác phu xe đạp nhanh về đường Trần Cao Vân như muốn sớm giao tội ác lại cho Hưng. Vừa khi chiếc xích lô ngang qua chùa Long Khánh, một tiếng nổ lở đất long trời vang lên...

Tôi choàng mở mắt. Đầu óc lơ mơ hình ảnh con tàu đang từ từ chìm. Không phải tiếng nổ mà tiếng còi te-tít, te-tít, te-tít... Tôi mở mắt, định thần. Trên trần không phải là hình ảnh quen thuộc của căn buồng nhà ba má tôi. Nó lờ mờ những khung sắt, những đường dây, những ống dẫn. Ngọn đèn huỳnh quang rọi hai khung ảnh trên bàn ... Tôi chợt nghe cơn lạnh chạy dài theo cột sống. Tiếng còi đổi phiên. Tôi xem đồng hồ: 3:45. Đúng rồi, tiếng còi đổi phiên hải hành. Tôi còn ở trên chiến hạm...

Giấc mơ của tôi sao lạ lùng! Rõ ràng con tàu đã nổ đúng thời chỉnh nhưng không nổ ở bến Bạch Đằng mà lại chính tại cái bến tôi vừa ra đi...

Giấc mơ gợi điềm báo gì? Lành hay dữ?

CHƯƠNG 4

HẢI PHẬN PHÚ YÊN
THỨ BẢY 5/8/1967 03:45G

Tôi cố dỗ lại giấc ngủ nhưng đầu óc cứ lởn vởn giấc chiêm bao lạ kỳ. Vì sao trở lại Quy Nhơn? Có phải là điềm báo chuyến công tác không thành công? Hay sứ mệnh hoàn tất, tôi an toàn về nhà? Nhưng Quy Nhơn là quê nhà của Hưng, đâu phải quê nhà Vĩnh Long của tôi? Hay đó là lời khuyên nên rút lui, hủy bỏ công tác? Mà có muốn rút lui cũng đã quá muộn. Nhảy xuống biển thì dễ dàng nhưng sức đâu lội vào bờ?

Ba má tôi sau mỗi giấc mơ còn nhớ được, đều kể cho nhau và cùng đoán điềm giải mộng. Tôi ước phải chi có Hưng. Anh là người thường nhìn sự việc một cách lạc quan, chắc chắn có lời giải đáp giúp tôi bớt bi quan. Anh có đang nhớ em không? Anh đã lên xe về Sài Gòn chưa? Em vừa chiêm bao thấy trở về nhà ba má anh nhưng tỉnh giấc trước khi thấy anh...

Có tiếng mở tủ lạnh ở phòng ăn và tiếng cười đùa. Tôi nhìn đồng hồ. Gần 4 giờ sáng. Đúng là Võ Bằng vừa mãn phiên hải hành. Nhớ tới lời hứa tặng tô mì của anh chàng, tôi tự dưng thấy đói cồn cào. Buổi chiều, ba má Hưng cho tôi ăn sớm để chuẩn bị xuống tàu. Các món ăn chỉ là rau cải mà Anh Đào cho là nhẹ bụng, ói mửa đỡ mệt hơn. Nhưng giờ này mà mò qua phòng ăn, liệu Bằng có cho là tôi đã thức chờ gặp lại anh chàng? Hoặc giả tôi quá tham ăn? Tôi quyết định không ăn và vờ ngủ say. Tôi nhắm mắt mà đầu óc cứ mơ màng chờ nghe tiếng gõ lắc cắc, lốc cốc của chiếc xe mì đêm khuya đẩy qua căn nhà trọ học. Tôi thật sự thèm tô mì thay cho bún sứa, bún cá, mực rim, nem nướng suốt nửa tháng ở nhà ba má Hưng. Tô mì cùng hương vị đặc thù của nó cứ nhảy múa chờn vờn trong đầu.

Có tiếng gõ nhẹ ở cửa. Tôi vờ không nghe. Tiếng gõ lớn hơn một chút. Tôi nghĩ tội gì mà không ăn! Nên ăn quá đi chứ! Vừa được đã thèm vừa được Hạm Phó một chiến hạm phục dịch. Không chừng còn thấy ngon hơn bao giờ. Tôi nói:

- "Xin chờ một chút, tôi có mặt ngay."

Tôi rời giường, mở túi đeo vai trên bàn lấy bọc trang điểm mang vào phòng vệ sinh. Mười lăm phút sau, tôi vào phòng ăn. Võ Bằng và Thiếu úy Hoàng Văn cười chào và tôi tươi cười đáp lễ. Hoàng Văn ngồi ở chiếc ghế trong cùng. Võ Bằng ngồi cạnh chiếc ghế anh chàng nhường cho tôi. Hai tô mì đang tỏa khói...

Bằng kéo ghế cho tôi. Tôi ngồi mà thấy vui vui. Lời chúc của tôi có hiệu quả. Bằng còn sống và đang phục dịch tôi ăn uống...

- "Ngủ ngon chứ, cô Phượng?"

- "Ngon mà không ngon!" Tôi trả lời Võ Bằng.

- "Tôi biết cô không quen tiếng còi đổi phiên. Nó phải ré to để đánh thức cho bằng được bất kể ngủ say đến thế nào! Nhưng chúng tôi quen rồi. Ai đi phiên thì bật dậy, ai không đi phiên thì ngủ tiếp dễ dàng. Tiếng còi trở thành một lời ru..."

- "Tôi sợ kiểu ru này lắm. Chắc không bao giờ dám quá giang lần nữa." Tôi cầm đũa và nói tiếp. "Tôi mà ngủ lại được thì Đại úy ăn luôn tô mì này rồi! Cám ơn nha, Đại úy. Mà mì hiệu gì vậy? Trông thật ngon."

- "Mì của Thiếu úy Văn, nấu cũng Thiếu úy Văn. Tôi chỉ là người... được ăn như cô."

Tôi nghiêng mặt nói với Thiếu úy Hoàng Văn:

- "Cám ơn Thiếu úy."

- "Không có chi. Hiệu mì là Nissin của Nhật!"

Tôi xới đều vắt mì rồi gắp một ít đưa vào miệng. Xem ra hương vị còn hơn cả mì gõ tôi ưa thích. Chắc vì ăn lần đầu và đang đói chăng?

- "Cô Phượng ở Sài Gòn mà ở đâu?" Thiếu úy Văn hỏi.

Tôi chủ trương nói thật nhưng với câu hỏi này thì buộc phải trả lời dối. Mà đã thú nhận học Đại học Sư phạm thì phải chọn nhà ở gần đó cho hợp lý. Tôi nói:

- "Chợ Quán".

- "Đường nào?"

- "Cộng Hòa."

- "Ba năm trước tôi học Đại học Khoa học, trên cùng đường."

Võ Bằng chen lời:

- "Cô Phượng học Đại học Sư phạm, coi như chúng ta là láng giềng."

Tôi cúi ăn tô mì, bụng thấy lo lo. Nếu cả hai lần lượt hỏi tiếp, nhà số mấy, thỉnh thoảng ghé thăm được không, biết trả lời sao! Tôi tự khuyên phải nắm thế chủ động, phải là người hỏi, chớ làm người trả lời xem ra dễ giấu đầu lòi đuôi! Mà hỏi gì đây?

- "Nói như vậy, hẳn Đại úy cũng học Đại học Khoa học?"

- "Hầu hết Sĩ quan Hải Quân đều tốt nghiệp hay qua vài năm ở đó."

- "Tại sao?"

- "Vì một số môn học hải nghiệp đòi hỏi Toán và hình học Giải tích."

- "Thí dụ như môn học gì?"

- "Như Hàng hải thiên văn, Cơ học, Điện kỹ nghệ."

- "Còn những môn không cần Giải tích?"

- "Nhiều lắm!" Bằng tủm tỉm cười. "Cô định làm người yêu thủy thủ chắc? Hỏi kỹ thế!"

Tôi tiếp tục tấn công:

- "Đại úy học Khoa học mà môn gì?"

- "Toán Đại cương."

- "Môn học?"

- "Tùm lum về toán. Như Vi phân, Tích phân."

- "Có học 'đoán điềm giải mộng' không?"

- "Cô giỡn với tôi chắc? Hai thứ là khắc tinh của nhau mà!"

- "Tôi vừa nằm chiêm bao, có phần lạ lùng. Tưởng Đại úy có học Phân tâm, thử giải giùm!"

Võ Bằng sửa thế ngồi, đổi giọng quan tâm:

- "Chiêm bao thấy gì? Dù gì tôi cũng là đệ tử đời thứ 10 của Sigmund Freud!"

- "Tôi chiêm bao thấy chiến hạm quay lại Quy Nhơn!"

Bằng cười:

- "Kiểu chiêm bao này tôi rành sáu câu."

- "Ý nghĩa thế nào? Tôi cứ lo lo..."

Võ Bằng ngẩng mặt, chăm chú ngắm tôi:

- "Sao lại lo lo? Chẳng phải cô từng cam kết với ông Hạm Trưởng là 'có chết cũng ngậm cười'?"

- "Chết được thì nói gì, sợ ngất ngư, ngáp ngáp! Đã có khi nào tàu rời bến rồi quay trở lại không, Đại úy?"

- "Có thể có với lý do chính đáng. Còn quay lại chỉ vì một giấc chiêm bao thì không!"

- "Nhưng ông Hạm Trưởng có nói trên đường về Sài Gòn, tàu có thể bị địch phục kích, hoặc bị tham dự hành quân dài ngày."

- "Sau các bất thường đó, tàu vẫn tiếp tục về bến, không quay trở lại."

- "Vậy, giấc mơ của tôi có ý nghĩa gì?"

- "Ý nghĩa là... vớ vẩn! Chẳng qua cô bị ám ảnh bởi lời hù dọa ..."

- "Hù dọa? Ai hù dọa?" Tôi nóng nảy hỏi.

Võ Bằng uống vài ngụm lemonade, nhởn nhơ trả lời:

- "Cô quên là tôi đã dọa sẽ tống cô lên bờ nếu cô không chịu ngủ ở buồng của tôi? Lời hù dọa đó đã nhập vào tiềm thức của cô."

- "Cứ cho là vậy đi, nhưng phải có ý nghĩa gì chứ? Ba má tôi, mỗi lần nằm chiêm bao, ông bà đều bàn tán cho tới khi họ thấy thỏa mãn về một ý nghĩa."

- "Tôi đã nói rồi. Chiêm bao của cô phát xuất từ lời dọa đùa, chả có ý nghĩa gì hết!"

- "Nhưng ông Hạm Trưởng có nói là tôi cố tình đâm vào cửa tử, phải chăng giấc mơ muốn khuyên là đừng đi nữa, hãy quay trở lại, đi là chết?"

Võ Bằng trợn mắt:

- "Cô nhất định trở lại Quy Nhơn chỉ vì nằm mơ? Tôi đã 'nói giúp' cho cô đi, nay nếu muốn quay về, cô hãy tự mình nói với Hạm Trưởng!"

Thấy Bằng đổ quạu, tôi vội phân trần:

- "Đại úy! Tôi chỉ muốn nói ra để xả mối lo chớ có đòi quay tàu lại đâu!"

- "Nhân danh đệ tử của Freud, tôi xác nhận giấc mơ của cô là vớ vẩn. Vậy hãy quẳng gánh lo đi và vui sống!"

Võ Bằng cười, phô bày hàm răng nhuộm ít nhiều khói thuốc. Hàm răng của Hưng còn hơn thế, dù tôi luôn nhắc anh đánh răng thật kỹ. Giờ này hẳn Hưng đang gật gà gật gưỡng trên xe đò. Xe dù đậu nhiều bến, vẫn nhanh hơn tàu, vẫn về Sài Gòn trước tôi. Anh hứa cùng tôi ngồi ở bến Bạch Đằng chờ xem tàu nổ! Bây giờ mới năm giờ sáng, chỉ mới 10 tiếng trôi qua. Phải cần lênh đênh thêm 30 tiếng nữa. 30 tiếng nữa mới được gặp lại Hưng. Thôi đành gặp lại trong tâm tưởng...

Tôi nhìn tô mì chỉ còn nước cặn của Võ Bằng, gợi ý:

- "Đại úy mới hết phiên hải hành, lại thêm no bụng, hẳn là buồn ngủ lắm rồi!"

Thiếu úy Văn lên tiếng:

- "Để tôi đi ngủ thay cho Hạm Phó!"

Tôi bật cười nhìn theo anh chàng biến sau màn cửa. Võ Bằng đẩy ghế đứng lên. Tôi mừng hụt. Anh chàng cầm tô mì đến bỏ vào bồn rửa rồi mở tủ lạnh lấy chai lemonade đổ chia hai ly.

- "Chai cuối." Võ Bằng đưa tôi một ly. "Chúng ta cưa đôi. Ăn đồng chia đủ. Sống chết có nhau. Mời cô."

- "Cám ơn Đại úy." Tôi nâng ly, tiếp lời." Nhưng tôi chỉ uống nếu Đại úy rút lại câu chót. Câu đó làm mất mùi vị của nước lemonade tôi ưa thích!"

- "Đồng ý!" Võ Bằng vui vẻ nhượng bộ.

Tôi cụng ly, rồi hớp từng hớp, mắt nhìn quanh. Mãi lúc này tôi mới để ý lối trang trí của phòng ăn. Trên bức vách, nơi đặt bộ salon, là ba phù hiệu treo cách đều từ cao xuống thấp. Hai huy hiệu cao nhất có hình tròn, huy hiệu thấp nhất mang hình cái thuẫn. Sợ Võ Bằng đặt câu hỏi, tôi vội hỏi trước:

- "Ba phù hiệu đó là gì, Đại úy?"

- "Phù hiệu ở cao nhất có chữ Quân Lực trên đỉnh, chữ Việt Nam Cộng Hòa bên dưới, ở giữa có hình chim ó mang cờ vàng ba sọc đỏ là phù hiệu của Quân Lực Việt Nam Cộng Hòa. Phù hiệu giữa là phù hiệu Hải Quân với hai chữ Tổ Quốc Đại Dương trên vành ngoài có nền vàng với ba vòng chỉ đỏ. Phần còn lại màu xanh với bản đồ Việt Nam, hình mỏ neo và ngôi sao năm góc. Phù hiệu cuối, ở giữa là ngôi sao năm cánh trên nền chiếc mỏ neo. Bên trái là chữ HTH Đống Đa. Bên phải là chữ số HQ 007, là huy hiệu của chiến hạm này."

- "Các chữ tắt nghĩa là gì?"

- "HTH là Hộ Tống Hạm. HQ là Hải Quân."

- "Còn số 007? Nghe như mã số của điệp viên James Bond."

- "007 là mã số của chiến hạm. Hai số 00 chỉ loại tàu Hộ tống. Số 7 chỉ số thứ tự. Nói rõ hơn, chiến hạm mà cô Phượng đang đi là loại Hộ Tống, chiếc thứ 7. Còn vụ điệp viên 007 tôi cũng mê 007 lắm. Theo tin tình báo thì rạp Rex đang chiếu Dr. No. Thành thử, khi về Sài Gòn thế nào tôi cũng mời cô cùng đi xem."

- "Đại úy ở trên tàu này bao lâu rồi?" Tôi đặt câu hỏi, phớt lờ lời Võ Bằng.

- "Từ lúc đi Mỹ lãnh tàu đến giờ là gần hai năm."

- "Tên Mỹ cùng đi với Đại úy?"

- "Không. Hắn mới đổi xuống chừng ba tháng. Tôi đã nói với cô là thời ông Diệm không có quân Mỹ hiện diện. Cứ cho là cô hiện giờ ở tuổi 20 đi, thì vào năm ông Diệm bị giết cô cũng đã 16 tuổi, đã đủ nhận thấy không có bóng dáng quân Mỹ. Chỉ sau trận Vũng Rô và hai năm kế tiếp Hải Quân bắn chìm và bắt giữ thêm 6 tàu chở vũ khí của Bắc Cộng, chiến trận vượt khả năng Quân Đội Miền Nam, Mỹ mới nhảy vào!"

- "Thế nào là vượt khả năng?"

- "Một quân đội trang bị vũ khí với súng garant bắn phát một đấu với một quân đội có vũ khí tối tân AK 47 bắn liên thanh."

- "Sao không làm như Bắc Cộng, là Mỹ chỉ gửi giúp súng đạn tối tân, đâu cần phải nhảy vào!"

- "Cô tưởng Bắc Cộng không nhảy vào Miền Nam? Vậy họ làm đường mòn Hồ Chí Minh để làm gì? Ông Diệm tin rằng Khu Trù Mật và Ấp Chiến Lược đủ loại bỏ cộng sản. Nhưng Ông Minh giết ông Diệm xong, bỏ ngay hai chiến tuyến hữu hiệu đó. Và Việt Cộng lan tràn, trở tay không kịp..."

- "Tại sao không ...?"

- "Hãy ngưng! Chúng ta lại đi vào chính trị. Nói qua chuyện khác vui hơn."

Tôi ấm ức nhìn Võ Bằng:

- "Một câu hỏi cuối: Tên Mỹ làm gì trên tàu?"

- "Làm biếng!" Bằng cười, tiếp. "Hắn xuống tàu với tư cách là Sĩ quan Liên lạc, tức liaison officer. Nhiệm vụ giữ liên lạc giữa chiến hạm Việt Nam và chiến hạm Hoa

Kỳ để hỗ tương yểm trợ. Thí dụ như Đệ thất hạm đội khám phá tàu địch xâm nhập, họ báo cho sĩ quan liên lạc để chúng tôi theo dõi và đuổi bắt. Còn khi chúng tôi đụng độ với tàu địch có hỏa lực mạnh hơn, sĩ quan liên lạc xin phi pháo yểm trợ. Bình thường thì hầu hết thời gian hắn chỉ ngủ và đọc sách."

- "Chớ không phải hắn chỉ huy tàu này?"

- "Tôi không nghĩ là cô thiếu óc suy xét." Võ Bằng cười tiếp. "Cô đã hỏi hơn câu hỏi cuối. Nếu cô hứa sẽ làm người yêu thủy thủ, tôi cũng hứa sẽ trả lời đầy đủ mọi câu hỏi tiếp theo!"

Burt Lancaster lúc nào cũng vui vẻ dễ thương có đâu như Võ Bằng ưa nói móc họng. Thần tượng bị ghét lây! Tôi nhìn hàng kệ trên vách đối diện chứa những quyển sách to và dày, bìa cứng, gáy in chữ Mỹ: Technical Manual, Mechanic Textbook, Radar & Sonar... Tôi quay nhìn bức vách sau lưng. Ba chiếc tủ ngăn cao ngang ngực, bên trên là dãy kẹp giấy tờ. Nếu vắng bóng người, tôi dám đọc lén lắm, biết đâu lấy được tin quan trọng cho Hưng.

- "Vậy là cô không muốn làm người yêu thủy thủ!" Võ Bằng nâng ly. "Nào, chúng ta cạn ly rồi... đường ai nấy đi!"

Miệng thì nói hùng hổ nhưng anh chàng đưa tôi tới cửa buồng, chúc ngủ ngon, hẹn gặp lại, rồi đi thẳng tới trước. Đến tấm màn cuối cùng, anh chàng quay lại, thấy tôi còn chưa chịu vào buồng, đưa tay vẫy vẫy bắt chước kiểu vẫy của Hưng. Tôi cười, lắc đầu rồi bước vào buồng. Theo Anh Đào, 5 giờ sáng là giờ đi thám sát chiến hạm tiện nhất vì mọi người còn say ngủ. Nhưng đó là lời căn dặn của một người ở khu quá giang, có thể lấy cớ đi tìm phòng vệ sinh. Còn tôi, ở khu sĩ quan, mọi thứ có sẵn, đi lang thang giờ này chỉ tổ gây nghi ngờ.

Đứng tần ngần một lúc, tôi kéo ghế ngồi, hai tay ôm lấy mặt. Da mặt tôi rít chịt, kéo theo cảm giác toàn thân ngứa ngáy, hôi hám. Tôi thèm đi tắm mà ngại ngùng. Gian buồng không cửa khóa, nhà tắm che qua loa bằng tấm nhựa đục mờ. Đang tắm, nếu có người đột nhập, tôi sẽ làm gì? La hét ư? Không chừng trở thành lời mời gọi. Tôi có bi quan quá lắm không? Liệu 10 tiếng bình yên vừa qua có đủ bảo đảm tôi được an toàn? Tôi hồi tưởng những cử chỉ lời nói của Hạm Trưởng, Võ Bằng, các sĩ quan, và cả tên Mỹ. Lúc nào họ cũng nhã nhặn, lịch sự. Nhất là với tên tôi thù ghét nhất. Hắn to xác nhưng trông hiền hậu, chân chất, thân tình. Xét thực lòng, nỗi âu lo giờ chỉ còn như hơi gió lạnh thoảng qua.

Tôi quyết định đi tắm. Giờ này đã quá trễ để mặc đồ ngủ. Tôi mở túi xách, mò quanh quả bom tìm bộ đồ mới và đồ lót. Tôi tháo đồng hồ và nữ trang để gần khung ảnh gia đình. Tôi chỉnh màn cửa cho kín đáo rồi mở đèn ở bàn, tắt đèn trên trần. Độ sáng đã giảm đi bảy phần. Tôi đi vào phòng tắm trong tâm trạng nửa buồn nửa vui. Vui vì quả bom còn đó, kế hoạch cho đến lúc này rất trơn tru. Buồn vì tôi quá cô đơn, không có Hưng để tâm sự, chia sẻ niềm vui như mọi lần. Tôi cởi quần tây. Tháo các nút áo chemise ngắn tay. Lần lượt các đồ lót. Tôi lấy đồ sạch khỏi bọc và nhét đồ dơ vào.

Theo chỉ dẫn của Bằng, tôi chỉnh độ ấm cho vòi búp sen. Nước âm ấm tỏa khắp người nghe sảng khoái lạ thường. Chả bù với xối từng gáo nước lạnh. Bằng cũng để sẵn cục xà bông Dove, chai thuốc gội đầu...

Tôi lau khô người, mặc bộ đồ mới, đeo chiếc đồng hồ tay đang chỉ giờ 6:05. Tôi bước ra ngồi ở bàn viết, cân nhắc xem có nên đi thám sát. Không có lý do nào hợp lý để bào chữa cho hành động đi lang thang quanh tàu. Ngủ lại thì có thể ngủ quên, bỏ qua buổi bình minh là mục đích chính của việc quá giang ngắm biển như đã nói với Hạm Trưởng. Mọi nhất cử nhất động của tôi ắt hẳn là ông phải biết.

Ánh huỳnh quang ôm trọn mặt bàn khá rộng so với gian buồng. Khung ảnh cô thiếu nữ bồng đứa bé lại gây tôi tò mò. Tôi với tay kéo gần khung hình. Mẹ bồng con? Cô nàng này không là một trong hai cô ở bức ảnh gia đình. Phải thân thuộc lắm mới được Bằng để trên bàn. Tôi nhớ Bằng có nói về vợ con: yêu cô nào thì cô đó đi lấy chồng, con thì không biết có không. Hẳn đây là một trong những người yêu của anh chàng. Nàng còn trẻ quá. Chừng mới trên hai mươi mà chú bé chừng lên ba. Tôi lẩm bẩm hát: "Mối tình đầu, trót bọt bèo, Vì người ta đã chạy theo bạc tiền." Tôi bụm miệng, lẩm bẩm mấy lần tiếng 'xin lỗi'. Hưng cấm tôi hát nhạc vàng nhưng như Bằng nói, những bản nhạc đồi trụy đã vào tiềm thức mất rồi.

Tôi đẩy khung hình về vị trí cũ và chợt thấy một cái gạt tàn thuốc nằm ở góc sát vách, phía sau cái bị đeo vai của tôi. Nó long lanh màu nghệ, lớn bằng cái dĩa đựng thức ăn. Tôi với tay kéo gần. Nó không nhúc nhích cục cựa mà dính chặt mặt bàn. Tôi tức mình dùng cả hai tay nhấc lên. Độ nặng nhiều hơn tôi tưởng. Hẳn người ta cố tình chế tạo cho nặng để không bị chạy trợt khi tàu tròng trành. Nó làm bằng thủy tinh, rất dày, quanh vành có bốn khe vừa vặn cho điếu thuốc. Nếu tôi có được một cái để tặng Hưng chắc anh thích mê tơi.

Tôi chợt nhớ tới quả bom. Khi tôi cài đặt nó nơi nào đó, nhất thiết phải có cái gì cùng độ nặng tương đương thay thế để vào túi xách chứ? Đã có vài người xách giùm khi lên tàu, thì khi giúp xách xuống thế nào cũng thấy sự khác biệt. Tôi quyết định ăn cắp cái gạt tàn này, một công hai việc. Nhưng xem ra vẫn còn nhẹ hơn quả bom rất nhiều. Tôi đứng lên. Một dãy kệ chất đầy sách. Sách thì quá nhẹ. Tôi quyết định để giải quyết sau. Tôi tò mò muốn biết Võ Bằng đọc những quyển sách gì. Tôi mở đèn trên trần. Kệ sách được xếp theo thứ tự:

- Nautical Navigation - Dutton
- Handbook of Damage Control
- The Cruel Sea - Nicholas Monsarrat
- The Old Man And The Sea - Ernest Hemingway
- Martin Heidegger & Tư Tưởng Hiện Đại – Bùi Giáng
- Quẳng Gánh Lo Đi Và Vui Sống – Nguyễn Hiến Lê
- Hoàng Tử Bé – Antoine de Saint - Exupéry
- Điệu Ru Nước Mắt – Duyên Anh
- Thất Sơn Mầu Nhiệm – Dật sĩ & Nguyễn Văn Hầu

Trong 9 quyển này, tôi chỉ từng đọc mỗi một quyển: Điệu Ru Nước Mắt. Quyển sách quả là đã ru tôi rơi nhiều nước mắt. Riêng quyển Thất Sơn Mầu Nhiệm đặc biệt cuốn hút tôi. Nó không chỉ thuộc về sở thích Sử Địa mà còn vì tò mò về sự mầu nhiệm của vùng bảy núi thuộc quê quán của Võ Bằng. Thất Sơn là những ngọn núi nào? Sự mầu nhiệm đó là gì? Tôi rút quyển sách khỏi kệ, đẩy ngọn đèn ở bàn về đầu giường. Tôi xếp chồng hai chiếc gối tựa sát vào bàn rồi ngả người xuống. Tôi trân trọng đọc lời tựa.... *"Thất Sơn Mầu Nhiệm! Thất Sơn Mầu Nhiệm! Quả thật như thế. Và cũng vì thế nên bốn chữ Thất Sơn Mầu Nhiệm mới được dùng để đặt tên cho quyển sách này...*

Từ nguồn gốc Địa lý đến lịch sử chinh phục, từ bản kê danh hiệu đến sự quan trọng về mọi phương diện của Thất Sơn, từ tiểu sử Đức Phật Thầy Tây An đến tiểu sử các vị Giáo Chủ và các vị Đại Đệ Tử của Đức Phật Thầy, từ tiểu sử các Tu Sĩ đời sau đến lược sử của Đức Huỳnh Giáo Chủ, từ quan niệm của các vị trong phái Bửu Sơn Kỳ Hương đến những sự nhiệm mầu mà mọi người có thể nhận xét về Thất Sơn... mục nào chúng tôi cũng cố gắng viết cho đúng sự thật và làm cho bạn đọc được sảng khoái tinh thần."

Danh nhân, giáo phái tôi nghe nói nhưng chưa biết tận tường. Sự nhiệm mầu về Thất Sơn thì coi như mù tịt. Tôi mê mẩn đọc, mải mê lật từng trang. Chừng mỏi mắt, hạ quyển sách lên ngực, tôi mới thấy chiếc đồng hồ chỉ 6:35.

Tôi vội ngồi dậy, mang vào đôi bata. Giờ này hẳn đã sáng. Hy vọng kịp thấy cảnh tượng mặt trời ngoi từ từ lên mặt biển. Tôi bước qua phòng ăn vắng vẻ, bước lần lên boong tàu...

CHƯƠNG 5

HẢI PHẬN KHÁNH HÒA
THỨ BẢY 5/8/1967 06:30G

Khi tôi lên đến boong tàu, một lớp sương mỏng phủ lên mặt đại dương mênh mông còn lờ mờ sáng. Một vòm trời xanh lam điểm những mảng mây không cùng sắc màu. Có mảng da cam vàng tươi, có mảng hồng nhạt, tim tím. Vì sao mãi đến nay tôi mới được thưởng thức lần đầu một bình minh tuyệt đẹp? Nhờ một mình đứng giữa mênh mông của biển trời? Ở trên tàu mà gặp mưa hẳn buồn lắm, suốt ngày phải tự giam hãm trong lòng tàu, còn hơn ở tù.

Chợt nhớ đến câu tục ngữ tiên đoán thời tiết, tôi mừng thầm. Đông không thâm tức là trời không mưa. Rồi tôi chợt nghe mặt nóng bừng khi nhớ đoạn cuối. Hưng đôi khi mạnh bạo đòi hỏi nhưng tôi dứt khoát chối từ. Nếu không, không chừng vú tôi cũng đang thâm.

Tôi tựa lưng vào vách, ngắm vùng sáng rỡ của đường chân trời. Không gian tỏ rạng dần, mặt biển chỉ còn lớp sương mong manh. Mảng mây da cam chuyển dần sang màu đỏ nhạt.

Mặt trời ló dạng. Ban đầu như là mảnh trăng non, rồi nửa vầng trăng, rồi nhanh chóng hóa thành mặt trời đỏ ửng. Một dải lụa bạc long lanh chia hai vùng biển còn nghi ngút khói. Giữa dải lụa, không xa chiến hạm, hai ghe đánh cá im lìm cạnh kề bên nhau như đôi uyên ương còn say hạnh phúc. Xa hơn, về bên trái, lờ mờ bóng dáng một thương thuyền.

Tôi đã quen và hài lòng với hợp âm lạ: tiếng vi vu của gió, tiếng xạc xào của sóng, tiếng rầm rì của máy tàu. Tôi càng thích thú với hình ảnh vài con hải âu lượn lờ săn đuổi những con cá chim tung mình lên cao.

Tôi tưởng chừng mọi lo âu tan biến theo không gian êm ả, theo gió nhẹ mơn man. Tôi hít vào đầy lồng ngực khí trời tươi mát trong lành, lắng nghe da thịt giãn nở sảng khoái. Và cũng lần đầu tôi thưởng thức mùi hương thật ngọt ngào của đại dương bao la. Biển của Tổ quốc mênh mông và đẹp quá. Tôi vui sướng được dự phần đánh đuổi bọn Mỹ xâm lược.

Nhớ tới công tác, tôi nhìn quanh. Chỗ nào là chỗ đặt quả bom gây hiệu quả tối đa? Giữa boong tàu chỉ là một khối sắt khổng lồ lạnh lẽo vô tri, phân chia sân mũi chễm chệ một ổ súng to đùng và sân lái lỉnh kỉnh các thùng sắt đặt quanh. Xem ra quả bom có được đặt ở bất cứ nơi nào cũng đều quá lộ liễu. Đài Chỉ Huy hẳn là phần trên của khối sắt, dĩ nhiên luôn luôn có người trực phiên hải hành. Làm thế nào ôm quả bom lên đó mà không bị bắt hoặc ít nhất không bị nghi ngờ?

Tôi chợt để ý một dáng người đứng cạnh mũi tàu đang chồm ra ngoài như tìm kiếm cái gì. Rồi anh đứng thẳng, nhìn quanh sân mũi. Tôi cảm thấy vui vui khi nhận ra khuôn mặt của anh Hạ sĩ quan khám xét hành lý. Tôi quên tên anh nhưng vẫn nhớ anh xuề xòa, vui tính. Tôi nghĩ anh Hạ sĩ quan này có thể sẵn lòng đưa tôi quan sát khắp chốn, kể cả hầm máy là nơi quả bom nếu không đánh chìm thì cũng biến chiến hạm thành đống ve chai!

Tôi bước vội đến gần anh. Anh lên tiếng trước:

- "Chào cô Phượng. Cô thức sớm đấy!"

Tôi nhìn bảng tên:

- "Chào anh Tùng. Sớm mà vẫn thua anh! Anh nhìn gì dưới nước vậy?

Bắt chước anh, tôi bám chặt dây an toàn, chồm người nhìn xuống mặt biển. Khi quay lại, tôi bắt gặp ánh mắt kinh ngạc của Tùng. Tôi nói:

- "Tôi thấy một vạt bọt biển bám sát hông tàu. Còn anh, anh thấy gì?"

- "Thấy mũi tàu cán chết mấy con cá." Trung sĩ Tùng cười.

- "Có con nào bị thương không?" Tôi bật cười lớn.

Tùng nhoẻn miệng:

- "Thật ra tôi quan sát xem chiếc neo có còn trong ổ không."

- "Tôi không hiểu..."

- "Chiếc neo rất nặng, dây có thể bị chùng khiến neo nằm ngoài ổ. Khi tàu lắc, nó đong đưa, các mũi nhọn có thể làm thủng vỏ tàu. Cũng có khi dây neo bị đứt, neo rơi xuống biển!"

- "À! Thì ra là vậy! Mà anh phải xem xét ngày mấy lần?"

- "Chỉ vào ngày trực, ít nhất bốn lần, sáng chiều tối khuya. Không chỉ xem neo mà đủ thứ. Mục đích là để bảo đảm mọi thứ vẫn ở đúng vị trí, không có gì bất thường."

- "Bất thường là sao?"

- "Là không bình thường! Là thấy có vật lạ hoặc vật không nằm đúng chỗ.

Thí dụ như thấy có cái gì đó nằm lang thang hoặc ở chỗ đáng ngờ. Như các phao cá nhân và xuồng cấp cứu không còn gắn trên vách. Như việc cô đứng đây vào giờ này cũng coi như là bất thường. Bởi vì sáng sớm sàn tàu thường rất trơn trợt với hỗn hợp sương trời, nước biển do sóng tạt và dầu cặn từ khói tàu mà đêm chưa chịu sáng, cô có thể vô ý té bất tỉnh, thậm chí rơi xuống biển."

Tôi giật mình nhìn mặt sàn, kêu lên:

- "Quả là tôi đã gặp may, không bị té!"

- "Sáng mai có thức sớm, mong cô cẩn thận!"

- "Cám ơn anh. Mà đã có ai trợt té chưa?"

- "Tàu chưa từng cho quá giang nên không biết. Còn chúng tôi, khi sóng to gió lớn, bị té lia chia. Nhưng rớt xuống biển thì không."

- "Khi sóng to gió lớn, đi ra ngoài làm chi cho bị té!"

- "Khi sóng to gió lớn lại chính là lúc cần đi tuần nhất!"

- "Không đi tuần thì cũng đâu ai biết, phải hôn?"

- "Phải đi chứ, vì an toàn chung mà! Quan trọng nhất là phải chắc chắn vỏ tàu không bị rỉ nước. Chiến hạm này hoạt động từ đệ nhị thế chiến, ít nhất cũng đã trên 20 năm tuổi đời. Nếu nó bị rỉ nước mà không sớm khám phá, dễ dẫn đến chìm tàu. Hơn nữa, sau mỗi lần đi tuần phải ghi nhận xét vào sổ Tuần Phòng, phải ký tên. Người duyệt xét là Hạm Phó."

Thấy tôi lặng thinh nghĩ tới Võ Bằng, Tùng nói:

- "Đừng lo! Có cô trên tàu, mọi sự đều tốt đẹp. Thôi, gặp lại dịp khác!"

Tôi thấy cần biết thêm về giờ giấc đi tuần, nên lên tiếng giữ anh lại:

- "Anh Tùng, tôi rất thích nghe anh kể chuyện mà cũng rất tò mò. Nếu anh không bận, nán thêm chút nữa."

Tùng trở lại đứng bên tôi. Tôi hỏi:

- "Sĩ quan trực không đi tuần sao?"

- "Có chứ, cũng như chúng tôi."

- "Anh trực tới chừng nào?"

- "Đây là *tour* chót để bàn giao lúc 8 giờ."

Tùng nhìn đồng hồ rồi mặt hướng ra khơi. Cả một vùng biển lấp loáng long lanh chập chùng. Con tàu chỉ đôi chút tròng trành, không đủ sức hành hạ tôi như chiều hôm qua. Tôi lại thăm dò:

- "Đi tuần khắp tàu chắc mất cả tiếng?"

- "Thường thì độ nửa tiếng."

Như vậy, với hai người đi tuần tổng cộng bốn lần trong đêm, tôi cũng còn khá thì giờ hành động. Thấy tạm đủ, tôi chuyển qua câu hỏi về hải nghiệp để tránh nghi ngờ:

- "Giả thử thấy có người rơi xuống biển, anh làm gì để cứu?"

- "Dễ lắm. Tôi nhận còi 'Nhiệm sở vớt người'. Nghĩa là báo cho thủy thủ đoàn sẵn sàng các phương tiện vớt người. Hạm Trưởng cho tàu quay lại, Hạm Phó điều động cứu cấp như sẵn sàng ném phao, sẵn sàng xuồng cứu cấp, quần áo ấm, thuốc men, vân vân... Nhưng nhân tố quan trọng nhất là tài nghệ của Hạm Trưởng."

- "Anh nói rõ hơn."

- "Ông phải nắm vững quán tính con tàu, cân nhắc chính xác độ giạt do tác động giữa sóng gió và vận tốc để quay lại đúng đường cũ. Cô thấy rồi đó, biển thì mênh mông, con người thì nhỏ bé, sai một li đi một dặm..."

- "Có ai từng bị té xuống biển không? Được cứu sống?"

- "Theo tôi biết thì có một người từng bị té và được báo cáo là... mất tích!"

Không rõ Tùng nói thật hay chơi, chỉ thấy anh cười. Tuy vậy tôi vẫn nghe sờ sợ. Công việc của tôi chỉ thuận tiện vào sớm tinh mơ, tay ôm quả bom mà bị té thì còn tệ hơn là mất tích. Tôi lại nhìn kỹ sàn tàu, cân nhắc đường đi nước bước. Tôi chợt để ý sàn tàu không cùng một màu xám đậm. Nó loang lổ với nhiều đốm sơn đỏ sơn trắng trông nham nhở, lở loét. Tôi hỏi:

- "Sao không sơn cùng màu mà lại tô màu lốm đốm thế kia? Trông thấy ghê!"

- "Chẳng qua lỗi tại... nước biển. Cô thừa biết nước biển là vua ăn sét. Loại sơn chủ chốt sét không sợ, nó len lỏi ăn sắt như chơi. Vì vậy, vỏ tàu ít nhất phải được phết hai lớp sơn kỵ sét trước khi tô điểm bằng lớp sơn chủ chốt. Lớp sơn lót đầu tiên có màu đỏ. Lớp thứ nhì màu trắng."

- "Sơn lót có vẻ ít trơn trợt hơn sơn chính."

- "Đúng, sơn lót thô ráp, còn sơn chính thì bóng láng!"

- "Nhưng làm sao biết chỗ nào bị sét ăn?"

- "Dễ thấy lắm: chỗ đó sơn bị dộp hay bị tróc, nghĩa là đang bị sét ăn!"

Tôi lại nhìn vô số các đốm đỏ xanh trên sàn tàu, lắc đầu:

- "Chắc các anh cạo sét mệt nghỉ!"

- "Chúng tôi không gọi là cạo mà là gõ. Đã có câu cảm khái: "Năm năm gõ sét đau lòng lính. Sét gõ năm năm sét vẫn còn!"

- "Chua xót thật chứ hả?" Tôi cười, hỏi tiếp. "Mà gõ sét là gõ làm sao? Gõ bằng búa?"

- "Gõ sét bằng búa thì phải sửa câu thơ lại thành 'trăm năm' chớ không thể 'năm năm': 'Trăm năm gõ sét đau lòng lính. Sét gõ trăm năm sét vẫn còn!' Nói là gõ chứ đúng ra phải gọi là cào. Đó là một dụng cụ cầm tay dùng điện, giông giống chiếc hủ lô làm đường, được gọi nôm na là con rùa. Cái trục hủ lô có gai, nó nhanh chóng cào sạch mọi bụi sét. Vì công suất mạnh, người sử dụng nó phải đeo mặt nạ bảo vệ mắt và mặt. Mỗi ngày, thường có ba con rùa chạy sáng chiều. Một ở mũi tàu, một ở giữa và một ở lái."

Tùng nhìn tôi ngụ ý có còn muốn hỏi gì thêm. Dĩ nhiên biết thêm thì cũng thú vị khi những câu hỏi cần cho công tác không chịu xuất hiện. Tôi câu giờ:

- "Anh Tùng, tại sao sàn tàu có chỗ sét chỗ không? Tại sao không chờ cho sét khắp tàu rồi sơn một lượt?"

- "Câu hỏi của cô giống như câu hỏi tại sao chỗ này có ghẻ chỗ kia không; sao không chờ ghẻ mọc khắp người rồi chữa trị một lần! Với ghẻ, tôi không biết tại sao nhưng với sàn tàu là chốn qua lại thường xuyên của người và vật liệu nên dễ bị trầy sướt. Mà bị trầy sướt thì bị sét! Bị sét thì phải gõ sét, phải sơn. Cái vòng lẩn quẩn!"

Như bị hụt hơi, Tùng vươn vai hít vào một hơi dài. Rồi thở ra. Rồi hít vào. Thấy tôi không hỏi gì, lại tiếp:

- "Nói về sơn lót, có hai màu đỏ và trắng như cô thấy, mỗi màu có các đặc tính riêng. Loại màu đỏ được dùng trước hết, gọi là lớp sơn lót chống rỉ sét. Như tên gọi, nó có hai đặc tính: độ bám sắt mạnh và độ chống ăn mòn cao. Khi lớp sơn lót màu đỏ khô, sơn tiếp lớp lót màu trắng. Nó có đặc tính là chống nước biển thẩm thấu và giúp tăng độ bám cho lớp sơn chủ chốt tiếp sau. Màu sắc và độ bóng của lớp chủ chốt tùy nhu cầu thẩm mỹ của từng khu vực, phòng ốc. Như ở phần lộ thiên của tàu thì phải theo quy định chung là dùng màu xám sậm. Như bên trong tàu thì màu trắng ngà. Riêng phòng Hạm Trưởng và Phòng hội sĩ quan thì tùy sở thích của Hạm Trưởng. Như ông Hạm Trưởng này thì thích màu đọt chuối huê tình."

Thấy đã đến lúc nên ướm lời nhờ anh hướng dẫn thăm chiến hạm thì anh lại tiếp:

- "Như cô thấy, công phu bỏ ra cho việc sơn phết bảo trì chống sét không phải là nhỏ. 'Con sét' đáng sợ quá phải không? Nó 'ăn' lia chia, chỗ nào cũng ăn cho bằng được. Cứ bình thường mà xét thì khi phần lộ thiên bị sét ăn như vậy, lẽ đương nhiên phần chìm dưới mặt nước lại càng bị sét ăn ác liệt hơn nữa!"

Thấy anh chờ tôi đưa ý kiến, tôi miễn cưỡng nói:

- "Hẳn là vậy!"

- "Không là vậy!" Tùng lắc đầu. "Thật tức cười là phần dưới nước sét không ăn mà lại bị một thứ con khác ăn còn dã man hơn! Cô Phượng có nghe nói đến con hà?"

- "Con hà?"

- "Cô có biết câu ca dao: '*Một lần cho tởn tới già. Đừng đi nước mặn mà hà ăn chân?*'"

- "Tôi có biết nhưng không mấy hiểu ý nghĩa."

- "Tôi cũng không hiểu con hà nó ăn chân người ta như thế nào nhưng với sắt đá nó ăn lủng hết!"

Tôi trố mắt nhìn anh tỏ ý không tin. Trung sĩ Tùng tiếp:

- "Nói là sét ăn, nhưng thực tế chỉ là một phản ứng hóa học. Con hà mới ăn thực sự vì nó đúng là một sinh vật, có hình thù như miệng núi lửa, có vỏ cứng như cua và trông như con hàu."

- "Tôi nhớ ra rồi, tôi có thấy. Nó bám vào đáy ghe..."

- "Với tàu thuyền, nó bám vào lườn, gồm cả hai bên hông, phần chìm dưới nước. Bất cứ tàu nào, sau một thời gian hoạt động cũng đều bị con quỷ sống này bám. Và khi chúng bám vào thì... trời gầm không nhả! Chúng bám thiệt chặt, sinh sôi nẩy nở, hằng hà sa số. Chất bám của chúng rất độc, đủ ăn mòn các lớp sơn và có thể làm thủng lườn tàu. Thêm vào đó chúng còn làm giảm tốc độ chiến hạm. Có khi nó bám quá dày, tốc độ giảm còn một nửa! Vì vậy mà sau thời gian hoạt động vài ba năm, chiếc tàu phải lên ụ để cạo hà."

Tùng lại vươn vai hít thở trước khi tiếp:

- "Cạo hà so với gõ sét thì đáng bậc đại sư phụ. Nó luôn luôn đi đôi với máu và nước mắt! Bởi vì con hà bám quá chặt, quá bon chen, mà vỏ của nó thì vô cùng sắc bén nên hễ sơ sẩy là đổ máu. Vì thế việc cạo hà cần những người có kinh nghiệm và kiên trì. Rất mừng là chiến hạm được miễn. Hải Quân Công Xưởng đảm trách mướn người."

- "Con hà nguy hiểm như vậy, hẳn việc gõ sét và sơn phết cũng đặc biệt hơn?"

- "Đúng! Sau khi hà được cạo sạch, việc gõ sét coi như toàn bộ. Sau đó phải sơn nhiều lớp sơn lót, nhiều lớp sơn chính và cuối cùng là thêm lớp sơn đặc biệt: sơn kỵ hà."

- "Chuyện thú vị lắm!" Tôi kêu lên. "Theo lối anh kể rành mạch, tôi đoán anh hành nghề... gõ sét?"

- “Không! Trăm lần không, vạn lần không!” Tùng cười lớn. “Chẳng qua có thời gian đi tàu vào đại kỳ Hải Quân Công Xưởng, tôi để ý thôi! Tôi hành nghề gõ sét chỉ vì bị... tạp dịch. Nói rộng ra, ai trên tàu cũng bị tạp dịch. Người trách nhiệm gõ sét mang chuyên nghiệp Vận Chuyển kiêm nhiệm nhiều việc như lái tàu, bảo trì vỏ tàu, xuồng, phao, neo, xích thả neo và dây cột tàu. Việc thì nhiều, nhân viên chỉ vài người nhất là việc ‘sét gõ năm năm sét vẫn còn’ nên chúng tôi... tạp dịch!”

- “Vậy chuyên nghiệp của anh là gì?”

- “Chuyên nghiệp của tôi là Thám Xuất.”

- “Thám Xuất! Mới nghe lần đầu! Vắn tắt, nghiệp... làm gì?”

Anh nghiêng vai trái cho thấy phù hiệu thêu trên cánh tay áo ngay dưới lon trung sĩ. Đó là một hình tròn có đoạn lượn sóng nằm ngang và có mũi tên xuyên nghiêng hướng thượng. Tôi tưởng Tùng nói ý nghĩa của nó nhưng anh chỉ giải thích về ‘nghiệp’ của anh:

- “Tôi và hai nhân viên Thám Xuất phụ trách việc sử dụng, bảo trì, sửa chữa các máy điện thám như Radar, Sonar, Loran, Fathometer.”

- “Xin nói rõ hơn!”

- “Radar là loại máy điện tử thám sát trên mặt biển, Sonar thám sát tàu ngầm, Loran định vị trí chiến hạm, Fathometer đo chiều sâu...”

- “Còn những chuyên nghiệp khác?”

- “Rất tùm lum. Nào là Giám Lộ, Phòng Tai, Vận Chuyển, Cơ Điện Khí, Trọng Pháo. Nào là Vô Tuyến, Điện Tử, Y Tế, Kế Toán, Tiếp Vụ, v.v...!”

- “Nhiều chuyên nghiệp dữ vậy?” Tôi ngạc nhiên kêu lên.

- "Hải Quân... ngon lành mà!" Tùng cười đùa. "Một chiến hạm mà không có đủ các chuyên viên đó thì không làm ăn gì được."

- "Thật vậy sao?"

- "Thí dụ nếu không có mấy tay cơ khí lo máy tàu, mấy tay điện khí lo máy điện, thì coi như ... dậm chân tại chỗ!"

Tôi hỏi dò:

- "Máy tàu hẳn phải bự lắm. Có thể nào tôi được xem cho biết?"

- "Chỉ được xem khi có lễ lộc."

- "Như lễ gì?"

- "Như ngày Quốc Khánh, ngày Quân Lực, ngày Hải Quân."

Tôi nhớ ra năm nào Văn phòng Đại học Sư Phạm cũng thông báo ghi tên thăm viếng chiến hạm nhưng tôi không hề quan tâm. Bây giờ ngơ ngơ ngác ngác, thấy tiếc.

- "Ngoài máy tàu, có được đi coi các nơi khác?"

- "Dĩ nhiên. Gần như là được coi khắp chiến hạm."

- "Gần như, có nghĩa là còn những chỗ không được tới?"

- "Những nơi đó cấm... vãng lai! Vấn đề bảo mật."

- "Ngày thường không được xem tàu sao?"

- "Được chứ, nhưng phải xin phép sĩ quan trực nhật.."

Tôi 'À' ra vẻ hiểu biết rồi lặng lẽ đắn đo xem có nên nhờ Tùng đưa đi thăm tàu lúc này hay chờ thân mật thêm hơn. Tôi thấy nên chờ bằng cách tạo cơ hội cho Tùng phô trương kiến thức hải nghiệp. Khi chiếm được cảm tình, biết đâu anh dám liều đưa tôi đến những nơi tôi muốn đến. Tôi hỏi:

- "Ở giữa biển thế này làm sao biết mình ở đâu?"

- "Việc này thuộc trách vụ của Giám Lộ. Công việc của chuyên nghiệp Giám Lộ gồm truyền tin bằng cờ hiệu, đèn hiệu, định vị trí, tu bổ bảo trì các dụng cụ hải hành. Tùy vào hải trình cận duyên hay viễn dương, phương pháp định vị trí khác nhau. Nếu đi gần bờ thì dùng radar, tức là đo hướng độ của ba đối vật trên bờ lần lượt kẻ lên hải đồ, điểm hội tụ là vị trí chiến hạm. Còn lúc ngoài xa khơi thì định vị trí bằng cách dùng kính lục phân đo phương vị độ các thiên thể."

Tùng nín lặng nhìn lên bầu trời đầy sao. Tôi sốt ruột:

- "Kính lục phân là kính gì vậy? Làm sao mà định được vị trí chỉ với một chiếc kính?"

Tùng thở ra như đã quá mệt với việc phải trả lời:

- "Nếu cô muốn biết rõ hơn, hãy hỏi Trung sĩ Giám lộ Lê Tín hoặc các vị sĩ quan."

- "Đừng làm khó tôi, anh Tùng. Tôi đang nôn nóng muốn biết đây!"

- "Tôi có làm khó gì đâu. Không biết, nói bậy bạ sao được!"

- "Chuyện hải hành nghe hay ho mà còn bổ ích nữa. Thế nào tôi cũng hỏi Trung sĩ Tín để lỡ sau này có đi lạc đường, tôi biết đo thiên thể mà tìm đường về!"

Trung sĩ Tùng lắc đầu cười:

- "Nhớ là chỉ nhờ Trung sĩ Tín dạy cách dùng la bàn chớ đừng nhờ dạy dùng kính lục phân. Cô chỉ cần ngỏ ý thôi, cũng đủ Trung sĩ Tín chết vì cười!"

- "Sao dữ vậy?"

- "Là vì kính lục phân chỉ dùng... trên biển!"

Tôi mỉm cười, tiến thêm bước mới:

- "Nghe giọng nói, anh là người miền Tây?"

- "Gốc Rạch Giá."

- "Vợ con ra sao?"

- "Một trai."

Một cảm giác xao xuyến lạ lùng gờn gợn khắp châu thân. Nỗi buồn trĩu nặng cũng lan nhanh. Một người hiền hậu, vui tính, dễ thương, vợ con đề huề thế này mà phải chết dưới tay tôi. Làm sao rủ rê anh cùng tôi rời khỏi tàu?

- "Còn cô? Nghe cũng giọng miền Tây."

- "Quê Vĩnh Long."

- "Năm ngoái chiếc Giang Pháo Hạm tôi phục vụ hoạt động tại sông Cổ Chiên - Mang Thít thường ghé nghỉ bến Vĩnh Long. Tôi thích ngồi nhà hàng Ba Vị ngắm cảnh Long Hồ."

Tôi e ngại, làm thinh. Mặt biển long lanh, hiền hòa. Trên bề mặt xanh biếc, rải rác vài vùng xanh thẫm. Một chiến hạm lạc lõng giữa hàng chục ghe đánh cá. Tôi nhớ tuần rồi Hưng thuê ghe đưa tôi viếng Gành Ráng Tiên Sa và đổ bộ thăm mộ Hàn Mặc Tử. Tôi quay ngang, nhìn Tùng:

- "Chắc anh đang nhớ vợ con lắm?"

- "Đúng, đang nhớ lắm! Trước đó thì không. Thường thường, mỗi lần công tác lâu vài ba tháng, tuần đầu tuần cuối thì nhớ lắm, khoảng giữa quen dần."

- "Còn cô, đi thế này hẳn... hết nhớ?"

- "Hết nhớ? Nghĩa là sao?"

- "Nghĩa là cô được sống bên người yêu."

- "Người yêu của tôi là ai?" Tôi ngạc nhiên.

- "Hải Quân có tai và mắt tinh tường mà! Nói là thân nhân mà hai người cư xử với nhau như là mới quen nhau. Người thì kêu cô, người thì kêu Đại úy. Tôi suy ra hai cô cậu chắc mới quen nhau và chuyến đi này là để tiến đến... yêu nhau!"

- "Anh nghĩ trật lất! Tôi và Đại úy Bằng là 'thân nhân' kiểu này: Anh tôi cùng khóa Hải Quân với Đại úy Bằng. Tôi chỉ lợi dụng tình đồng khóa để đi tàu một chuyến cho biết, thế thôi! Đây là lần đầu tôi và Đại úy Bằng gặp nhau."

- "Xin lỗi đã hiểu lầm."

Tôi thấy vui vui và nhân cơ hội giải tỏa một thắc mắc:

- "Tôi thấy ở phòng của Đại úy Bằng hình một thiếu nữ bồng con, có phải là vợ con của ổng?"

- "Tôi không biết. Ổng kín tiếng lắm! Chỉ thấy đa số thời giờ ông ấy ở trên tàu."

- "Phải thân thiết lắm mới để ảnh trên bàn, phải hôn, anh Tùng?"

- "Đúng như vậy!" Tùng cười mỉm tiếp. "Xem chừng cô đã có phần để mắt tới ông Hạm Phó!"

Tôi phật ý, định đốp chát nhưng thấy tiếp tục gây cảm tình là tốt hơn. Mà cũng chả cần gì phải đính chính. Chỉ hơn một ngày nữa tôi đâu còn gặp lại Tùng. Tuy nhiên tôi cũng phải xỉa xói nhẹ nhàng:

- "Nếu tôi để mắt tới ông Hạm Phó của anh, anh thấy ổng có xứng đáng với tôi không?"

Tùng đăm đăm nhìn tôi như không ngờ tôi nói ra câu đó. Tôi tiếp tục tấn công:

- "Anh Tùng, nghe đồn Hải Quân hay có con rơi con rớt, có thể chú bé trong hình là con Võ Bằng?"

- "Bây giờ thì biết chắc cô đã yêu Hạm Phó!"

Như để biểu lộ sự cả quyết, Tùng đẩy sợi dây an toàn ra vẻ đắc chí. Bụng tôi đang tựa vào sợi dây bị bật mạnh khiến nửa phần trên của thân nghiêng ra ngoài. Tùng chụp cánh tay tôi, miệng rối rít:

- "Tôi vô ý quá, xin lỗi cô Phượng."

Hai tay ôm lấy ngực, tôi gọi ba hồn bảy vía. Tùng rút tay về, đứng ngẩn ngơ, bối rối. Tôi trêu chọc:

- "Suýt nữa cả tàu khốn khổ vì... nhiệm sở vớt người, phải hôn anh Tùng?"

Tùng cười cười, đáp:

- "Rất mừng cô đã không rơi xuống biển để còn dịp trả cô về với Hạm Phó. Chúc gặp người yêu nhiều hạnh phúc."

Nói xong anh bước dọc theo hành lang mạn hữu về phía lái. Khi tôi hướng mắt qua mạn tả, Võ Bằng đang đi tới...

CHƯƠNG 6

HẢI PHẬN KHÁNH HÒA
THỨ BẢY 5/8/1967 08:30G

Từ sân lái, Võ Bằng bước thong dong như người dạo mát, miệng cười duyên trông dễ ghét. Tôi ôn lại xem mình đã nói những gì khiến Trung sĩ Tùng đề quyết tôi đang yêu Võ Bằng? Thắc mắc về tấm ảnh mẹ bồng con là triệu chứng của bệnh ghen? Mà tôi cũng kỳ, sao thắc mắc làm chi chuyện chẳng dính dáng gì để phải bị nghi oan. Trăm sự cũng tại Võ Bằng, lấy danh nghĩa bạn cùng khóa, anh chàng săn sóc em gái bạn hơi kỹ! Nghĩ đến phải giao tiếp thêm một ngày một đêm nữa mà ngao ngán...

Bằng đứng thay chỗ của Tùng, vui vẻ giãi bày:

- "Không thấy cô ở phòng ăn lẫn phòng ngủ nên tôi có phần lo. Tôi quên dặn cô là sáng sớm đừng lên boong tàu."

- "Tôi vừa được dặn dò."

- "Cô quen Trung sĩ Tùng?"

- "Mới vừa quen."

- "Hy vọng cảnh biển buổi sáng không quá đẹp khiến cô bỏ cữ cà phê. Sinh viên nào mà không nghiện cà phê, phải không?"

- "Tôi có quên đâu." Tôi nâng cổ tay xem giờ. "Còn một tiếng rưỡi nữa mới hết giờ điểm tâm mà! Vả lại Đại úy nói ăn sáng tự do, thì việc tôi không ăn cũng đâu có phạm... quân lệnh!"

- "Nào ai ép uống chi đâu!" Bằng cười nụ, nhún vai. "Chỉ đoán rằng cô mất ngủ, hẳn cần nhâm nhi tí cà phê cho tươi tỉnh, vậy mà!"

- "Bây giờ tôi bắt đầu thấy mệt hơn." Tôi bóng gió.

- "Tôi đề nghị thế này: trước là cà phê cà pháo, sau là thăm một vòng chiến hạm. Cô từ chối một, coi như từ chối cả hai!"

Tôi thích chí cười thầm. Cả hai tôi đang tối cần, từ chối sao được. Nhưng việc thăm chiến hạm, ưu tiên hơn. Tôi nói:

- "Tôi nhận lời với điều kiện đảo ngược."

- "Đồng ý!"

Võ Bằng chỉ khối sắt chễm chệ giữa tàu:

- "Khối sắt đó phân chia boong tàu hai phần: sân mũi và sân lái. Bên trong khối sắt là phòng Hạm Trưởng, cao hơn là Trung tâm Chiến Báo và Phòng Truyền Tin. Trên hết là Đài Chỉ Huy. Chúng ta đang đứng ở sân mũi. Ngay trước mắt cô là khẩu súng to nhất của chiến hạm, có tầm bắn xa 18 cây số. Quanh nó là các thùng đạn. Cạnh đó là máy kéo và thả neo."

Tôi nhìn hai thùng đạn khá lớn đặt sát vách khối sắt, và hai đặt hai bên khẩu pháo. Các nắp thùng đạn chỉ được cài bằng các chốt vặn, dễ dàng mở nắp đặt vào quả bom. Tôi cân nhắc địa hình. Thật là một địa điểm lý tưởng. Ngay phía dưới là Khu Sĩ Quan, bên trong là Phòng Hạm Trưởng, trên cao là Đài Chỉ Huy. Chỉ cần đặt quả bom vào bất cứ thùng đạn nào, quả bom sẽ kích nổ dây chuyền cả bốn thùng, chắc chắn chiến hạm cùng toàn bộ sĩ quan sẽ bị banh xác. Việc mang quả bom lên chỗ này không đến đỗi nguy hiểm vì đây là lối đi dành riêng cho sĩ quan. Chỉ cần né tránh giờ đổi phiên trực. Việc đặt bom thực hiện sau 5 giờ sáng là lý tưởng nhất. Trường hợp bị bắt gặp, sẽ viện cớ vừa khám phá mua lầm thùng margarine hết hạn sử dụng nên đem ném bỏ. Tôi thở ra sảng khoái với địa điểm tìm được và lý do hợp lý. Tuy nhiên, biết đâu còn nơi khác lý tưởng hơn.

Tôi bước theo Võ Bằng dọc hành lang mạn trái đến sân sau. Đây là khu vực tôi ói mửa đêm qua. Sân tương đối rộng là nơi tập họp toàn thể thủy thủ đoàn để điểm danh và phân chia công tác. Mỗi bên mạn tàu có một dàn thả thủy lôi chống tàu ngầm, một khẩu súng trung liên và một đại liên. Chỉ là các thùng đạn nhỏ để quanh các khẩu súng. Không địa điểm nào hấp dẫn để đặt bom ở khu vực này.

Võ Bằng đi ngược về phía mũi dọc mạn phải và dừng lại trước khung cửa dẫn vào lòng tàu. Anh chàng nói lớn:

- "Bây giờ chúng ta đi thăm nhà bếp và khu ăn ngủ của hạ sĩ quan và thủy thủ."

'Chà! Nơi này mà cho nổ thì hốt trọn cả trăm người.' Tôi nghĩ thầm khi bước đến bên Võ Bằng. Ngay trước khi bước qua khung cửa, tôi chợt nhìn thấy một bờ biển cát trắng chạy dài nối liền một thành phố. Phía sau là dãy núi đen thẫm, chập chùng. Tôi hỏi:

- "Thành phố nào vậy, Đại úy?"

- "Mình đang đi ngang Nha Trang." Bằng chỉ tay về một khu nhà cô lập. "Kia là quân trường Hải Quân, nơi tôi từng thụ huấn."

- "Đại úy học ở đó bao lâu?"

- "Hai năm."

- "Cực khổ lắm hả, Đại úy?

- "Thử tưởng tượng cô học đại học bốn năm mà bị dồn ép phải học trong hai năm. Đó là chưa kể huấn luyện quân sự."

- "Huấn luyện viên người Mỹ?"

- "Đại học Sư phạm của cô có giáo sư Mỹ?"

Tôi lắc đầu. Võ Bằng gật gù:

- "Trường Sinh viên Sĩ Quan Hải Quân cũng vậy. Ngay cả lớp học tiếng Anh cũng do giáo sư Việt."

- "Cô bạn tôi có bồ là Sinh viên Sĩ Quan Thủ Đức, cuối tuần là cùng nhau dung dăng dung dẻ. Suốt hai năm, chắc Đại úy... cũng vậy, phải hôn?"

- "Chúng tôi không dung dăng dung dẻ vì tôi đóng đô ở nhà nàng."

- "Bây giờ cô ấy là phu nhân Đại úy Võ Bằng?"

Bằng quay sang tôi cười:

- "Không, bây giờ cô ấy là phu nhân một vị giáo sư. Tôi đã nói với cô rồi mà..."

Bằng lại nhìn về phía thành phố mà tôi đoán là chàng ta đang tìm ngôi nhà đóng đô xưa. Chợt nhớ là đã tự hứa không thắc mắc về đời tư của Võ Bằng, ấy vậy mà giờ tái phạm, tôi chuyển đề tài:

- "Cái đảo đó là đảo gì, Đại úy?"

Võ Bằng nhìn theo hướng tay tôi chỉ:

- "Hòn đảo lớn đó tên là Hòn Lớn. Khóa chúng tôi có một kỷ niệm không bao giờ quên với hòn đảo này. Buổi chiều của tháng đầu tiên huấn luyện thể lực, chúng tôi được một tàu đổ bộ thả lên bãi bên này đảo và đón nhận ở bãi bên kia. Trời cũng góp phần huấn luyện nên mưa xối xả suốt trọn đêm chúng tôi mò mẫm lần qua đỉnh núi. Sau đêm đó chúng tôi thấy mọi huấn luyện khác đều... nhẹ nhàng!"

Nhìn bộ mặt tươi tắn trẻ trung của Bằng tôi không thể không nghĩ anh chàng nói xạo. Rồi bỗng nhớ tới lời cô bạn kể về anh bồ than thở chuyện bò hỏa lực sống chết như chơi, tôi muốn đưa ra một nhận xét mang chút cảm thông nhưng tự nhủ mắc mớ gì... thông cảm! Võ Bằng lại lên tiếng:

- "Chuyện hòn lớn nhạt nhẽo quá phải không? Thì kể chuyện mấy hòn nhỏ nghe thú vị hơn. Cô hãy nhìn hai hòn đảo có dạng hình *parabol* kia!"

Tôi nhìn theo hướng tay chỉ của Bằng. Quả thật có hai hòn đảo, một cao lớn, một thấp nhỏ nhưng đồng dạng như hai anh em đang ngồi đùa cùng sóng biển. Màu nước trở thành xanh thẫm trước hai khối đá loang lở rong rêu. Tôi xoay nghiêng và bắt gặp tia mắt đam mê của Bằng. Tôi hỏi:

- "Hai hòn đảo đó tên gì, Đại úy?"

- Một mang tên Hòn Nội và một là Hòn Ngoại. Do những yếu tố đặc biệt nào đó chưa ai rõ, chim Yến các nơi đua nhau về đây làm tổ và từ đó hai đảo mang chung tên Hòn Yến. Tổ yến nổi tiếng khắp nơi vì được đồn đại là thuốc tiên dành cho giới nhà giàu!"

- "Sao gọi là dành cho giới nhà giàu? Bộ người nghèo là chịu chết sao? Mà tổ yến là thần dược cho bệnh gì?"

- "Suy nhược. Nó đắt như vàng, nghèo đừng mong rớ tới!"

- "Tôi chưa từng nghe. Thật khó tin!"

- "Đặc tính này của loài chim yến càng khó tin hơn. Đó là lòng chung thủy."

Võ Bằng lặng thinh đăm đăm nhìn tôi. Tôi sốt ruột:

- "Đại úy kể tiếp đi chứ, lòng chung thủy thế nào đến nỗi khó tin?"

- "Kể chuyện mà cứ nghe cô gọi Đại úy ơi Đại úy hỡi, làm mất hứng! Gọi bằng anh đi, cho thân mật."

- "Quen Đại úy chưa đầy một ngày mà! Cần thêm thời gian."

- "Đồng ý. Hạn chót là trước khi rời tàu."

Tôi lờ điều kiện của Võ Bằng, nhắc lại câu hỏi;

- "Lòng chung thủy của loài yến ra sao?"

- "Mấy năm trước, tôi được nghe một ông thượng sĩ già kể chuyện về loài chim Yến. Chúng bé nhỏ, yếu đuối vì thế tìm sống nơi các vách núi để tránh các loài hiểm ác. Một khi đã thành chồng vợ là thủy chung một đời. Tổ ấm xây ở đâu là suốt đời ở đó. Hàng ngàn tổ yến trên cùng một vách đá mà luôn luôn về đúng tổ của mình. Tổ yến được cả vợ lẫn chồng tạo thành bằng nước miếng kết với cỏ cây và với chính những chiếc lông của chúng.

Loài chim yến hiền hòa tránh được ác thú nhưng rất không may gặp phải loài người. Họ cho rằng tổ yến là thần dược trị suy nhược nên tổ yến trở thành nguồn sống của người nghèo và là thuốc trường sinh cho người giàu. Do đó loài chim yến nhận lấy thảm kịch. Có người lấy trọn tổ, ném yến con xuống biển. Khi bị lấy mất con hay mất tổ, chim mẹ đau buồn bay đâm đầu vào vách núi tự sát đúng ngay nơi cái tổ của mình. Chim cha sau khi bay vài vòng kêu gào thảm thiết rồi cũng một lòng tự sát theo vợ. Lại còn có tiếng đồn tổ yến hồng mắc hơn tổ yến thường. Do đó có người khi lấy tổ yến đã cố tình chừa lại một ít, Yến phải xây lại tổ thật gấp cho kịp ngày sinh nên không đủ nước miếng đến phải khạc ra máu."

- "Nghe thảm thương quá! Có thật vậy sao?"

- "Tôi nghe vậy hay vậy chớ chưa có dịp nhìn tận mắt. Nếu cô muốn kiểm chứng, hôm nào tôi và cô cùng đi Nha Trang, ra Hòn Yến..."

- "Hiện tại Đại úy nên tiếp tục đưa tôi đi xem tàu." Tôi ngắt ngang.

Võ Bằng nở nụ cười miễn chấp, bước qua khung cửa. Khi đến ô vuông trên sàn có thang đứng dẫn xuống phòng ăn sĩ quan, Võ Bằng nói:

- "Thay vì xem tàu rồi ăn sáng, tôi e hết giờ ăn sáng. Vì vậy đề nghị chúng ta cà phê cà pháo rồi hãy tiếp tục."

Tôi nhìn đồng hồ: 8 giờ 30. Tôi gật đầu đồng ý. Bàn ăn trống trơn. Phòng ăn chỉ có mỗi tên Mỹ ngồi ở sofa chơi với bộ bài. Võ Bằng đưa tay nhấn chuông rồi kéo ghế cho cả hai. Chúng tôi cùng ngồi. Anh thủy thủ hôm qua xuất hiện, vui vẻ hỏi:

- "Chị uống cà phê?"

Tôi đứng lên muốn tự làm lấy nhưng anh thủy thủ lên tiếng:

- "Cà phê pha sẵn, để tôi mang đến."

Anh trở lại với một cái khay gồm hai ly cà phê, hũ đường và hộp sữa ông Thọ.

- "Hạm Phó và chị dùng gì? Có trứng chiên và bánh mì hoặc cháo hột vịt muối."

Võ Bằng chờ tôi chọn trước. Tôi nói với anh thủy thủ:

- "Nhờ anh chỉ chỗ cho tôi tự làm lấy!"

- "Trên chiến hạm. mỗi người mỗi việc mà cô thì không được chia việc. Hãy cho biết cô thích ăn gì!" Võ Bằng nói nhỏ.

Nếu đang ngồi với Hưng thì tôi đã làm mặt giận không ăn. Nên đành nói:

- "Anh cho bánh mì trứng chiên."

- "Tôi cũng vậy." Võ Bằng lên tiếng.

Anh thủy thủ 'đáp nhận' rồi hối hả rời phòng. Tôi nhăn nhó:

- "Tôi đã quen tự lo cho mình, Đại úy làm tôi vô cùng áy náy!"

- "Hãy dành sự áy náy cho việc cô từ chối lời mời đi xem Dr. No. Còn ở đây, đó là nhiệm vụ của Hạ sĩ Tốt mà chuyên nghiệp gọi là Chiêu Đãi Viên.

Tôi mỉm cười với cái chuyên nghiệp trong quân đội mới nghe lần đầu. Võ Bằng như hiểu nụ cười của tôi, nói:

- "Chưa lạ đâu. Các Chiêu Đãi Viên còn bị bè bạn đặt biệt danh là Phi Hành Gia."

- "Sao mà từ cái nghề tầm thường lại vọt lên cao quý đến thế?"

- "Cô thử tưởng tượng hai tay bưng hai dĩa thức ăn chạy như bay xuống cầu thang."

- "Còn biệt danh của Đại úy?"

Anh Phi Hành Gia đặt thức ăn lên bàn. Võ Bằng nhấc hũ muối tiêu rải lên trứng, xé mảnh bánh mì chấm vào trứng rồi đưa lên miệng lặng lẽ nhai. Được vài miếng, anh chàng nghiêng mặt nhìn tôi:

- "Biệt danh của tôi hả? Nói không được!"

Tôi nhấc chai xì dầu xịt lên trứng. Trứng chiên thật khéo. Tròng trắng và tròng đỏ tạo thành hai vòng tròn đồng tâm. Tôi dùng dao cắt trứng và dùng nĩa đặt trứng lên bánh mì. Tôi nói trước khi đưa vào miệng:

- "Nói không được, tức là có biệt danh không được thơm tho."

Võ Bằng lặng thinh, không phản đối. Tôi ăn tiếp miếng thứ nhì, vừa nhai vừa tự trách mình ăn nói sỗ sàng. Dù có ghét, cũng phải lịch sự cho qua chuyến đi, huống hồ Bằng đã tận tình giúp đỡ. Tôi tự trách rồi dịu giọng như một biểu hiện xin lỗi:

- "Chừng nào mình mới về tới Sài Gòn hở Đại úy?"

- "Bình thường từ Nha Trang về đến Sài Gòn là mất 24 tiếng, nghĩa là nếu không có gì trở ngại, cô có thể rời tàu sáng mai. Thử chiêm nghiệm xem, lúc đó cô vui hay buồn!"

Tôi thầm trả lời 'tất nhiên là rất vui' nhưng miệng nói khác:

- "Còn tới 24 tiếng nữa mà! Đến lúc đó mới biết!"

- "Tôi thì bắt đầu buồn rồi! Cứ mỗi giây phút trôi qua là càng buồn thêm. Tới lúc đó hẳn là rơi nước mắt!"

Dù với cái giọng nửa đùa nửa thật, và dù tôi đang yêu Hưng, những lời của Võ Bằng cũng gây trong tôi ít nhiều xao xuyến. Tôi lại phải chuyển đề tài:

- "Đại úy nói gia nhập Hải Quân là do bạn bè rủ rê, vậy có khi nào Đại úy hối hận?"

- "Hối hận? Ý cô là sao? Tôi nhớ đã có nói tôi gia nhập Hải Quân là đúng thời điểm quân đội cần thêm người."

- "Thí dụ như Đại úy thấy quân đội... không như ý mình!"

- "Tôi chỉ tự hỏi mình có làm đúng ý quân đội!"

Tôi thất vọng với câu trả lời của Bằng: 'Thế thì có chết cũng đáng kiếp!' Đúng lúc tôi tìm lại được sự thanh thản, Bằng lại gây dao động:

- "Bây giờ tôi còn khám phá một điều hay ho. Nhờ nhập ngũ mà tôi nghiệm ra trên đời có lắm điều kỳ bí, thú vị. Như nhờ đi Hải Quân mà hôm nay tôi mới được hân hạnh đi chung tàu với người đẹp Phan Kim Phượng."

- "Đang nói chuyện đứng đắn, Đại úy cứ nói chuyện đâu đâu." Tôi càu nhàu.

- "Chuyện thật đứng đắn đấy! Thì cô cứ đặt câu hỏi rồi tự trả lời. Ai xếp đặt cho tôi và Đính học cùng khóa? Ai xui cô quá giang tàu này? Và như vậy, trăm năm biết có duyên gì hay không?"

Tôi nâng ly cà phê. Mùi thơm hơn mùi cà phê tôi uống hàng ngày. Tôi nhìn về bàn cà phê nhưng không tìm thấy thương hiệu. Tôi nhấp vài ngụm, vị đắng nghét. Tôi chưa để đường. Võ Bằng thấy tôi nhăn mặt, mỉm cười đẩy sang chiếc đĩa đựng hộp sữa đặc. Tôi lắc đầu. Bằng đưa sang hũ đường. Tôi múc đầy muỗng như thường lệ. Vừa nhâm nhi cà phê tôi vừa ngẫm nghĩ cái 'duyên' gặp gỡ Võ Bằng. Không, chả có cái duyên nào hết. Chẳng qua anh chàng chỉ mượn 'Kiều' để tán tỉnh lăng nhăng. Vấn đề là tôi phải làm sao ngăn chặn. Võ Bằng đột ngột hỏi:

- "Có thật là cô chưa yêu ai? Đẹp như cô dĩ nhiên có hàng tá người đeo đuổi."

Tôi nhìn đồng hồ và đề nghị:

- "Kém 5 là 9 giờ. Anh Tốt đang chờ dọn dẹp. Chúng ta tiếp tục xem tàu."

Võ Bằng mỉm cười đứng lên, kéo ghế cho tôi dễ rời bàn.

Chúng tôi bước qua khung cửa, đi về phía lái trên một hành lang đầy mùi gia vị.

Cuối hành lang, một khu vực mở rộng, sáng choang, với nhiều dãy bàn và một số thủy thủ. Có tiếng hô "nghiêm" từ đâu đó, tất cả đứng lên và sau tiếng "nghỉ" của Bằng, tất cả ngồi xuống. Nhân viên chào Hạm Phó của họ mà tôi thấy ái ngại như mình đang được chào. Phải biết thế thì đã không đòi đi.

Tôi cố giữ bình thản, quan sát. Tổng cộng bảy dãy bàn bọc *formica* xanh, ba nằm ngang và bốn nằm dọc theo tàu. Hai bên mỗi dãy bàn là băng ghế bọc nệm, đủ chỗ cho năm người ngồi. Tính theo chỗ ngồi, tổng cộng bảy bàn, là 70 chục người. Hiện diện ở một bàn nằm ngang có năm hạ sĩ quan đang nhậu với bia quân tiếp vụ, trong đó tôi nhận ra Trung sĩ Tùng. Ở hai bàn nằm dọc mỗi bàn có một nhóm người chơi cờ tướng, domino tôi chưa từng gặp mặt. Một tấm lưới sắt thay cho bức vách của khu vực nấu nướng nằm trên khe hở của một quầy dài, một phần là các ngăn đựng đũa muỗng nĩa. Ở một vách treo đủ cỡ nồi niêu xoong chảo. Ở một vách khác là các hộc trống vừa cho quả bom. Có bốn lò điện, mỗi lò là một tấm phản đen tròn, khác cỡ, có núm điều chỉnh độ nóng. Nối tiếp bốn lò điện là hai chậu lớn đựng chén dĩa dụng cụ đã dùng, chờ rửa. Cửa vào nằm sát mạn tàu, dễ vô ra nhưng có vào đặt được quả bom thì cũng chỉ uổng công. Theo ước lượng, nhà bếp ở trên phần nổi, quả bom chỉ làm hư sơ sài con tàu và sát hại vài ba người nhà bếp. Còn đặt bom khu bàn ăn, có thể giết gần cả tàu nhưng chỉ toàn là lính. Mục tiêu chính là Hạm Trưởng, tên Mỹ, sĩ quan, và chiến hạm.

- "Đây là nhà bếp," Võ Bằng nói, "là nơi cung cấp ba bữa ăn cho cho Hạ sĩ quan và thủy thủ. Mỗi người tự lấy thức ăn đựng trong khay để dọc theo quầy dài. Theo tổ chức nhà bếp, đi chợ và nấu ăn thì có chuyên nghề tiếp vụ. Trông coi bảo quản thực phẩm là quản kho. Tính toán tiền nong lương bổng thì là kế toán. Trách nhiệm tổng quát là Thiếu úy Hoàng Văn. Giờ này các nhân viên nhà bếp được nghỉ ngơi trước khi lo bữa ăn trưa."

- "Họ không có Phi Hành Gia như sĩ quan?" Tôi hỏi móc.

- "Theo cấp số thì không! Nhưng hạ sĩ quan du di hay lắm."

- "Du di thế nào?"

- "Tôi không muốn biết vì biết thì phải cấm!"

- "Còn chỗ ngủ, có khác biệt không?"

- "Có chút khác biệt. Họ đều nằm giường treo nhưng với hạ sĩ quan thì có thêm tấm nệm cá nhân."

- "Tôi muốn xem tận mắt!"

- "Xem tận mắt thì không được." Võ Bằng tủm tỉm cười.

- "Sao lại không được?" Tôi thắc mắc.

- "Tôi nói không được là không được."

Lại 'nói không được'. Cho là anh chàng cố tình chọc giận, tôi nằn nì:

- "Nhưng tôi muốn xem!"

- "Bình thường, trước khi tiếp đón quan khách, chiến hạm cần sẵn sàng ở tình trạng hoàn hảo nhất. Hiện tại chưa sẵn sàng!"

- "Chưa sẵn sàng thì xem theo chưa sẵn sàng. Tôi chỉ là kẻ quá giang chớ có là quan khách gì đâu!"

- "Với riêng cô thì còn hơn cả quan khách!"

- "Tại sao?"

- "Cô nhất định muốn biết?"

Tôi gật đầu. Võ Bằng ghé miệng sát tai tôi nói nhỏ:

- "Tại vì không chuẩn bị sợ e có nhân viên ngủ... ở truồng!"

Tôi nghe nóng ở mặt và tự mắng mình: "Cứ ham đòi hỏi. Cho đáng đời!" Tôi vờ không nghe, bước đến bàn của Trung sĩ Tùng. Tùng và bốn người gật đầu chào. Tôi đáp bằng nụ cười. Võ Bằng giới thiệu bốn người tôi chưa quen: Trung sĩ Trọng pháo Hà Quang Lâm, Trung sĩ Giám lộ Lê Tín, Thượng sĩ Cơ khí Đoàn Văn Thức và Thượng sĩ Quản Nội Trưởng Trịnh Minh Hoàng. Hoàng rót bia vào hai ly giấy mời:

- "Xin mời Hạm Phó và cô đây chung vui với chúng tôi vài ly!

Tôi lắc đầu:

- "Xin cám ơn, Phượng không biết uống rượu."

Võ Bằng không khách sáo, đi liền một hơi tới đáy. Anh chàng cầm luôn ly của tôi:

- "Tôi uống thay cho cô Phượng." Nói xong là nốc sạch.

Tất cả vỗ tay hoan hô. Trung sĩ Lâm lên tiếng:

- "Hạm Phó uống ngọt lắm, đại diện cô Phượng lần nữa, Hạm Phó?"

- "Hai ly liền tù tì là quá đủ ngất ngư rồi! Hai ly nữa là dám đưa cô Phượng xem phòng ngủ của các anh lắm!"

Tôi quắc mắt nhìn Võ Bằng. Anh chàng cười nham nhở. Quản Nội Trưởng Hoàng cười nói:

- "Bộ Hạm Phó sợ Hạm Trưởng ghi vào Nhật ký Hải hành: 'Hôm nay Hạm phó say rượu'?"

Trung sĩ Tín họa theo:

- "Cứ uống đi, Hạm Phó. Có bị Hạm Trưởng ghi thì ghi lại 'Hôm nay Hạm trưởng không say rượu'!"

Tôi hòa tiếng cười vang cùng mọi người. Người thứ tư lớn tuổi nhất, Thượng sĩ Thức rót đầy ly rượu của Bằng và của ông, hai tay nâng hai ly, nụ cười hiền hòa không làm giảm các nếp nhăn ở đuôi mắt:

- "Uống ngọt như Hạm Phó, phải liệt vào hàng cao thủ! Ly này để mừng cao thủ!"

- "Cao thủ về rượu thì không có tôi. Hôm nay đặc biệt chỉ vì muốn 'cứu bồ'!"

- "'Cứu bồ'. Tôi nổi nóng. "Tôi đâu cần cứu bồ! Tôi xin uống trả ly 'cứu bồ'.

Tôi cầm ly rượu mời Võ Bằng đưa lên miệng nhắm mắt uống cạn. Tiếng vỗ tay của tất cả hiện diện đồng loạt vang lên. Người tôi bắt đầu rạo rực, nóng bừng. Hơi thở gấp gáp. Bằng lên tiếng:

- "Cám ơn các anh. Tiếp tục cuộc vui nhưng đừng say xỉn. Cô Phượng còn cần đi xem vài nơi nữa."

Chúng tôi từ giã, đi ngược về khu sĩ quan, dùng cầu thang nghiêng lên tầng trên. Bằng nói:

- "Cô sắp được viếng hai nơi đặc biệt quan trọng, coi như là linh hồn của chiến hạm. Đó là Trung tâm Chiến

Báo và Phòng Truyền Tin. Trung tâm Chiến Báo là nơi thu thập tin tức địch còn Phòng Truyền Tin là nơi trao đổi tin tức giữa ta và bạn. Tổng hợp tin tức hai nơi, sĩ quan hành quân sẽ nghiên cứu, phân tích và đề ra các đường lối hành động hiệu quả nhất trình Hạm Trưởng.

Lòng tôi rộn vui. Cơn chếnh choáng say như tan biến. Hưng mà có được tin tức này thì mừng phải biết! Vừa dợm bước thì một nhân viên quần áo ướt đẫm mồ hôi đi vội đến trước Võ Bằng. Anh hổn hển nói:

- "Thưa Hạm Phó, máy chánh tả đang tăng nhiệt độ. Chưa biết lý do."

Võ Bằng trầm tĩnh nói:

- "Anh trở lại hầm máy, tiếp tục theo dõi. Tôi sẽ báo ngay cho Hạm Trưởng. Nếu thấy nhiệt độ tăng nhanh, cho giảm hoặc ngưng máy." Võ Bằng quay sang tôi. "Cô Phượng đi với tôi."

Khi đứng trước buồng Hạm Trưởng, Võ Bằng nói:

- "Xin lỗi tôi phải gặp Hạm Trưởng. Cô Phượng hoặc ra boong chính hoặc về buồng ngủ. Tùy nghi. Sẽ gặp lại sau."

Võ Bằng gõ vào chữ Hạm Trưởng. Tôi nghe tiếng vọng 'cứ vào'. Anh chàng đẩy cánh cửa và khuất sau đó. Tôi đứng ngẩn ngơ không biết về hướng nào? Có đi hướng nào thì cũng không thoát khỏi con tàu đang gặp rắc rối!

CHƯƠNG 7

HẢI PHẬN KHÁNH HÒA
THỨ BẢY 5/8/1967 09:25G

Đứng tần ngần một lúc, tôi quyết định bước ra ngoài. Gió từng cơn hâm hấp tạt vào người. Nắng chói chang lấp loáng trên các cuộn sóng lan xa. Những cụm mây trắng bềnh bồng. Vài con hải âu nhởn nhơ. Cả một vùng trời thanh bình, thênh thang. Vậy mà tôi lại đang tìm chỗ thật ngon để đặt bom giết người thật ngọt!

Sàn tàu dưới chân tôi run nhẹ và con tàu hơi sựng lại. Tôi đoán máy tàu vừa giảm như Võ Bằng căn dặn nhân viên. Tôi bước đến cột cờ cuối lái, tò mò nhìn hai cuộn nước thi đua ra sức đẩy khối sắt khổng lồ. Khó mà ngờ lái tàu lại thấp đến thế, chừng không quá một sải tay là đụng mặt biển. Tiếng rầm rập của chân vịt, tiếng xạc xào của nước xoáy tạo thành một thứ âm thanh hỗn độn vui tai. Vùng nước cuồng xoay càng xa đuôi tàu càng dịu dần, cuối cùng hình thành một vệt dài như dòng sông bạc giữa đại dương xanh.

Sảng khoái trước cảnh tượng lần đầu được thưởng thức, tôi ngẩng mặt hít thật sâu. Vừa thở ra tôi vừa xoay người nhìn về hướng mũi. Nói cho đúng, tôi nhìn về phía cửa hông, với hy vọng Võ Bằng xuất hiện. Tôi tìm bóng dáng anh chàng ở tầng cao hơn. Lá Quốc Kỳ nền vàng ba sọc đỏ bay phất phới ở đỉnh cột giữa tàu. Tôi thực sự ngạc nhiên trước hình ảnh sống động hiện tại so với hình ảnh lặng lờ của lá cờ treo ở cột sau lái tôi thường thấy khi cùng Hưng quan sát sinh hoạt của chiến hạm cập bến Bạch Đằng. Tôi đoán rằng với chiến hạm, lá Quốc Kỳ được treo ở một trong hai vị trí, tùy khi cập bến hay hải hành. Tôi say sưa ngắm hình ảnh mới mẻ vừa khám phá. Nắng vàng và trời xanh tô điểm lá cờ thêm lộng lẫy, uy nghi. Dù Hưng nói gì thì nói, tôi vẫn yêu lá cờ vàng ba sọc đỏ. Còn ý nghĩa nào đẹp hơn ba miền chung dòng máu đỏ da vàng. Tôi chào kính lá cờ đó từ lớp mẫu giáo cho đến ngày nay và chắc chắn tôi còn tiếp tục chào kính cho đến hết đời. Lá cờ đó không chỉ là biểu hiện của dân tộc trường tồn mà còn là biểu hiện quãng đời trưởng thành tươi đẹp của tôi và cuộc sống đầy trọng vọng của ba má tôi. Khi nghe lời Hưng chống Mỹ cứu nước, tôi mụ mị quên mất là lá cờ này ngày ngày vẫn ngạo nghễ phất phới khắp Miền Nam. Bọn Mỹ mang quân đến xâm lược chẳng lẽ quên một việc ưu tiên sơ đẳng là thay thế cờ vàng bằng cờ sao sọc? Con đường tôi chọn hiện tại có đúng là lý tưởng?

Tôi nghe mệt mỏi, chán ngán chừng như sắp quỵ ngã. Hai cột trụ quấn dây hình số 8 cách tôi dăm ba bước xem ra là chỗ ngồi hấp dẫn. Khi tôi vừa ngồi xuống thì chợt thấy trên khoảng sơn đỏ dưới chân có những vệt trắng tinh anh. Tôi khom người đưa tay xoa nhẹ. Thì ra là những hạt muối từ nước biển tạt lên bốc hơi. Tôi nhớ đã bị nước bắn tóe khi đứng ở giữa tàu và đưa tay xoa hai má. Cả hai rin rít các hạt li ti. Trán và cổ tôi đã bắt đầu rịn mồ hôi. Khi đứng lên tìm chỗ tránh nắng, hình ảnh đầu tiên tôi bắt gặp là tên Mỹ ngồi sẵn từ bao giờ ở hai trụ bên mạn đối diện. Hắn mỉm cười, tay vẫy chào. Tôi không cách nào hơn là huơ tay đáp lễ.

Sự hiện diện của tên Mỹ khiến tôi bước về phía mũi tàu dù chưa biết tránh nắng nơi nào. Khi đến bên dưới chiếc ca nô treo kề hông khối sắt, đúng nơi tôi gặp Trung sĩ Tùng vào sáng sớm, tôi đứng nhìn ra biển khơi, nắm dây an toàn bằng cả hai nắm tay. Chân trời gập ghềnh theo dãy Trường Sơn. Hòn Lớn, Hòn Yến không còn bóng dáng. Vẫn biển xanh lao xao, óng ánh, chập chùng. Vẫn trời xanh vời vợi mây trắng lang thang ...

Tôi còn phải ngắm những hình ảnh nhàm chán này đến bao lâu nữa? Tàu đã giảm máy nghĩa là chuyến đi kéo dài. Dự trù về đến Sài Gòn sáng mai hóa thành chiều tối? Hưng sẽ chờ... mệt nghỉ! Anh đã quá lạc quan cho rằng sau khi chọn xong nơi đặt quả bom, tôi chỉ việc nằm khểnh nghe ca nhạc kịch. Tổ chức đã cấp cho tôi một cassette nhỏ với hai cuộn băng nhạc Trịnh Công Sơn, một cuộn kịch Kim Cương, một cuộn cải lương Sân Khấu Về Khuya nhưng đêm qua khi về tới buồng là đã ngất ngư, là ngủ thiếp. Rồi khi thức dậy thì bị Võ Bằng bám riết!

- "Mới ra nắng mà đôi má đã ửng hồng. Chắc tôi phải nuốt lời đã thề là không bao giờ còn dám yêu ai nữa..."

Tôi nghiêng mặt về tiếng nói của Võ Bằng. Anh chàng từ sân mũi bước vội đến đứng bên tôi.

- "Gặp Đại úy là nghe Đại úy nói... 'dớ dẩn'!" Tôi cằn nhằn.

- "Chuyện yêu đương mà chê 'dớ dẩn' thì chuyện gì không 'dớ dẩn'?"

- "Tàu hư gì, Đại úy? Tôi đã cảm thấy tàu chạy chậm lại."

- "Hệ thống làm nguội máy gặp trở ngại. Cơ khí đang sửa chữa. Hy vọng vài tiếng là xong."

- "Bớt máy thì chừng nào mới tới Sài Gòn?"

- 'Cô khoe là chưa yêu ai mà sao nôn về quá vậy? Tưởng đâu tàu chạy chậm, thì giờ ngắm biển dài hơn, cô mừng mới phải!"

- "Đại úy nói bầu trời chỉ đẹp lúc hoàng hôn và bình minh. Thời gian còn lại chỉ thấy dài lê thê, chán ngắt!"

- "Với tôi thì ngày nào cũng đẹp, cũng ngắn nếu ta biết sử dụng nó."

- "Đại úy sử dụng thế nào?"

- "Thí dụ như khi ngắm bình minh và hoàng hôn, tôi không chỉ ngắm bằng đôi mắt mà bằng cả tâm trí. Tôi vừa thưởng thức vừa đặt câu hỏi vì sao bình minh và hoàng hôn lại đầy sắc màu như thế! Tương tự, tôi cũng tự hỏi vì sao bầu trời và đại dương lại màu xanh và tại sao màu xanh đại dương lại đậm hơn màu xanh bầu trời. Rồi lại hỏi vì sao có mây và vì sao mây có nhiều loại, lắm màu. Lại hỏi vì sao có bão, gặp bão làm sao tránh? Ngắm lơi khơi, thời giờ không tốn bao nhiêu nhưng để giải tỏa các thắc mắc, có khi phải mất nhiều ngày. Phải đến thư viện. Phải tìm đúng sách. Phải đọc. Phải nghiên cứu!"

- "A! Một gợi ý rất hữu ích, thiết thực, đáng thực hành." Tôi thích thú kêu lên. "Lâu nay tôi vô tâm quá! Từ nay phải học hỏi theo lối của Đại úy. Bắt đầu, Đại úy làm ơn cho tôi mượn sách giải đáp các câu hỏi Đại úy vừa nêu."

- "Tàu có thư viện, nhưng rất tiếc không có sách cô cần!"

- "Vậy Đại úy có sẵn lòng thay thế... thư viện?"

- "Với ai khác thì tôi sẽ nói không huởn, nhưng với cô thì tôi sẵn lòng bất cứ lúc nào!" Võ Bằng mỉm cười với vẻ âu yếm. "Vì sao biển và trời có màu xanh? Hẳn cô còn nhớ, thời trung học, chúng ta đã biết ánh sáng là tổng hợp của bảy màu: đỏ, cam, vàng, xanh, lam, chàm, tím. Khi ánh sáng chiếu vào bầu khí quyển trong đó có các phân tử, các hạt bụi, hạt nước, mỗi màu của ánh sáng có độ dài sóng, tần số và năng lượng khác nhau sẽ bị hấp thụ hoặc phản xạ hoặc khuếch tán khác nhau. Màu có độ dài sóng lớn như đỏ, cam, vàng sẽ bị hấp thụ nhiều. Có độ dài sóng ngắn như xanh, lam, chàm, tím sẽ bị khuếch tán và phản xạ. Do mắt người nhạy cảm với màu xanh nên nhìn bầu trời chỉ thấy màu xanh. Môi trường của biển tương tự môi trường khí quyển. Nhưng màu xanh của nước biển đậm hơn màu xanh của bầu trời là vì ngoài khuếch tán màu xanh của ánh sáng còn phản chiếu thêm màu xanh bầu trời."

Tôi hân hoan tương đắc với hiểu biết mới. Chỉ cần hai chữ 'vì sao' để thêm kiến thức mà lâu nay quá vô tình! Để bày tỏ chút lòng biết ơn Võ Bằng, tôi nồng nhiệt hỏi:

- "Đại úy, vì sao lại có sóng bạc đầu? Có phải vì phần trên đỉnh sóng tan vỡ thành bong bóng, đủ mỏng để ánh sáng xuyên qua, không khuếch tán, không khúc xạ, nghĩa là giữ nguyên màu trắng?"

Võ Bằng kêu lên như khoa học gia Archimedes khám phá chân lý:

- "Eureka! Eureka! Cô phải là tri kỷ của tôi mới được."

- "Đại úy nói, khi ánh sáng chiếu vào bầu khí quyển, bảy màu của ánh sáng bị khúc xạ, khuếch tán tùm lum, nhưng ta chỉ thấy màu xanh vì màu xanh nhạy cảm với thị giác. Xin hỏi, vậy thì vì sao khi mặt trời mới mọc và sắp lặn, ta lại thấy màu đỏ?"

- "Vì sao ư?" Võ Bằng tươi cười đáp. "Vì vào thời điểm đó lớp khí quyển của trái đất dày nhất nên các màu đều bị khuếch tán, trừ màu đỏ. Màu này có độ dài sóng lớn nhất nên dễ dàng xuyên qua. Khi mặt trời lên cao dần, bầu khí quyển mỏng dần, màu đỏ bị khuếch tán dần. Cho đến thiên đỉnh, tức giữa trưa, lượng khí quyển mỏng nhất nên mặt trời trở thành trắng lóa."

Thấy Võ Bằng nhìn đồng hồ, tôi vội hỏi:

- "Còn về mây? Đại úy nói mây có lắm loại, có nhiều màu."

Võ Bằng mỉm cười, cặp mắt không rời khuôn mặt tôi:

- "Cô thật sự muốn biết? Có ăn nhằm gì môn Sử - Địa đâu?"

Thay vì thú nhận rất muốn biết, tôi trêu chọc:

- "Để giết thì giờ mà!"

- "Đại khái mây là khối tập họp hơi nước. Một đám mây nhỏ có thể nặng tới 500 tấn. Nhưng tại sao chúng không bị rơi xuống đất mà lại trôi lang thang? Là vì hơi nước nhẹ hơn không khí nên có khuynh hướng bốc lên cao nhưng lại đủ nặng để chịu lực hút của trái đất. Khi mức độ tích tụ tăng cao, tùy nhiệt độ của khí quyển mà ngưng tụ thành giọt nước hay tinh thể nước đá và rơi xuống thành mưa, thành tuyết hay mưa đá."

Võ Bằng ngưng nói, mắt vẫn đăm đăm nhìn tôi. Tôi hơi ngượng, nhắc:

- "Còn loại mây, màu mây?"

Võ Bằng chớp mắt làm như sực tỉnh:

- "À, mây được ghi nhận có 10 loại mang tên bằng

tiếng Latin rất khó nhớ. Dù chỉ phải nhớ một tên thôi, tôi thà nhớ tên Phan Kim Phượng." Võ Bằng nhăn nhở cười duyên. "Mười loại mây này được đặt tên theo độ cao của nó và được xếp vào ba tầng: tầng thấp, tầng trung và tầng thượng. Tầng thấp từ mặt đất lên 2 ngàn mét gồm 4 loại: Cumulus, Stratus, Stratocumulus và Nimbostratus. Tầng giữa từ 2 ngàn mét đến 7 ngàn mét gồm 2 loại: Altocumulus và Altostratus. Tầng thượng từ 7 ngàn mét tới 18 ngàn mét gồm 4 loại: Cirrus, Cirrocumulus, Cirrostratus và Cumulonimbus. Còn màu của mây thì tùy thành phần cấu tạo, tùy độ dày mỏng... mà có mây trắng, mây đen, mây ngũ sắc, v.v..."

Võ Bằng chỉ một cụm mây gần chân trời:

- "Đó là loại mây Cirrus, có dạng tơ trắng mong manh, giăng lơ thơ rất cao trên nền trời khiến không thể không nghĩ tới câu thơ Đỗ Phủ: 'Thiên thượng phù vân như bạch y'."

Anh chàng nhìn quanh, tìm kiếm, lại tiếp:

- "Cụm mây như cục bông gòn kia là loại mây Cumulus tôi thích nhất. Nó báo hiệu một ngày trời rất đẹp. Gặp gió, loại mây này biến hóa thiên hình vạn trạng trong đó có bức tranh vân cẩu vẽ người tang thương. Nhưng tôi lại rất ghét một loại mây tương tự cumulus mang tên cumulonimbus. Loại mây này rộng hơn, dày hơn, cao hơn, có màu xám đậm gây những trận mưa rất lớn. Có thể đây là loại mây được người xưa mô tả là ... thâm đông, chúng ta đề cập hôm qua!'

Tôi tặng Võ Bằng một cái liếc xéo trước khi nghe tiếp:

- "Người xưa cũng hay nói 'sau cơn mưa trời lại sáng' nhưng ít khi nói về một hiện tượng đặc biệt là sau cơn mưa còn có thể có 'mống chuồn'."

Tôi phì cười lớn. Võ Bằng có cái tài là không để tôi giữ được vẻ mặt bình thản hay trang nghiêm. Anh chàng phát âm 'mống chuồn" thay vì 'móng chuồn', gợi tôi nhớ thời mới lớn bạn bè hay dùng để chọc ghẹo nhau. Hưng rất hiếm khi nói đùa hoặc anh có nói mà vì ngôn ngữ bất đồng, tôi không hiểu đủ để bật tiếng cười. Lắm khi tôi phải yêu cầu anh nói lại. Nhưng với Võ Bằng, cùng miệt vườn, cùng ngôn từ dân dã, thật dễ cảm thông và gần gụi. Tôi vui vẻ khuyên can:

- "Đại úy nên dùng danh từ 'cầu vồng' cho nó đúng sách vở, chớ dùng 'móng chuồn' tôi nghe... nhột quá!"

Võ Bằng cười thiệt tươi:

- "Tiếng Việt mình thật tuyệt vời. Móng chuồn là một cách ám chỉ, mây mưa là một cách ám chỉ khác. Nhưng... vì sao có móng chuồn? Giải thích hiện tượng này thì dông dài, chỉ cần biết đại khái là do mặt trời chiếu qua triệu triệu giọt mưa, bị phản xạ và khúc xạ liên miên nên hiện nguyên hình bảy màu: đỏ, cam, vàng, xanh, lam, chàm, tím."

Võ Bằng lại nhìn đồng hồ, tôi vội hỏi:

- "Như vậy Hải Quân học về mây để tiên đoán thời tiết?"

- "Chỉ phần nào thôi, như phong vũ biểu Barometer, là một cảnh giác trong khi chờ xác nhận từ bản tin chính thức do các đài khí tượng chuyển đến. Bản tin khí tượng đặc biệt hữu ích khi có bão. Nó cho biết tâm bão đang ở tọa độ nào, hướng di chuyển, vận tốc, sức gió ra sao, nhờ đó chiến hạm tìm vùng an toàn để tránh."

Tôi nghiêng mặt, định hỏi tiếp thì đã nghe giọng cợt đùa:

- "Bây giờ là 11 giờ 15 phút. 15 phút nữa tôi phải chuẩn

bị để nhận phiên hải hành. 15 phút đó đủ để tôi trả lời các câu cô hỏi về tôi, như tôi đã yêu ai và đang yêu ai!"

- "Đại úy có hứa sẽ đưa tôi viếng Trung Tâm Chiến Báo!" Tôi thản nhiên nhắc nhở.

- "Tôi luôn luôn giữ lời hứa. Thì viếng Trung Tâm Chiến Báo!"

Chúng tôi leo lên sân thượng bằng chiếc thang thẳng đứng tựa vách khối sắt. Sân thượng là một khoảnh sân vuông vức mỗi cạnh năm thước. Giữa sân có một cầu thang bắc lên tầng cao hơn, tôi đoán là Đài Chỉ Huy. Một cạnh là vách của tầng giữa. Ở mỗi cạnh dọc hông tàu là một ổ súng máy. Cạnh cuối cùng nhìn thẳng hướng lái tàu. Lên cao hơn, phối cảnh đổi thay, tôi mải mê ngắm biển và trời. Xem chừng biển bao la hơn, trời vời vợi hơn, sắc màu tươi sáng hơn, tàu thuyền rõ nét hơn.

Võ Bằng mở cánh cửa nặng nề phía sau cầu thang phô bày một buồng nhỏ chất chồng nhiều khối máy móc đang hoạt động. Có khối với những ô chữ số, có khối nổi sóng tín hiệu. Có khối mang dãy gạch đỏ đen. Một nhân viên tháo gỡ ống nghe đứng lên chào. Võ Bằng giới thiệu chúng tôi rồi theo một lối đi hẹp vào sâu hơn. Một chiếc bàn vuông lớn đặt giữa gian phòng rộng mát, quanh bốn vách gắn lỉnh kỉnh các dụng cụ tôi chưa từng thấy bao giờ. Võ Bằng nói:

- "Trung Tâm Chiến Báo là đây. Mỹ gọi là CIC, viết tắt chữ Combat Information Center. Hai khí cụ có màn ảnh tròn đặt ở hai góc là máy Radar và Sonar. Như tôi đã có dịp nói qua, Radar là máy phát giác tàu và phi cơ địch. Sonar phát giác tàu ngầm. Rất tiếc chiến hạm đang trên đường về bến nên không thể cho cô xem tận mắt, nghe tận tai các hình ảnh và âm thanh tuyệt vời của chúng. Ba dụng cụ gắn ngang hàng trên vách hông là đồng hồ 24 giờ, phong vũ biểu Barometer và máy đo chiều sâu Fathometer."

Võ Bằng đứng sát mép tấm bản đồ chiếm trọn mặt bàn, bên trên có bút chì, com-pa, thước kẻ song song:

- "Đây là tấm hải đồ và các thước đo cần thiết cho việc hải hành và săn tàu ngầm. Việc hải hành được chia thành hai loại: Hải hành cận duyên và hải hành viễn dương. Một phương pháp hải hành dùng chung cho hai loại này là Phương pháp Hải Hành Phỏng định, tiếng Mỹ gọi là Dead Reckoning.

Võ Bằng chăm chú nhìn tôi dò xét. Thấy tôi tỏ vẻ lắng nghe, anh chàng vui vẻ tiếp:

- "Để dễ thấy phương pháp này, một so sánh cụ thể rất nên đưa ra. Ví dụ mình tính đi đâu đó bằng xe hơi với vận tốc trung bình 60 cây số giờ và dự trù đến nơi sau 10 tiếng. Nếu không bị kẹt xe, hoặc không bị Việt Cộng đắp mô thì đến đúng giờ dự trù. Ảnh hưởng của gió không làm thay đổi tốc độ, vì chỉ cần bớt hay tăng thêm ga. Với tàu biển thì gió và dòng hải lưu có tác động rất lớn. Bởi vì khác với xe chạy trên mặt đường, tàu thì chạy trên mặt biển. Nghĩa là dù hướng đi và vòng quay chân vịt giữ nguyên, con tàu bị gió và hải lưu đẩy giạt ít nhiều khỏi đường đi và đồng thời làm tăng hay giảm tốc độ. Nói cách khác, con tàu sẽ đến ngoài địa điểm đã định đồng thời đoạn đường di chuyển cũng dài hơn hoặc ngắn hơn.

Võ Bằng lại ngưng nói, nhìn tôi. Chỉ đến khi tôi cho biết đã hiểu anh chàng mới chịu trình bày tiếp:

- "Một rắc rối nữa là trên thế giới, tùy theo vùng và theo mùa, chiều và vận tốc của gió và của dòng hải lưu khác nhau. Nói riêng về bờ biển của chúng ta, có hai mùa gió, là mùa gió Đông-Bắc tức mùa Gió Chướng, thổi từ đông-bắc xuống tây-nam khoảng tháng 11 đến tháng 4. Và mùa gió Tây-Nam, thổi ngược lại, từ tháng 5 tới tháng 10. Về dòng hải lưu thì coi như gió chiều nào dòng hải lưu chảy theo chiều ấy."

Võ Bằng chỉ một vòng tròn lớn in sẵn trên hải đồ:

- Đây là Vòng Tròn Định Hướng, tiếng Anh gọi là Compass Rose, được chia đều thành 360 góc độ. Đường thẳng qua số 0 và 180 là trục Bắc Nam của Trái Đất. Đường thẳng qua số 90 và 270 là hướng Đông Tây."

Anh chàng chỉ một đường thẳng kẻ sẵn bằng viết chì trên hải đồ và vẽ thêm hai gạch chéo hai bên đường kẻ:

- "Còn đây là đường đi thật 190 độ của chiến hạm và giả thử một bên đường đi có một đảo chìm và bên kia là vùng đá ngầm. Khi bị gió và hải lưu đánh giạt, con tàu sẽ va phải một trong hai đối vật này. Vì vậy, tùy mức độ nguy hiểm của hải trình, thỉnh thoảng sĩ quan đương phiên phải xác định vị trí chiến hạm. Xác định bằng cách dùng la bàn đo ba góc độ của ba đối vật trên bờ. Điểm giao nhau của chúng là vị trí thật của chiến hạm lúc đó. Khi thấy vị trí này nằm ngoài đường đi thật, sĩ quan đương phiên phải tính toán để định ra hướng đi mới sao cho con tàu dù bị giạt vẫn nằm trên đường đi thật. Thí dụ như chúng ta đang trong mùa gió tây nam, gió và dòng nước tác động vào chếch mạn phải của con tàu, đẩy con tàu giạt ra ngoài đường đi thật về phía trái. Vậy muốn giữ con tàu nằm trên đường đi thật, hướng đi phải chếch bên phải. Việc tính toán để tìm ra hướng đi nhờ vào công thức: khoảng cách bằng vận tốc nhân với thời gian và các dụng cụ đo đạc. Thí dụ ta tìm ra hướng đi mới là 200 độ. Cho lái hướng này, thực tế con tàu chạy trên đường đi thật là 190. Theo miệt vườn của chúng ta, cách thức này gọi là lái trừ hao, phải hôn cô Phượng?"

Tôi cười gật đầu. Võ Bằng hỏi:

- "Cô có bao giờ thấy chiếc la bàn?"

- "Dĩ nhiên. Dân sử-địa mà!"

- "Cô từng có dịp ứng dụng nó?"

- "Chưa." Tôi thú thật.

- "La bàn cô thường thấy là la bàn từ. Hải Quân chúng tôi... chê loại này bởi nó không chính xác. Như cô biết, do cấu tạo địa chất khác nhau, mỗi địa phương có địa từ trường mạnh yếu khác nhau. Lại thêm độ lệch địa từ variation mỗi năm một khác. Lại còn chịu ảnh hưởng sắt thép máy móc của con tàu, gây thêm độ lệch deviation. Cho nên, để tìm hướng Bắc thật của la bàn từ, sĩ quan hải hành phải tính toán lôi thôi lắm! Chính vì vậy la bàn từ chỉ dùng đến khi la bàn điện bị hư. La bàn điện là khí cụ đã được khử từ, đã được điều chỉnh các độ lệch để lúc nào cũng chỉ đúng hướng Bắc của địa cực.

Võ Bằng nhìn tôi như đo lường mức độ tôi nhận hiểu. Thật tình tôi chỉ hiểu lơ mơ nhưng đủ thấy mới lạ và thú vị rất đáng nghe tiếp. Hơn nữa tôi đã nhập tâm 'ranh ngôn': thà nghe Võ Bằng nói hơn là bị nói; tức thà hỏi hơn bị hỏi. Tôi hăng hái khích lệ:

- "Mục đích chuyến đi của tôi là ngắm biển và tìm hiểu đời sống trên biển. Đại úy vừa cho tôi một số kiến thức mới lạ và thú vị. Tôi chưa từng biết khi hải hành dọc ven biển, người ta định vị trí tàu bằng cách dùng la bàn điện đo hướng ba đối vật. Cũng chưa hề nghĩ đến gió và hải lưu làm tàu chạy lệch đường. Vậy trong trường hợp hải hành viễn dương, như chuyến đi xuyên Thái Bình Dương của Đại úy, cả tháng lênh đênh không bến bờ, tìm đâu ra 'đối vật' mà định vị trí?"

- "Đối vật thì ở đâu chẳng có! Hải hành cận duyên thì có đối vật trên đất. Hải hành viễn dương thì có đối vật trên trời. Dĩ nhiên dụng cụ để đo hướng đối vật trên trời và cách đo cũng khác. Đối vật trên trời là các thiên thể như mặt trời, mặt trăng và các vì sao. Đây là phương pháp rất nhiêu khê, gọi chung là phương pháp hải hành bằng thiên văn. Tôi chỉ đưa ra vài 'khái niệm' gợi ý, chớ muốn hiểu rõ thì cô phải gặp tôi liền tù tì vài tháng."

- "Khó dữ vậy sao?" Tôi giả lả.

- "Có lẽ đó là môn học khó nhất của nghề đi biển. Để định vị trí bằng thiên văn, cụ thể là Mặt Trời, Mặt Trăng, các hành tinh, các định tinh ..."

- "Xin lỗi, thế nào gọi là hành tinh, định tinh?" Tôi ngắt lời.

- "Chúng ta đều biết Thái Dương Hệ gồm Mặt Trời và 9 hành tinh quay quanh. Chín hành tinh đó đặt theo thuyết ngũ hành là Kim, Mộc, Thủy, Hỏa, Thổ, đặt theo trời, biển, địa ngục là Thiên Vương Tinh, Hải Vương Tinh, Diêm Vương Tinh và đặt theo hứng là Địa Cầu tức Trái Đất. Còn định tinh là những ngôi sao sáng, có vị trí ổn định trên thiên cầu. Định tinh gần ta nhất là Mặt Trời, cách hơn 4 năm ánh sáng. Tốc độ ánh sáng là 300 ngàn cây số mỗi giây. Năm ánh sáng là quãng đường ánh sáng đi được trong 1 năm, tức là gần 10 ngàn tỷ cây số. Vậy Mặt Trời cách ta gần 40 ngàn tỷ cây số!"

Tôi thè lưỡi:

- "Đường xa chi mấy!"

- "Cô có đọc tập truyện của Lan Đình hả?"

Tôi gật đầu nhưng kéo Võ Bằng trở lại chủ đề:

- "Cám ơn Đại úy cho tôi hiểu rõ về hành tinh, định tinh. Xin tiếp tục."

- "Định vị trí bằng thiên văn là một việc làm đòi hỏi sự lanh lẹ, khéo léo và chính xác. Các dụng cụ cần có là Sextant, Chronometer, Timer, The Nautical Almanac...

Dùng kính lục phân Sextant để đo độ cao và phương vị độ thiên thể. Dùng đồng hồ Chronometer, Timer để đo thời gian và dùng Lịch thiên văn The Nautical Almanac để có tọa độ các thiên thể. Từ các số liệu đó tính ra vị trí con tàu. Đặc biệt Lịch thiên văn còn cho biết giờ Mặt trời, Mặt trăng mọc lặn, sự bắt đầu và kết thúc của bình minh và hoàng hôn. Tôi yêu bình minh và hoàng hôn vì đó là các thời điểm vừa thấy được rõ ràng chân trời vừa còn nhận ra thiên thể muốn đo đạc. Cô muốn nghe tiếp chứ?"

Tôi sốt sắng gật đầu. Võ Bằng cười mỉm:

- Tôi nói đúng phải không? 15 phút trôi thật mau. Cô muốn nghe tiếp, hẹn sau khi tôi xuống phiên. Giờ thì chúng ta xuống phòng ăn."

Tôi nhìn đồng hồ:

- "Còn sớm mà Đại úy, mới mười một giờ rưỡi."

- "Bộ cô tính cho tôi nhịn đói nhận phiên hải hành sao chớ? Cho tôi ít thì giờ dằn bụng, cô cũng cần thì giờ chuẩn bị đón tiếp Hạm Trưởng chủ tọa bữa ăn."

- "Bộ bữa ăn... vắng mặt Đại úy?" Tôi lo ngại hỏi.

- "Cô là người đại diện!"

Nghĩ đến việc ngồi ăn với toàn là thứ dữ, tôi cảm thấy hụt hẫng:

- "Đại úy cho tôi miễn..."

Võ Bằng lại nở nụ cười dễ ghét:

- "Miễn đại diện Hạm Phó thì được nhưng miễn với tư cách thân nhân Hạm Phó thì không!"

- "Cho miễn đi mà!"

- "Như tôi đã nói, bữa ăn trưa và tối, không ai được phép vắng mặt và cũng không ai được rời bàn trước Hạm Trưởng. Nếu cô nhất định không dự, hãy đích thân xin phép Hạm Trưởng với lý do chính đáng."

Tôi ngẩn ngơ bước theo Võ Bằng. Trên đường đến phòng ăn, tôi chợt khám phá ra một sự thật khó tin: Gần bên Võ Bằng, mọi lo âu của tôi tan biến...

CHƯƠNG 8

HẢI PHẬN KHÁNH HÒA
THỨ BẢY 5/8/1967 11:40G

Bước vào phòng ăn, việc đầu tiên là tôi hướng mắt về chiếc ghế dành cho tên Mỹ. Thật dễ chịu khi không thấy mặt hắn. Vài sĩ quan đã hiện diện. Nơi Võ Bằng ngồi, phần cơm đã được dọn sẵn.

- "Tôi cần về buồng..."

Miệng nói, chân bước vội về khung cửa. Tiếng Võ Bằng đuổi theo:

- "Nhớ có mặt trước 10 phút."

Tôi kéo kín màn cửa rồi đi thẳng vào buồng vệ sinh. Tôi thấm nước một góc khăn, lau mặt, lau cổ, lau tay. Nước thật mát giúp da tôi trở lại mịn màng và thấy tỉnh người. Khi tôi đang o bế mái tóc, tiếng còi vang lên ba hồi te tít. Tôi nhìn đồng hồ: 11:45. Như vậy còi báo đổi phiên hải hành trước 15 phút. Tôi cũng còn 15 phút mới tới phiên... cơm trưa với Hạm Trưởng. Đó là cả một miễn cưỡng, hoàn toàn ngoài mong muốn. Nhưng tự do thì vẫn còn 5 phút nữa.

Tôi ngả lưng lên giường, hít thở dài hơi. Đó là cách tôi lấy lại sức sau một ngày học hành mệt mỏi. Nhưng ở trên tàu này, mệt mỏi đã là may mắn. Suốt đêm qua tôi đã ngất ngư. Rồi sáng nay, mới qua vài giờ mà sức đã đuối thì lấy đâu sáng suốt mà dối trá như một trước sau! Tôi không hiểu sao lại cứ lo lo khi bữa cơm vắng mặt Võ Bằng. Bắt chước anh chàng, tôi tự hỏi 'vì sao' nhưng không tìm thấy câu trả lời. Đúng ra, việc Võ Bằng không hiện diện tôi mừng mới phải vì sẽ khỏi bị tấn công mặt tình cảm trong nhiều mặt khác sắp bị tấn công tập thể.

Tôi ôn lại những gì tôi đã tiết lộ từ khi xuống tàu. Tôi nghĩ là tôi đã quyết định đúng khi không nghe lời Hưng nói dối về lý lịch. Thân thế ra sao cứ nói đúng vậy, không sợ gì sơ hở. Khi quả bom nổ, tôi đã cao bay xa chạy. Tên tuổi địa chỉ đều giả lấy gì truy tầm!

Nhắm chừng 5 phút đã trôi qua, tôi ngồi bật dậy, bước ra phòng ăn. Võ Bằng còn đó hẳn muốn yên trí là tôi không vắng mặt. Anh chàng lịch sự kéo ghế mời tôi ngồi. Không thể làm khác hơn tôi 'cám ơn' rồi nhìn quanh nói 'xin chào'. Mọi người đáp trả vui vẻ. Võ Bằng quay sang nói nhỏ với tôi:

- "Chịu khó ăn cơm... bình dân vài buổi. Về Sài Gòn, tôi sẽ đền bù 'trừ hao' ở các nhà hàng ngon lành."

Phớt lờ cái liếc sắc bén của tôi, anh chàng uống cạn ly trà đá rồi rời bàn. Phút chốc, tôi thấy lúng túng, ngượng ngùng. Tôi nhìn anh chiêu đãi dọn dẹp phần ăn của Võ Bằng và bày biện các phần ăn mới. Tôi thích thú theo dõi cử động nhanh nhẹn khéo léo của anh. Tôi đâm mê cái chén trên cái dĩa màu trắng in hình mỏ neo màu xanh, kèm một bên là chiếc muỗng bạc và đôi đũa ngà, một bên là khăn ăn vải trắng. Lối trình bày gợi tôi nhớ cách nay nửa năm, Hưng đưa tôi đi ăn ở nhà hàng nổi, nơi một năm trước đó đặc công nội thành đã đánh bom làm chết và bị thương hàng chục tên Mỹ. Cũng chén dĩa trắng, cũng khăn ăn trắng. Chỉ có chút khác biệt là hình chiếc mỏ neo được thay bằng chữ Mỹ Cảnh. Bộ dạng anh bước khệnh khạng, cái cách anh bưng hai tô canh, hai dĩa món ăn tôi thấy không có gì bất thường để bị chọc quê là phi hành gia...

Tên Mỹ vừa ngồi lên ghế đối diện mỉm cười chào. Dù tia nhìn của hắn tỏ vẻ thân ái, dù đêm qua hắn không giở trò nhưng tôi vẫn mím môi đáp lễ. Tôi còn phải sống qua đêm nay nữa. Liệu đêm nay hắn có giở trò? Các sĩ quan cùng dòng máu Việt sẽ cứu tôi hay sẽ hùa theo để tận hưởng? Tôi rùng mình và thấy giận Hưng. Một mặt anh nói Mỹ Ngụy tàn ác, một mặt anh đẩy tôi vào tay Mỹ Ngụy! Tôi nhắm mắt xua đi ý nghĩ đen tối. Chợt tôi nghe tên Mỹ gọi thẳng tên tôi:

- "Miss Phượng, cô mạnh giỏi?"

Giọng của hắn cứng, thô nhưng phát rõ tiếng Việt. Tôi sượng sùng không biết xưng hô ra sao! Phải chi hắn hỏi bằng tiếng Anh thì khỏe biết mấy. Địch hay bạn cũng cứ là 'you and I'. Trả lời bằng tiếng Việt sẽ phải gọi bằng 'anh hay ông' thì đều tỏ ra thân mật hoặc tôn kính. Tôi chợt có ý nghĩ chọc ghẹo hắn. Tôi đáp:

- "Mạnh nhưng không giỏi. Còn mi?"

- "Còn 'me'? Tôi không hiểu!" Tên Mỹ ngẩn ngơ.

Trung úy Lê Giáp Thân ngồi cạnh hắn, bật cười:

- "Không phải 'M and E' tiếng Mỹ mà là 'M and I' tiếng Việt, có nghĩa là ... mày!"

- "Mày?" Tên Mỹ tỏ vẻ ngơ ngác.

- "'Mày' có nghĩa là 'you'. 'Còn mi' tức là 'And you?'"

Tên Mỹ gục gặc đầu, khoái chí đáp trả:

- "Cám ơn cô Phượng, me good."

Tôi cười, nói với Trung úy Thân:

- "Cám ơn Trung úy giải thích."

Tiếng hô 'nghiêm' từ cuối bàn. Tất cả đồng loạt đứng lên. Tôi miễn cưỡng làm theo. Hạm Trưởng tiến đến chiếc ghế dành cho ông, chiếc ghế cùng mẫu có tay tựa, cùng màu xám nhạt nhưng có phần rộng lớn hơn. Ông nhìn qua một lượt, vui vẻ nói:

- "Mời ngồi!"

Câu đầu tiên sau khi ông an vị dành cho tôi:

- "Ông Hạm Phó lo cho cô đàng hoàng chứ? Có gì khiếu nại không?"

Giọng nói thân tình, thái độ tích cực, tư thế quyền uy khiến tôi lễ độ đáp:

- "Thưa Thiếu tá, hơn cả mong đợi."

Tôi nói mà kêu khổ thầm. Khi nhận lời Hưng mang bom xuống tàu tôi không mảy may nghĩ mình sẽ lâm vào tình cảnh hôm nay. Theo dự trù, tôi ở khu tạm trú, ăn uống tự túc. Thế mà tôi lại đang được đối đãi như một thượng khách, được xếp ngồi ở vị trí quan trọng thứ nhì sau hạm trưởng. Tên Mỹ cũng xếp hạng sau tôi. Tôi đã nhẹ dạ nghe Hưng để bây giờ ngỡ ngàng, không biết ứng xử sao cho phải. Nội cách xưng hô cũng đầy phiền toái. Theo những gì được học tập, đây là những kẻ xâm lược, bán nước. Nhưng theo lễ nghĩa, tôi phải dạ thưa với chủ nhà, phải nhã nhặn với những người đáng tuổi làm anh. Bằng đang đi phiên nên ngồi sát bên mặt tôi là Trung úy Trần Văn Bạch. Tôi cúi gằm mặt tránh hàng chục cặp mắt đang hướng vào. Tiếng trầm ấm của Hạm Trưởng:

- "Cô là khách đầu tiên của chiến hạm, lẽ ra được thết đãi linh đình nhưng nhằm cuối công tác nên... có gì ăn nấy. Hy vọng cô có cùng chủ trương như tôi: Sống không phải để ăn!"

- "Cùng chủ trương, thưa Thiếu tá!"

- "Sĩ quan Ẩm thực đọc thực đơn hôm nay."

Thiếu úy Hoàng Văn đứng lên:

- "Thưa Hạm Trưởng và quý vị, thực đơn hôm nay gồm các món sau:

Cơm trắng, cá chiên, thịt bò xào cải, tôm rim, canh rau muống. Hết."

Hạm Trưởng lại nhìn tôi như chờ tôi cho ý kiến. Tôi thấy thiếu món tráng miệng không thể thiếu đối với tôi:

- "Tôi xin đóng góp món tráng miệng. Xin phép Thiếu tá."

Tôi đứng lên đi vào buồng lấy hộp bánh LU đưa cho anh chiêu đãi rồi trở về ghế. Hạm Trưởng quét mắt quanh bàn, nói:

- "Nào! Mời cầm đũa."

Tiếng nói từ quanh bàn:

- "Xin mời Hạm Trưởng."

Ông dùng muỗng và đũa tách cá chiên thành từng miếng nhỏ. Tôi vừa cầm đũa vừa lén nhìn tên Mỹ. Cái cách hắn cầm tỏ ra hắn đã được huấn luyện trước khi sang Việt Nam tuy nhiên chỉ đủ để các ngón tay sồ sề cầm vững được đôi đũa ốm yếu. Khi tôi nâng chén và cơm vào miệng hắn còn lọng cọng dùng đũa 'múc' cơm.

Hạm Trưởng đang chậm rãi nhai hỗn hợp cải xào thịt bò, thấy tôi ngạc nhiên nhìn tên Mỹ gắp miếng cá chiên chấm nước mắm, ông nói:

- "Ban đầu Mister Ward chê nước mắm hôi nhưng giờ thì chịu là thơm ngon. Bữa nào không có nước mắm là hỏi!"

Tên Mỹ mỉm cười gật đầu tỏ ra hiểu câu nói. Tôi thì lại không hiểu chính tôi. Chống Mỹ nhưng lại thích thức ăn Mỹ. Nói cho đúng thì chắc vì lạ miệng. Lần duy nhất tôi ăn ration C cách nay vài tháng khi tôi về nhà nghỉ hè. Ba má tôi thấy bán ở chợ trời, tò mò mua ăn thử và tôi nhất định chọn ration C mang theo tàu thay cho cơm chiên ba má Hưng gợi ý. Ration C bán rất rẻ ở chợ trời Quy Nhơn.

- "Cô Phượng vẫn thường đi quá giang?"

- "Thưa, đây là lần đầu!"

- "Cảm thấy ra sao?"

Tôi vừa nhai vừa ngẫm nghĩ. Cảm thấy ra sao ư? Thì còn ra sao nữa! Một mình tôi giữa sóng nước mông mênh. Quanh tôi toàn là sắt thép, súng to súng nhỏ và hàng trăm lính nổi danh gian ác. Nhưng nếu thú nhận rằng đang lo sợ thì có khác gì thú nhận đang làm chuyện bất chính! Tôi uống ngụm nước rồi trả lời:

- "Tôi... tôi thấy thật thích thú. Tôi yêu bài Hoa Biển của Anh Thy nên từng mơ ước một chuyến ra khơi. Nay ước mơ đã đạt."

Trung úy Bạch lên tiếng:

- "Cô Phượng yêu Hoa Biển thì hẳn cũng yêu... lính biển?"

Tôi thấy cần bịa chuyện cho xuôi chuyện:

- "Trước đây thì có..."

- "Còn bây giờ?"

Tôi nghiêng mặt trả lời Thiếu úy Tiến:

- "Bây giờ tôi đang ở trên chiến hạm."

Thiếu úy Tiến phản đối:

- "Cô Phượng trả lời huề vốn!"

Tôi cười, giả lả:

- "Chuyện thì dài mà tôi cũng không muốn gợi lại."

Thiếu úy Hoàng Văn chen lời:

- "Đồng ý là không nên gợi lại. Chỉ cần biết hiện tại cô đang... độc thân là đủ vui rồi!"

Hạm Trưởng vừa cười vừa gắp con tôm rim bỏ vào chén tôi:

- "Con tôm này xuất xứ từ miền Tây. Vùng quê hương của cô phải không?"

- "Dạ phải."

- "Cô ra Quy Nhơn hai tuần, đã đi những đâu?"

- "Ưu tiên là thăm viếng quê nhà của vua Quang Trung."

- "Cô đã đến chưa? Tôi nghe nói người dân Bình Định chung sức xây Tây Sơn Điện để thờ ba anh em Nguyễn Nhạc, Nguyễn Huệ, Nguyễn Lữ. Tôi từng muốn đến nhưng đường đi khá xa mà cũng không được an ninh."

- "Tôi có đến viếng Tây Sơn Điện. Điện thờ có ba gian. Gian giữa thờ Quang Trung Hoàng Đế. Gian bên phải thờ Thái Đức Hoàng Đế tức Nguyễn Nhạc. Gian bên trái thờ Đông Định Vương tức Nguyễn Lữ. Dọc theo hai vách điện là án thờ tổ tiên nhà Tây Sơn và các quan văn thần võ tướng. Trong cùng có Đông phòng, Tây phòng là nơi gác trống chiêng. Càng nhìn càng thấy uy nghi xúc động. Ngoài khuôn viên điện thờ có cây me trên 300 tuổi và giếng nước cùng thời."

- "Cô có nghe tin tức gì về Lăng mộ Quang Trung? Nghe đồn thì có nhưng chưa tìm thấy."

- "Đúng vậy. Các hậu duệ vẫn đang khảo sát truy tầm."

Chúng tôi tiếp tục ăn uống. Tôi vừa nhai vừa e sợ bị hỏi mà nghĩ mãi không tìm được câu hỏi tương xứng với chức vụ Hạm Trưởng. Ông lại lên tiếng:

- "Cô còn thăm viếng những nơi nào?"

- "Tháp Đôi của Chiêm Thành, Bán đảo Phương Mai, Mộ Hàn Mặc Tử."

Thiếu úy Nguyễn Ấn ngâm nga:

- "*Ngày mai trong đám xuân xanh ấy*

Có kẻ theo chồng bỏ cuộc chơi."

Hạm Trưởng gõ đũa lạch cạch vào chén:

- "Các sĩ quan nghe cho rõ câu trả lời của cô Phượng. Ngày mai là ngày nào?"

Tôi lúng túng tuôn ra lời thật:

- "Chúng tôi định sau khi tôi ra trường."

Thiếu úy Hoàng Văn nóng nảy kêu lên:

- "Hóa ra cô Phượng không hẳn còn... độc thân! Vậy chừng nào ra trường?"

- "Hai năm nữa!"

- "Còn độc thân những hai năm nữa." Hoàng Văn cất tiếng ca. "Đời còn nhiều bâng khuâng."

- "Nghe giọng nói của cô, tôi đoán cô cùng miền với Hạm Phó. Nhưng chắc không cùng dân Châu Đốc?"

Tôi mừng nghe Hạm Trưởng đổi đề tài. Tôi đáp nhanh:

- "Vĩnh Long."

- "Học trường Tống Phước Hiệp?"

- "Dạ phải"

- "Nơi sinh?"

Tôi khoái lối hỏi của Hạm Trưởng. Không phải mất công đắn đo tìm lời đáp ứng. Tôi đáp không do dự:

- "Nha Mân."

Hạm Trưởng đập nắm tay xuống bàn một cách hứng thú:

- "Tôi đoán đúng! Cô phải sinh ra ở Nha Mân chớ không nơi nào khác!"

Tôi nhìn mọi người cũng ngẩn ngơ như tôi. Thiếu úy Hoàng Văn lại lên tiếng:

- "Tôi đồng ý với Hạm Trưởng."

Các sĩ quan ngưng ăn, lao nhao. Thiếu úy Nguyễn Ấn nêu thắc mắc:

- "Thưa Hạm Trưởng, dựa vào đâu Hạm Trưởng cho rằng cô Phượng sinh ở Nha Mân? Mà Nha Mân là nơi nào tôi chưa từng nghe danh!"

- "Nha Mân có một thời thuộc tỉnh Vĩnh Long. Các cô lớn lên ở Nha Mân thường theo học Trung học Tống Phước Hiệp. Năm 1960, tôi đổi về Giang Đoàn 23 Xung Phong đồn trú Vĩnh Long. Suốt hai năm, tôi đeo đuổi một nữ sinh tuyệt đẹp. Cô bảo quê cô ở Nha Mân. Nha Mân thì Giang đoàn chẳng xa lạ gì. Thỉnh thoảng tôi chỉ huy năm ba giang đỉnh vào kinh Nha Mân yểm trợ đồn bót, nên khi biết sinh quán của 'người yêu', tôi cho giang đỉnh ghé chợ vừa để mua lương thực vừa dò la hỏi han. Ối chao, các cô ở đó đẹp sao là đẹp. Thành ra khi cô Phượng nói học Tống Phước Hiệp, tôi nghĩ ngay cô hẳn có gốc Nha Mân!"

- "Nhưng đâu phải người nào đẹp cũng đều sinh ra ở Nha Mân!" Trung úy Thạch phản đối.

- "Đồng ý. Nhưng phải là người từng đeo đuổi người đẹp Tống Phước Hiệp mới có linh cảm như tôi."

- "Vẫn chưa ăn nhậu vào đâu, thưa Hạm Trưởng."

- "Ăn nhậu là thế này! Có một lần ghé chợ Nha Mân ăn nhậu cùng các thẩm quyền xã ấp, tôi tỏ ý ngạc nhiên sao các cô gái Nha Mân đều có nhan sắc khuynh nước khuynh thành. Một chức sắc kể chuyện, khi chúa Nguyễn Ánh thua quân Tây Sơn ở trận Rạch Gầm, ông đưa cung tần mỹ nữ đến ẩn trú ở Nha Mân. Không lâu sau đó, Nguyễn Huệ tìm ra và truy đuổi. Tình thế khẩn cấp, Nguyễn Ánh một mình chạy thoát thân, bỏ lại dàn mỹ nữ hoa nhường nguyệt thẹn. Và dần dần họ trở thành là vợ là mẹ dân Nha Mân. Điều lạ lùng là các cô gái sinh ra đều giữ nguyên nhan sắc đến độ đã thành câu ca dao 'Gà nào hay bằng gà Cao Lãnh. Gái nào bảnh bằng gái Nha Mân'. Thế thì, trước nhan sắc của cô Phượng, sinh quán Nha Mân, các quan ta kết luận thế nào?

Trung úy Thạch to tiếng nhất:

- "Cô Phượng hẳn là hậu duệ của vua Gia Long."

Tôi thầm phục tài luận xét của Hạm Trưởng. Có lần mẹ tôi kể về gia thế của mình. Bà cố của mẹ tôi là một cung tần của vua Gia Long. Tuy vậy, tôi nửa nhận nửa chối:

- "Nghe như thiệt!"

Hạm trưởng quét mắt hỏi:

- "Có ai có ý kiến gì khác chăng?"

Tên Mỹ lắc đầu trước tiên. Tội nghiệp, mãi đến giờ hắn mới có dịp phát biểu bằng cử chỉ! Trung úy Bạch, đẹp trai nhất đám, gật gù nói:

- "Căn cứ câu ca dao, cô Phượng khó chối cãi mình chính là bằng chứng... lịch sử!"

Tất cả cười rộ. Thiếu úy Văn bồi thêm:

- "Thưa công chúa điện hạ!" Anh chàng nói xong đứng lên chắp tay cúi đầu.

Tôi nghe máu chạy lên mặt nóng bừng. Giọng Hạm Trưởng đều đều, thân tình:

- "Phải nói tâm tính cô thật thuần lương. Là hậu duệ của Gia Long mà vẫn ngưỡng mộ Quang Trung. Có thể nhờ tấm lòng thuần lương đó mà Nguyễn Huệ cho cô cơ hội quá giang chiến hạm này."

Thấy tôi tỏ ra không hiểu, ông xoay người chỉ vào chiếc huy hiệu treo trên vách:

- "Đây là huy hiệu của chiến hạm, mang tên trận Đống Đa lẫy lừng của Quang Trung."

Tôi dở khóc dở cười trước nhận xét của Hạm Trưởng. Việc tôi đi quá giang gần như là một bắt buộc chớ có 'ăn nhậu' gì với mối thù giữa hai vị vua. Cũng chẳng là sứ giả hòa giải gì hết! Còn tâm tính thuần lương, chỉ đúng trước khi tôi gặp Hưng. Tôi đã từng cực lực phản đối khi ba tôi mua vịt sống về tự cắt cổ lấy máu làm tiết canh. Nhưng giờ đây, thuần lương gì mà đem bom cho nổ giết người. Tôi chua xót tự hỏi vì sao mà bỗng dưng quay đầu 180 độ. Vì đâu nên nỗi!

Tiếng của Trung úy Bạch:

- "Thưa Hạm Trưởng, chuyện tình Tống Phước Hiệp, rốt cuộc giai nhân trở thành Hạm Trưởng phu nhân?"

- "Trung úy đã yêu ai chưa?"

- "Thưa, đang yêu."

- "Đeo đuổi mấy năm rồi?"

- "Mấy tháng nay."

- "Cố gắng kiên trì đeo đuổi hai năm như tôi thì cô ta sẽ thành Bạch phu nhân!"

Chúng tôi cười phá lên. Nhìn nụ cười hả hê của Hạm Trưởng mà lòng tôi chùng xuống. Vợ của ông không chừng có dây mơ rễ má với tôi. Tôi cúi nhìn mặt bàn trắng tinh tưởng như mọi toan tính đen tối trong đầu đã xóa sạch. Giọng Hạm Trưởng thật hiền hòa:

- "Kỳ này về kể chuyện gặp cô Phượng, hẳn nhà tôi mừng lắm! Thế nào bà ấy cũng tìm tận nhà để hàn huyên."

Gặp người cùng hoàng tộc, còn gì vui hơn nhưng địa chỉ trong giấy phép quá giang là giả, tìm sao được mà tìm. Nghẹn ngào, tôi chỉ biết giương mắt nhìn ông. Bất chợt mắt tôi dừng ở một huy hiệu màu vàng gắn bên trên bảng tên Bùi Việt Quang ở ngực áo. Đó là một vành tròn bằng kim loại ôm lấy ngôi sao năm cánh với mấy chữ không trông rõ. Tôi chộp cơ hội đổi đề tài:

- "Ồ, chiếc huy hiệu trông đẹp quá!"

Theo tia mắt tôi, Hạm Trưởng cúi nhìn rồi ngẩng lên mỉm cười:

- "Cô đã từng uống nước mía ở đường Pasteur?"

Ngạc nhiên trước câu hỏi lạc đề nhưng tôi vẫn thật lòng trả lời:

- "Đó là địa điểm ưu tiên khi đi phố."

- "Cái huy hiệu tôi đang đeo, Hải Quân gọi là... bánh xe nước mía! Cô nhìn kỹ xem có giống không?"

Tôi chồm người nhìn chăm chăm rồi tưởng tượng hình ảnh bánh xe quay ép cây mía. Tôi nói:

- "Chỉ giông giống thôi. Huy hiệu thật thẩm mỹ và trông như vàng thiệt. Nhất là ngôi sao năm cánh thật nổi!"

- "Chính danh, đó là huy hiệu Hạm trưởng. Ngôi sao tượng trưng cho sao Bắc Đẩu mang ý nghĩa chỉ dẫn hướng đi. Còn tay lái tượng trưng cho chiến hạm. Nói rõ hơn đó là biểu tượng uy quyền của người chỉ huy chiến hạm."

- "Thưa Thiếu tá, nửa phần dưới vành tròn khắc những chữ gì?"

- "À, đó là Danh Dự, Kỷ Luật, Tài Đức. Một nhắc nhở, một lời thề. Người mang huy hiệu này phải luôn luôn tôn trọng danh dự, gìn giữ kỷ luật và phát huy tài đức."

- "Một huy hiệu thật ý nghĩa." Tôi gật đầu tỏ vẻ hiểu biết.

- "Huy hiệu của Hải Quân Việt Nam dựa trên nền tảng đạo đức." Hạm Trưởng tiếp. "Huy hiệu của Mỹ dựa trên uy quyền. Thay chỗ Danh Dự Kỷ Luật Tài Đức là hàng chữ Latin "*Magister Post Deum*", có nghĩa "Chúa tể sau Thượng Đế". Dịch nôm na là trên có Trời, dưới có Hạm trưởng."

- "Như vậy có nghĩa là trên thế gian này uy quyền của Hạm Trưởng là trùm thiên hạ!" Thiếu úy Vương Văn Tiến nói.

- "Không hẳn thế!", Hạm Trưởng lắc đầu. "Chỉ trùm ngoài biển thôi!"

Tôi đang hài lòng với sự khiêm tốn của ông thì lại nghe ông tự đính chính:

- "Tôi nói thế cũng còn quá tự tôn. Đúng ra là chỉ riêng trên một chiến hạm. Còn uy quyền ngoài biển, thì phải dành cho Ngài Đại Hải Long Vương. Cô Phượng có nghe danh Ngài Đại Hải Long Vương?"

- "Có biết qua khi đọc Tây Du Ký!"

- "Chắc cô khó mà tin, chiến hạm này đặc biệt có duyên được Ngài để mắt tới."

Mọi người gật đầu tỏ vẻ tán thành làm tôi càng nôn nóng muốn nghe tự sự nhưng ông thản nhiên bỏ dở:

- "Trở lại huy hiệu Hạm Trưởng, cần nói rõ thêm để trường hợp cô Phượng muốn làm tài công... lái hạm trưởng thì biết phân biệt. Ông Hải Quân nào đang làm hạm trưởng – thường là xa nhà - thì huy hiệu này đeo bên ngực áo phải. Còn ông nào từng là hạm trưởng - thường như công chức - thì đeo bên ngực áo trái."

Thấy sự việc chẳng ăn nhậu gì đến mình, tôi nhắc:

- "Thiếu tá chưa nói rõ trường hợp đặc biệt nào chiến hạm được Ngài Đại Hải Long Vương để mắt tới..."

- "Muốn rõ chuyện thì cô buộc phải rời bàn, là điều tôi muốn tránh lúc đang ăn. Hẹn đến trước cơm tối."

Tôi cụt hứng, lặng lẽ và cơm. Một lúc, Hạm Trưởng buông đũa, nói với tên Mỹ:

- "Hê Rick. Tàu chạy chậm quá. Có phim gì xem cho qua thì giờ?"

- "Có movie Mission Impossible, phim mới, coi hay lắm."

- "Cái tựa nghe hấp dẫn đấy. Vui lòng chiếu cho mọi người cùng xem, được chứ Rick?"

- "Aye aye, Sir."

Tên Mỹ lanh lẹ đứng lên bước vào buồng. Tôi hỏi Trung úy Bạch:

- "Aye aye nghĩa là gì vậy?"

- "À, đó là đặc ngữ của Hải Quân Mỹ, dành cho cấp dưới trả lời cấp trên. Có nghĩa 'Tuân lệnh, thưa ngài'. Trường hợp này, có thể hiểu: 'Có ngay, thưa Hạm Trưởng.'"

Tôi ngạc nhiên thốt lên:

- "Có thật 'Aye aye' mang ý tuân lệnh không đó? Hắn là Mỹ mà!"

- "Mỹ thì mặc xác Mỹ, bộ cô không thấy hắn răm rắp tuân lệnh Hạm Trưởng đó sao! '*Magister Post Deum*' mà!"

Tuy đã tận mắt chứng kiến, tôi vẫn bán tính bán nghi, nên hỏi:

- "Trung úy xưng hô với hắn thế nào?"

- "Thì lịch sự gọi Mister Ward, rồi dùng 'you' mang nghĩa tiếng 'mi' của cô!"

- "Chí lý!"

Tôi thấy nhẹ người với cách xưng hô mới mẻ này. Tôi sẽ trực diện với tên Mỹ, muốn đích thân hỏi hắn mang xác đến miền Nam để làm gì!

Anh chiêu đãi nhanh nhẹn dọn dẹp bàn ăn. Tên Mỹ đặt máy ở góc bàn nơi Hạm Trưởng ngồi chiếu thẳng vào vách. Các sĩ quan cuối bàn nhấc ghế sang hai bên.

Phim kể về một điệp vụ của Mỹ gồm một nữ bốn nam có nhiệm vụ đến Santa Costa để tịch thu hai đầu đạn nguyên tử do kẻ thù của Mỹ cung cấp. Hai đầu đạn đó có thể dùng để cho nổ trên đất Mỹ. Cuộc đột nhập rất nguy hiểm hồi hộp. Cô điệp viên rất bạo dạn trong nhiệm vụ giao phó, được sự phối hợp chặt chẽ nhịp nhàng của bốn đồng nghiệp. Còn tôi, một tay mơ nhập nghề, nhiệm vụ tôi cũng thật hồi hộp hiểm nguy nhưng lại hoạt động đơn độc, xoay sở một mình. Vừa xem phim vừa thấy mình quá liều mạng...

Được chừng nửa phim, đang lúc nữ điệp viên Barbara Bain dùng mỹ nhân kế che mắt tên tướng địch để đồng nghiệp đột nhập kho chứa hai quả bom thì tiếng chuông nội thoại chợt reo vang làm tôi giật nẩy mình.

Thiếu úy Văn nhấc máy gắn trên vách:

- "Thiếu úy Văn tôi nghe."

Một thoáng, anh hướng về Hạm trưởng:

- "Thưa Hạm Trưởng, Hạm Phó xin gặp Hạm Trưởng."

Ông bước đến tiếp nhận ống nghe. Chỉ vài giây sau ông reo to:

- "Tốt quá! Hạm Phó cho lái vào Cam Ranh. Khoảng bao lâu nữa tới cửa vịnh?"

Hạm Trưởng lắng nghe rồi gác máy, trở về bàn nói với tên Mỹ:

- "Cơ phận của máy bơm giảm nhiệt 'you' đặt hàng, đã có sẵn ở kho tiếp liệu. Chúng ta ghé vào lấy. Thay cái mới, chiến hạm sẽ... bay về Sài Gòn. Cám ơn đã trợ giúp."

- "Không có chi." Tên Mỹ nói tiếng Việt ngọt xớt.

- "Còn một giờ nữa mới tới cửa vịnh, chúng ta có thể xem đến hết tuồng." Hạm Trưởng quay sang tôi. "Cô Phượng đã đến Cam Ranh bao giờ chưa?"

- "Thưa chưa!"

- "Đến viếng Cam Ranh thường là bằng đường bộ. Còn bằng đường biển thì nghìn năm một thuở. Chính vì vậy tôi đành cho phép cô lên Đài Chỉ Huy chiêm ngưỡng quang cảnh từ biển vào vịnh để chuyến đi của cô thêm thi vị!"

Mấy từ 'lên đài chỉ huy' không hiểu sao khiến toàn thân tôi gần như run rẩy. Tôi lắp bắp, suýt nữa xưng tên thật:

- "Phượng chân thành cảm tạ Hạm Trưởng!"

Tôi cũng nhận ra mình quýnh quáng gọi ông bằng chức vụ nhưng ông chỉ mỉm cười cảm thông. Tôi tiếp tục nhìn lên màn ảnh mà không hiểu gì nữa. Đầu óc tôi cứ mường tượng chiếc cầu thang dẫn lên thượng tầng kiến trúc và lẩn quẩn nghĩ cách đưa quả bom lên đó. Tôi chợt hiểu ra nguồn cơn xúc động. Điều tôi thầm ao ước bất ngờ ập đến. Thiếu tá Bùi Việt Quang, Hạm Trưởng Hộ Tống Hạm Đống Đa 007 đâu biết rằng việc cho phép tôi lên đài chỉ huy là ông tự đào mồ chôn chính ông và bộ chỉ huy của mình...

CHƯƠNG 9

VỊNH CAM RANH
THỨ BẢY 5/8/1967 15:00G

Trên đường lên Đài Chỉ Huy, khi đi ngang cửa buồng ngủ của Hạm Trưởng, bất chợt ông nói:

- "Sẵn ghé qua thăm 'giang sơn' của tôi cho biết."

Không cần tôi đồng ý, ông bước đến xoay cần rồi kéo mở cánh cửa sắt nặng nề. Tôi điếng hồn nghĩ là mình đã bị sập bẫy. Giang sơn của ông hẳn là nơi dành cho ông ngủ nghỉ, nếu tôi bước vào chẳng khác tự chọn tử địa. Và thê thảm hơn, chỉ có tôi với ông và chiếc giường. Tôi có la làng, dù tiếng la vượt ra ngoài, người làng cũng toàn là người của ông. Nhưng phải liều thì mới biết gian buồng có đúng là nơi đặt bom hiệu quả nhất. Nếu không, ít nhất cũng thấy tận mắt cấu trúc phòng Hạm Trưởng để lập báo cáo khi tổ chức cần đến.

Tôi cân nhắc tình thế thật nhanh. Ông cao hơn tôi chút đỉnh nhưng có vóc dáng như tài tử hơn là võ sư. Trường hợp ông sàm sỡ, nếu ông coi thường cảnh cáo, tôi thừa sức đối phó. Cùng lắm thì hạ sát, kéo ông ném xuống biển, coi như tai nạn.

Hạm Trưởng bật đèn. Gian phòng tăm tối đột ngột sáng choang, bày ra một không gian rộng gấp ba căn buồng của Hạm Phó. Sự hòa hợp giữa đèn huỳnh quang và màu đọt chuối các vách phát ra độ sáng mát mắt. Tôi mạnh dạn bước vào. Độ lạnh dường như có phần thấp hơn các nơi khác trong lòng tàu. Tôi hít một hơi dài để thêm dũng khí. Mùi khói thuốc thơm dịu. Tôi thấy cần nhớ tên hiệu thuốc hút này để yêu cầu Hưng thay đổi. Tôi quá sợ mùi Bastos khét nghẹt. Ngay bên phải cửa buồng là một cầu thang thẳng đứng dẫn lên một cửa ô có nắp đậy với vòng tròn vặn đóng mở. Ở góc bên trái là một bệ để đèn đọc sách. Liền với bệ đèn là chiếc ghế bành trông thật êm ái. Bên trên là kệ sách dài, đa số là sách khảo cứu, triết học. Một số tiểu thuyết Việt, Anh, Pháp. Tiếp đến là một bàn viết như của Võ Bằng với ba khung hình. Khung ở giữa là hình ông bà Hạm Trưởng với hai con một gái một trai ba bốn tuổi. Bên phải có lẽ là hình đại gia đình. Và bên trái là hình "tân lang tân gia nhân" phía dưới có ghi ngày 17/11/1962. Tôi tính ngỏ lời khen xã giao thì lại phân vân không biết xưng hô thế nào. Gọi là 'vợ của Thiếu tá', 'bà nhà', 'phu nhân'? Tôi chọn từ bình dị:

- "Chị quả là đẹp. Không uổng công hai năm đeo đuổi!"

Hạm Trưởng mỉm cười, bước đến đứng cạnh tôi:

- "Vất vả lắm, cô Phượng ơi! Chỉ mong Hạm Phó của tôi không phải cần đến hai năm!"

Để tránh trả lời, tôi nhấc khung hình giữa ngắm nghía rồi kêu lên:

- "Cháu gái giống mẹ quá!"

- "Có 'gen' Nha Mân mà!" Hạm Trưởng cười hể hả.

Nhìn nét bụ bẫm của bé gái tôi nghĩ đến tấm hình tương tự của tôi. Ba mẹ tôi cho rọi lớn, treo ở vị trí dễ thấy nhất. Cho tới bây giờ khung hình vẫn ở nguyên vị trí đó. Ba mẹ tôi nói, ngày nào cũng xem hình cho đỡ nhớ. Tất nhiên ông Hạm Trưởng cũng nhớ con mình không kém. Hẳn mỗi ngày ông đều ngồi đây ngắm vợ con. Những khuôn mặt tươi vui của mọi người trong gia đình ông làm tôi rủn chí. Theo Hưng, lính "Ngụy" rất tàn ác, đáng giết từng người. Chứng cớ tàn ác đâu không thấy chỉ thấy tay mình sắp nhuộm đầy máu, chỉ thấy chính mình phá nát ít nhất vài gia đình. Tôi chợt nghĩ đến một phép thử. Tôi đi qua bộ bàn bốn ghế đặt giữa phòng và đứng lại trước chiếc giường. Nếu ông ôm vật tôi để cưỡng bức, tôi sẽ ra tay không tiếc thương. Tôi nhìn ông cười nói:

- "Chiếc giường của Thiếu tá trông ngon lành hơn giường của Hạm Phó!"

Mi mắt ông chớp nhanh, ánh mắt vui tươi, giọng chân tình:

- "Chỉ là bù đắp nhỏ so với trách nhiệm lớn."

Thấy hai điện thoại trên chiếc bàn thấp bé cạnh đầu giường, tôi gợi ý:

- "Hạm Trưởng đúng là '*Magister Post Deum*', một mình có đến hai điện thoại. Hẳn ngày nào Hạm Trưởng cũng 'thả lời ong bướm' với... phu nhân?"

Ông lắc đầu, cười:

- "Được thế thì còn gì bằng! Nhưng tiếc là cả hai đều dành cho công vụ. Một để liên lạc nội bộ trên tàu. Còn một mang chữ HOTLINE để liên lạc với các bộ tư lệnh Hạm Đội và các vùng. Từ ngữ 'HOTLINE' hẳn đủ cho cô hiểu ý nghĩa của nó!"

Thấy ông vẫn lịch sự coi tôi như một 'khách quý', tôi xúc động bước qua khu vệ sinh mà tưởng rằng đang bước từ ác cảm qua thiện cảm. Dãy tủ thấp tủ cao không còn hấp dẫn để cất giấu quả bom, trái lại, khung ảnh tràn đầy hạnh phúc bắt đầu ám ảnh. Gian buồng thật tiện nghi, ấm cúng, gọn gàng này hẳn nhiều lần tiếp đón gia đình Hạm Trưởng. Tôi đành lòng nào cho nổ tan tành...

Khi đến cửa ra, tôi chân thành nói:

- "Phòng của Hạm Trưởng trông thấy mà mê! Chừng nào Hải Quân thu nhận nữ giới, tôi xin gia nhập tức khắc..."

Nói xong, tôi mới thấy mình ngớ ngẩn. Vừa muốn chống Mỹ cứu nước, vừa muốn làm lính Ngụy. Tôi lại vừa khám phá mình cũng chẳng còn có chút gì cảnh giác.

- "Cứ cái đà đánh đấm mãi thế này thì chắc cũng đến lúc các cô phải nhập ngũ thôi! Hải Quân một số nước, hiện tại đã có vài nữ Hạm Trưởng rồi."

- "Thật sao?" Tôi ngạc nhiên kêu lên.

- "Có ra ngoại quốc mới thấy Hải Quân nước mình còn lạc hậu lắm! Hy vọng đời con cháu sẽ làm rạng rỡ Hải Quân Việt Nam."

Không nghĩ ra lời đối đáp, tôi chỉ chiếc thang thẳng đứng, gợi ý muốn rời buồng:

- "Chiếc thang này dẫn đi đâu, thưa Thiếu tá?"

- "À! Nó đưa lên thẳng Trung tâm Chiến báo và Phòng Truyền tin. Hạm Phó đã đưa cô đến đó?"

- "Thưa rồi."

- "Vậy thì mình lên thẳng Đài Chỉ Huy, không qua các nơi này."

Hạm Trưởng đưa tay quay cần ngang và đẩy cửa mở. Tôi bước theo ông ra ngoài, người lâng lâng nhẹ nhõm. Tình huống xấu tôi chờ đợi đã không xảy ra. Những gì tôi đã nghe, trái ngược những gì tôi đang trải nghiệm. Kèm với cảm giác an toàn là niềm cảm kích trước thân tình và tư cách của Hạm Trưởng. Ông có đủ uy quyền và cơ hội áp đặt dục vọng vào tôi nhưng trái lại toàn là những cử chỉ lời lẽ thân ái, ân cần. Tôi vẫn nôn nao theo ông lên Đài Chỉ Huy nhưng không vì tìm nơi đặt bom mà vì muốn nhìn cái vịnh nổi tiếng lịch sử, là nơi trú ẩn tránh bão của đoàn chiến thuyền Nguyễn Ánh trên đường ra Quy Nhơn tử chiến với quân Tây Sơn...

Tiếng hô 'nghiêm' nhỏ mà sắc khi Hạm Trưởng đặt chân lên thềm Đài Chỉ Huy. Tên Mỹ và toán đương phiên đồng loạt đưa tay chào. Hạm Trường chào đáp. Đó là hình ảnh lạ và đẹp mắt lần đầu tôi thấy trên đời. Toán trực phiên chào xong, quay lui, nghiêm chỉnh đứng quan sát hướng mũi. Hạm Trưởng thư thả ngồi vào chiếc ghế nệm độc nhất màu nước biển, đưa mắt nhìn bao quát rồi nói với tôi:

- "Cô Phượng có thể đứng ở cánh trái."

Đó là nơi Võ Bằng đang vẫy tay với tôi. Tôi vui mừng bước đến khoảng trống ngay sau anh chàng. Ở vị trí này tôi có thể quan sát toàn cảnh ngoài biển lẫn sinh hoạt trong Đài Chỉ Huy.

Đài Chỉ Huy có hình chữ nhật nằm ngang bên trên Trung tâm Chiến Báo, bốn bề là vách cao ngang thắt lưng. Các cột quanh bệ, chống đỡ cái nóc che bằng vải bố cùng màu xám đậm có độ cao vừa quá tên Mỹ. Phần trước hình cánh cung với tấm kính trong suốt chắn mưa gió.

Lần đầu đứng trên Đài Chỉ Huy của một chiến hạm, tôi rộn ràng ngây ngất như đang bay trên biển trời mênh mông. Một cảm giác bềnh bồng, lênh đênh theo cơn gió hâm hấp, thơm lành. Vẫn biển xanh bát ngát, vẫn trời xanh lồng lộng mà bỗng dưng vời vợi bao la. Tôi hít thở, hít thở rồi hít thở. Tôi đặt các ngón tay vào môi rồi 'gửi gió cho mây ngàn bay'. Tình yêu của tôi bung ra ôm lấy mọi người chung quanh, ôm cả chiến hạm...

Mọi hình ảnh trước mắt đều dễ thương. Ở hai đầu kính chắn gió, hai thủy thủ mang ống dòm nghiêm chỉnh quan sát hải trình. Một thủy thủ đứng trước một vòng quay có những trục tủa từ tâm điểm trông y như bánh xe nước mía. Ngay trước mắt anh thủy thủ này là một khối tròn có mặt phẳng kẻ số 0 ở đáy, mỗi bên có vạch cách 5 độ đến độ 35. Một đầu kim hình mũi tên chỉ vào các con số này cho biết độ lệch của bánh lái theo lệnh ban hành. Thiếu úy Văn đứng tựa tay trên thành đài, bên phải ghế Hạm Trưởng. Tên Mỹ khoanh tay đứng bên trái, trông như Hạm Trưởng được hữu bật tả phù. Rải rác đây đó toàn là máy móc, dụng cụ lớn nhỏ tôi mới thấy lần đầu.

Thấy tôi chăm chú ngắm, Võ Bằng giải thích từng món. Trên một bàn trước ghế Hạm Trưởng là tấm hải đồ ven biển kẻ sẵn các hướng đi từ cửa vịnh Quy Nhơn đến cửa sông Lòng Tào. Giữa Đài Chỉ Huy là hai cột trụ, một thấp một cao, trên chóp của cả hai có một bộ phận như cái tô lớn khắc 360 độ quanh vành. Cái thấp là la bàn từ, cái cao là la bàn điện. Mặt tròn của la bàn từ thì đong đưa để tự tìm hướng Bắc địa từ, còn la bàn điện thì cố định, luôn luôn chỉ đúng hướng Bắc địa cực.

Tiếng Hạm Trưởng đột ngột vang lên:

- "Hạm Trưởng nhận quyền chỉ huy!"

Người mà tôi vừa cùng dùng cơm nói cười vui vẻ, vừa thân mật đưa thăm 'giang sơn' riêng, giờ đây là kẻ lạnh lùng đưa ra các mệnh lệnh sắc gọn. Mỗi lệnh Hạm Trưởng đưa ra, nhân viên thi hành 'đáp nhận' và sau đó xác nhận đã thi hành. Cây kim trước người lái đang chỉ số 0 qua số 5 đến số 10 bên phải. Chiến hạm từ từ quay mũi thẳng góc với bờ. Cây kim quay dần về số 0. Anh thủy thủ lái tàu nói to:

- "Đường 280."

Võ Bằng nói nhỏ với tôi:

- "Không giống như vịnh Quy Nhơn chỉ một cửa với nửa vòng bên trái của vịnh là bãi cát, làng mạc, nửa kia là dãy núi liền với biển, vịnh Cam Ranh được bao bọc bằng vòng cung núi cao, án ngữ bởi đảo Bình Ba chia thành hai cửa ra vào. Chiến hạm đang hướng vào cửa lớn. Tiếng Hạm Trưởng:

- "Thiếu úy Văn nói phòng Truyền tin liên lạc Duyên Đoàn 26 cho ghe đón Hạm Trưởng vào bờ."

Thiếu úy Văn bước đến một miệng loa có ống dẫn xuống bên dưới. Anh lặp lại lệnh Hạm Trưởng. Tôi nghe tiếng đáp cũng phát từ miệng loa:

- "Phòng Truyền tin đáp nhận hành."

Phải mất gần nửa giờ chiến hạm mới đến ngang cửa vịnh. Từ cửa nhìn vào, vịnh có dạng một thảm xanh hình tròn long lanh phản chiếu nắng chiều. Vô số ghe không mui, không người dọc mé bờ bên trái. Hai ghe ngoài cùng có cặp chèo gác xuôi. Trên bãi là những chiếc thuyền thúng trơ trọi phơi mình. Cao hơn, sườn núi hình cánh cung hoang vu xám xịt, lem luốc. Bầu trời như xanh hơn trên các đỉnh chập chùng. Một cụm mây có đường viền rực sáng vắt ngang. Rải rác giữa vịnh, một số thương thuyền bề thế im lìm như say ngủ. Dọc theo bờ phải là bãi cát vàng trải dài nối liền vùng cây xanh cuối vịnh ẩn hiện xóm làng.

Con tàu chậm chạp hướng về bờ phải, hiện rõ dần nhiều tàu quân sự đang ủi bãi và bốn thương thuyền khổng lồ chiếm bốn chiếc cầu dài thẳng góc với bờ. Trên mỗi thương thuyền, vô số thùng chứa cồng kềnh chồng chất suốt mũi đến tận lái. Chạy dọc trên khu bãi là con đường nhựa bận rộn đủ loại xe. Bên kia đường, từng cặp ba dãy nhà tiền chế nằm cạnh nhau lúc theo chiều dọc, lúc chiều ngang. Trên các lối đi hẹp, thỉnh thoảng có những dáng người di chuyển. Xa hơn, một chiếc trực thăng vừa đáp tung bụi trắng trời, một chiếc còn vần vũ. Xa hơn nữa, một phi cơ màu nâu loang lổ đang phóng mũi lên vùng trời nhiều mây. Ông Hạm Trưởng đưa tay chỉ cho Hạm Phó:

- “Hai ngôi nhà ngói đỏ là khu Trung Tâm Huấn Luyện Hải Quân. Một để đào tạo Người Nhái, một cho Hạ sĩ quan và Thủy thủ chuyên nghiệp. Chúng ta nhân tiện ghé viếng thăm, biết đâu tôi và Hạm Phó sau này mỗi người điều hành một trường!”

Tôi cố nhướng mắt theo tay chỉ của ông. Xa bên trên các mái ngói đỏ là một trụ ăng-ten cao lêu nghêu, đơn độc. Lệnh Hạm Trưởng vang lên:

- “Nhận còi nhiệm sở neo.”

Anh Hạ sĩ đưa ngón tay nhấn một nút trên vách. Nhiều tiếng còi te-tít vang lên. Hạm Trưởng quay sang nói với Võ Bằng:

- "Hạm Phó xuống kiểm soát neo và chờ tôi ở sân giữa."

Tôi nhìn theo dáng Bằng thấp dần trên cầu thang. Mãi đến lúc này tôi mới thấy chiếc chiến thuyền có dạng ghe đánh cá, mui màu xám đậm với hai gạch chéo màu vàng đang chạy song hành cùng tàu. Một thủy thủ đứng cùng với khẩu súng bắn dây ở mũi, hai người đứng phía sau cùng hai khẩu bên hông. Các nòng súng được bọc kín và chĩa thẳng lên trời. Thấy tôi từ Đài Chỉ Huy nhìn xuống, tất cả nồng nhiệt vẫy tay với vẻ ngạc nhiên. Tôi cũng nồng nhiệt vẫy tay đáp lễ.

Khi chiến hạm tiến ngang dãy cầu tàu, Hạm Trưởng ra lệnh ngừng máy. Con tàu tiếp tục lướt tới nhưng chậm dần. Hạm Trưởng ra lệnh 'máy lùi' rồi 'máy ngưng'. Mãi khi con tàu còn trớn lùi thật chậm, ông mới ban lệnh thả neo. Tôi nhìn dây neo tuôn khỏi trục quấn và chạy luồn qua một ô tròn ở gần mũi, nơi Trung sĩ Hoàng kiểm soát sáng nay. Tôi nghe nhân viên âm thoại báo cáo dây neo xuống nước từng đoạn 30 feet. Khi nghe đến số 210, ông cho lệnh ngừng thả. Tôi chợt có cảm giác người bị giật nhẹ, cùng lúc tôi cũng nhận ra lái tàu tạt dần qua trái rồi hướng cố định vào đám ghe câu. Sợi dây neo nghiêng dài trên mặt nước. Khi được báo cáo neo đã cắn, Hạm Trưởng nói 'giải tán' rồi bảo Thiếu úy Văn:

- "Hãy canh gác cẩn thận, không cho ghe xuồng gần tàu. Báo Phòng Truyền Tin cho một nhân viên mang PRC-25 theo tôi vào bờ. Nghi ngờ neo trốc, gọi Trung úy Cang và báo tôi ngay." Ông quay sang tôi, tiếp lời: "Cô Phượng có thể ở trên đây ngắm cảnh, nếu muốn. Gặp lại cô sau."

Ông hất mặt nói với tên Mỹ còn đứng xớ rớ ôm chiếc la bàn từ:

- "Go with me, Rick."

- "Aye aye, Sir."

Tiếng "sir" rõ ràng được phát ra mạnh, dứt khoát, biểu lộ sự tôn kính. Hạm Trưởng rời ghế, bước về phía cầu thang. Thiếu úy Văn hô "Nghiêm". Các nhân viên và tên Mỹ đứng thẳng người đưa tay chào tiễn Hạm trưởng rời đài chỉ huy. Tôi phát giác mình cũng đang đứng thế nghiêm như mọi người. Khi Hạm Trưởng đặt bước chân lên nấc thang đầu tiên, Thiếu úy Văn hô "Nghỉ". Đến lúc đó tên Mỹ mới bước theo Hạm Trưởng. Cả hai hướng về mũi tàu nơi Bằng đứng đợi. Bên hông phải, một chiếc chiến thuyền đang nhẹ nhàng cập vào. Bằng nhảy phóc từ tàu lên mui ghe. Tên Mỹ nhảy nối tiếp. Khi Hạm Trưởng ở tư thế sẵn sàng rời tàu, tiếng còi te-tí-tí-te vang lên từ anh Giám lộ đứng trước tôi. Khi ghe tách khỏi tàu, anh ngưng thổi và với tay kéo lá cờ tam giác trắng có lằn đen nằm giữa, nhỏ cỡ một phần tư.

Một lần nữa tôi thấy hụt hẫng. Tôi có cảm tưởng Võ Bằng rời tàu mang theo cả "điểm tựa" của tôi. Tôi tự hỏi vì sao mình không xin đi theo. Rồi tự trả lời, nếu đi được, Hạm Trưởng đã cho phép...

Tôi nhìn theo chiếc chiến thuyền chở Bằng mỗi lúc một rời xa, bỏ lại tôi với năm người chỉ quen một. Cũng may Thiếu úy Hoàng Văn là người năng nổ và vui tính.

Tôi quyết định gọi là 'anh' thay vì 'Thiếu úy' cho thân mật, hy vọng anh bộc bạch nội tình.

- "Chào anh Hoàng Văn, tiếng còi và lá cờ vừa kéo lên có ý nghĩa gì vậy?"

- "Đó là hiệu còi tiễn Hạm trưởng rời tàu; còn lá cờ là hiệu kỳ của Hạm Trưởng, khi nó được treo lên, có nghĩa là vị chỉ huy của nó không có mặt trên chiến hạm."

- "A, hay ho đấy!"

- "Nhưng ngược lại," Hoàng Văn tiếp, "khi cô thấy hiệu kỳ của Đô Đốc thì có nghĩa vị này đang hiện diện trên tàu!".

- "Ngộ quá hả! Mà hiệu kỳ Đô Đốc ra sao?"

- "Nó có hình chữ nhật nền xanh điểm các ngôi sao trắng, nhiều ít tùy cấp bậc. Nó cũng là hiệu kỳ của Thuyền Trưởng tàu buôn. Cô thử nhìn quanh các thương thuyền xem có chiếc nào treo loại cờ đuôi nheo này không?"

Thiếu úy Văn đưa tôi chiếc ống dòm. Tôi bước sang thành đài bên phải, ngắm chiếc neo chếch mũi chiến hạm:

- "Chiếc đầu tiên, không thấy treo hiệu kỳ Thuyền Trưởng; chỉ thấy quốc kỳ Việt Nam và lá cờ ba sọc vàng xen kẽ ba sọc xanh. Đó là cờ nước nào vậy?"

- "Nó dạng hình vuông và nhỏ chừng một phần tư cờ Việt Nam, đúng không?"

- "Đúng!"

- "Đó không phải là cờ quốc gia. Đó là hiệu kỳ chữ G, phát âm Golf, mang ý nghĩa là "cần hoa tiêu". Tức là thương thuyền đó đã dỡ hàng xong, muốn có hoa tiêu hướng dẫn ra khỏi hải cảng. Khi đến, cũng vậy, thương thuyền phải neo ngoài vịnh, phải treo hiệu kỳ này và chờ hoa tiêu đưa vào. Khi đã có hoa tiêu trên tàu thì phải treo cờ chữ H, đọc Hotel. Khi tàu trong hải cảng, cờ quốc gia treo sau lái. Ngắm xem cờ sau lái là cờ nước nào?"

- "Tôi dốt về cờ các xứ lắm!"

Hoàng Văn nâng ống dòm:

- "Cờ Trung Hoa Dân Quốc, nói gọn là Đài Loan. Còn chiếc tàu kế treo cờ ra sao?"

Tôi quét ống dòm qua bên tay mặt:

- "Chiếc này, ngoài cờ Việt Nam, nó treo cờ đỏ sẫm."

- "Đó là cờ hiệu chữ B, đọc Bravo, cùng cỡ với cờ chữ Golf, nhưng cạnh ngoài bị gãy vào trong. Nó mang ý nghĩa là tàu đang chở hàng nguy hiểm, như đạn dược, xăng dầu. Khi thấy cờ này, không nên đến gần. Tiếp tục với các chiếc còn lại."

- "Hai chiếc kế tiếp đều treo hiệu kỳ Thuyền Trưởng cạnh cờ vàng ba sọc đỏ. Chiếc gần chiến hạm nhất, thay chỗ hiệu kỳ Thuyền Trưởng là lá cờ vuông, mỗi cạnh kết hợp với hai đường chéo thành bốn tam giác có đỉnh chụm vào nhau. Mỗi tam giác một màu: đen, vàng, xanh, đỏ."

Thấy Hoàng Văn im lặng hơi lâu, tôi nhắc:

- "Cờ tứ sắc đó có nghĩa là gì?"

- "Nhìn từ mọi góc cạnh, không một lý do hợp lý nào cho thấy cô cần biết ý nghĩa những hiệu kỳ rắc rối này."

- "Tôi thấy nó hay hay." Tôi chống chế:

- "Chắc tại vì... Hạm Phó?" Hoàng Văn soi mói nhìn.

- "Hạm Phó thì có dính dáng gì đến cờ xí!" Tôi bực bội.

- "Nếu quả thật cô thấy hay hay thì tôi tiếp tục! Lá cờ gồm bốn tam giác bốn màu chụm đầu là cờ chữ Z, đọc Zulu, mang ý nghĩa là 'cần tàu kéo'. Tức là chiếc thương thuyền này vận chuyển khó khăn, cần một tàu kéo giúp sức."

- "Trời ơi! Cờ quạt gì mà ý nghĩa tùm lum quá, làm sao nhớ hết!"

Hoàng Văn nhìn tôi cười tủm tỉm:

- "Chúng tôi có cách để nhớ. Thí dụ như với cờ màu đỏ Bravo. Chắc cô còn nhớ ý nghĩa của nó phải không?"

Tôi muốn khoe mình cũng là tay nhớ dai, đáp nhanh:

- "Nhớ chứ! Ý nghĩa là tàu chở hàng hóa nguy hiểm, chớ lại gần."

- "Cách tôi nhớ ý nghĩa cờ Bravo là liên tưởng đến các cô... treo cờ đỏ!"

- "Cái anh này!" Mặt tôi nóng bừng.

- "Có một cờ hiệu mà tôi nghĩ là cô nhớ dễ dàng. Đó là cờ chữ O, đọc Oscar, mang ý nghĩa "có người rơi xuống biển." Người ta chọn mẫu tự O là từ chữ Overboard. Cờ này có màu nửa vàng nửa đỏ theo đường chéo xuôi."

Nhớ lời dặn buổi sáng sàn tàu trơn trợt, tôi tò mò:

- "Ví dụ tôi bị rơi thật thì làm sao các anh biết?"

- "Làm sao biết? Cũng dễ, chỉ sớm hay muộn thôi! Sớm thì như cô thấy, chúng tôi luôn luôn có nhiều người quan sát trên đài chỉ huy và người đi tuần phòng quanh chiến hạm. Trễ thì khi không thấy cô ở bữa ăn, không thấy cô trong phòng ngủ và khi cho gọi máy, cho người đi tìm cũng không thấy." Hoàng Văn hạ giọng như sợ có ai nghe. "Mà cô việc gì phải lo. Trường hợp cô bị rơi thật, bất cứ giá nào Hạm Phó cũng đích thân tìm cứu cô cho bằng được."

Tôi nghiêm giọng:

- "Sao ai trên tàu cũng gán tôi với Hạm Phó. Chúng tôi chỉ mới biết nhau, cũng như tôi quen anh".

Hoàng Văn cười, ánh mắt tinh quái:

- "Vậy thì tôi rất vui để tiếp tục. Chuyện 'người rơi xuống biển' là chuyện sinh mạng con người, không chỉ trách nhiệm riêng nội bộ chiến hạm mà còn là một nghĩa vụ quốc tế. Tàu có nạn nhân buộc phải thông báo cho quốc gia lân cận để họ điều động phi cơ, tàu bè đến tiếp cứu."

- "Rắc rối thật!"

- "Không chỉ rắc rối mà còn... tức cười nữa! Thí dụ có một thương thuyền nào đó treo lá cờ chữ W, đọc là Whiskey. Nghe chữ *whiskey* hẳn cô nghĩ ngay đến rượu nhưng cờ Whiskey không có nghĩa là họ cần tiếp tế rượu mà lại có nghĩa là 'Cần thuốc men, y tế'. Lại thí dụ có một tàu khác treo cờ chữ T đọc là Tango. Treo cờ này, không có nghĩa tàu đó đang mở dạ vũ Tango, mà là muốn cảnh báo 'Tôi đang cào cá, xin đừng qua mặt'."

- "Hay ho thật đấy! Nhưng... sao phải treo cờ làm gì cho rắc rối. Cứ nói chuyện trực tiếp có phải nhanh chóng, tiện lợi hơn không?"

- "Cho dù các nước đồng ý thống nhất dùng tiếng Anh làm tiếng quốc tế thì vẫn không như cô tưởng. Mỗi người một cách phát âm, lại qua máy truyền tin thì khó nghe cho rõ. Cứ phải hỏi tới hỏi lui có khi... quá muộn! Cho nên, dùng cờ hiệu là ăn chắc. Trông thấy cờ là biết đối phương muốn nói gì."

- "Nhưng hiểu ý nghĩa trọn 26 cờ mẫu tự thì chắc ... khùng luôn!"

- "Nếu chỉ có 26 cờ mẫu tự thì dễ như... ăn cơm. Chúng tôi còn phải học ý nghĩa của sự kết hợp hai, hoặc ba, hoặc bốn mẫu tự với nhau. Thí dụ như kết hợp chữ

N và chữ C – N treo trên C – để báo rằng 'tàu tôi đang lâm nạn, xin tiếp cứu'. Lại có cờ mang ý nghĩa qua sự kết hợp các màu. Có cờ toàn màu trắng, có cờ nửa đỏ nửa trắng. Có cờ toàn màu vàng, có cờ nửa vàng nửa đen. Có cờ gồm ba màu như cờ Pháp. Có cờ ba màu theo thứ tự ngược cờ Pháp. Có cờ có tới bốn màu. Rồi mỗi màu lại có dạng hình tròn, hình vuông, tam giác, lằn ngang, lằn dọc, gạch chéo..."

- "Trời! Làm sao các anh nhớ hết!"

- "Không nhớ thì không là... Hải Quân!"

Thấy tôi lè lưỡi, Hoàng Văn cười to:

- "Đó chỉ mới một nửa rắc rối thôi cô Phượng ạ! Bởi vì hiển nhiên cờ xí thì chỉ dùng ban ngày, khi trời quang mây tạnh, đến đêm hay gặp thời tiết xấu, coi như vô ích! Lúc đó, phải dùng đèn hiệu và còi hiệu. Ý nghĩa muốn truyền đạt là sự kết hợp của ánh đèn chớp tắt, hoặc của tiếng còi ngắn dài. Như trường hợp có người té xuống biển ban đêm: tàu phải phát thường xuyên những tiếng còi S.O.S và trên cột đèn phải bật một đèn xanh giữa hai đèn đỏ cách nhau một mét."

- "Ôi trời! Có cho vàng tôi cũng không đi Hải Quân!" Tôi ta thán.

Hoàng Văn tươi cười:

- "Tôi hù cô Phượng cho vui thôi chớ đến Thánh cũng không nhớ hết! Yêu nghề lắm thì cũng chỉ nhớ những lá cờ mang ý nghĩa thường gặp. Còn thì tàu nào cũng có quyển 'hải thư' the *International Code of Signals.* Chỉ cần nhớ mục lục tổng quát để tìm ý nghĩa cho lẹ."

Hoàng Văn bước đến bàn hải đồ, kéo hộc tủ lấy ra một quyển sách tương đối mỏng. Anh lật nhanh cho tôi xem trang nào trang nấy toàn cờ là cờ, màu là màu. Tôi nói:

- "Có một lần tôi đi dạo bến Bạch Đằng vào dịp lễ húy nhật Thánh Tổ Hưng Đạo Đại Vương, tôi thấy cờ đủ kiểu đủ màu treo rợp trời. Ý nghĩa ra sao?"

- "Chỉ nêu ý nghĩa đây là lễ của Hải Quân, cũng như thêm phần long trọng, đẹp mắt!"

Không biết hỏi gì hơn, tôi tò mò lấy ống dòm ngắm các lá cờ treo trên mỗi con tàu trong vịnh. Chỉ ba chiếc là treo cờ 'cần hoa tiêu'. Đặc biệt tất cả đều treo cờ vàng ba sọc đỏ. Tôi ngạc nhiên hỏi:

- "Anh Hoàng Văn, không thấy có tàu Mỹ ở đây. Chỉ thấy toàn là tàu Việt Nam. Tôi nghe nói Mỹ đã mua đứt Cam Ranh rồi mà!"

- "Hơi đâu mà nghe Cộng Sản tuyên truyền! Cô hiện ở ngay trong vịnh, hãy tự quan sát. Cô thấy có gì chứng tỏ Cam Ranh thuộc về Mỹ?"

- "Tôi không thấy dấu vết chủ quyền của Mỹ."

- "Còn dựa vào đâu cô bảo đều là tàu Việt Nam?"

- "Tàu nào cũng treo cờ Việt Nam Cộng Hòa."

- "Tàu treo cờ Việt Nam Cộng Hòa không hẳn là tàu của Việt Nam Cộng Hòa. Luật Hàng Hải quy định rằng tàu ngoại quốc nào hoạt động trong các hải cảng Việt Nam Cộng Hòa đều phải treo cờ Việt Nam Cộng Hòa và phải có hoa tiêu Việt Nam hướng dẫn vào cảng. Hầu hết thương thuyền đều có hai cột cờ. Cột cờ thấp ở lái, cột cờ cao ở giữa. Khi tàu ngoại quốc vào hải cảng, quốc kỳ của tàu đó phải hạ xuống treo ở cột lái, còn quốc kỳ của nước sở tại được kéo lên ở cột cờ giữa. Đó là lý do cô thấy tất cả các thương thuyền đều treo cờ Việt

Nam Cộng Hòa. Điều đó chứng minh Cam Ranh vẫn là Cam Ranh của Việt Nam. Ngay với chiến hạm này, nếu Cam Ranh thuộc chủ quyền của Mỹ, chúng ta phải neo ở ngoài chờ hoa tiêu dẫn vào. Cờ Việt Nam phải treo sau lái và cờ Hoa Kỳ phải treo giữa. Nhưng thực tế cờ Việt Nam Cộng Hòa vẫn treo cao và chiến hạm nghênh ngang ra vào, đâu cần hoa tiêu."

Tôi đặt ống dòm nhìn vào các cột cờ sau lái của các tàu hiện diện trong vịnh. Đa số là cờ sao sọc. Có một chiếc cờ Nhật. Một số khác, không rõ cờ nước nào. Đúng là tất cả đều treo cờ vàng ba sọc đỏ ở vị trí cao nhất. Tôi hết nhìn Thiếu úy Hoàng Văn, lại nhìn các thủy thủ đương phiên. Nhìn rộng hơn, rõ ràng người đang chỉ huy chiến hạm này là một Thiếu tá người Việt, thủy thủ đoàn đều là người Việt. Một thực tế hiển nhiên. Cũng hiển nhiên như suốt thời gian xuống tàu đến giờ, tôi chưa từng nghe một mệnh lệnh nào của tên Mỹ, chỉ nghe hắn 'aye aye, sir.'

Nhưng... biết đâu chừng thấy vậy mà không phải vậy! Tôi vẫn còn ít nhất 24 tiếng nữa để quan sát và xem xét tận tường. Chế tạo được một quả bom không phải là chuyện dễ dàng. Mang được quả bom xuống tàu lại là cả một gian nan. Hưng có thể chủ trương 'Thà giết lầm còn hơn bỏ sót!'. Tôi chỉ muốn giết đúng người đáng chết.

CHƯƠNG 10

NHẬT ĐẠO THÁI BÌNH DƯƠNG
THỨ NĂM 9/2/1967 12:00G

Nếu không có nắng hanh khô rát da mặt, nếu không có gió Lào đẫm áo mồ hôi, tôi sẽ vẫn ở trên Đài Chỉ Huy để chờ ngắm cảnh Hạm Trưởng, Hạm Phó và tên Mỹ trở lại tàu. Lúc đi, Hạm Trưởng là người sau cùng qua ghe, còn lúc về thì sao? Và anh giám lộ có thổi còi chào đón?

Tôi về đến phòng hồi 4 giờ 05 chiều trong niềm vui được thêm nhiều hiểu biết thú vị. Lại được Hạm Trưởng ân cần, lòng an tâm thanh thản, tôi bất cần kéo kín màn cửa trước khi vào buồng tắm. Tôi tắm gội thỏa thuê rồi thay bộ đồ sạch cuối cùng. Đó là chiếc quần tây xanh và áo sơ mi lụa trắng. Hưng rất thích bộ đồ này vì theo anh, trông tôi thanh lịch và quyến rũ.

Tôi mỏi mệt ngả lên giường, nhưng cái lệ có mặt 10 phút trước cơm chiều làm tôi cứ phải trằn trọc, gật gờ. Rồi bỗng chợt nhớ tới quả bom, từ lúc đem vào buồng, tôi chỉ lo tìm nơi đặt nổ mà quên kiểm soát nó còn đó hay đã bị lấy mất! Tôi cười nhạo chính mình: Hẳn nó phải còn đó, nếu không thì tôi đã không còn được nằm trong phòng mát rượi thế này...

Tuy nhiên tôi vẫn bật dậy bước tới rờ rẫm túi xách. Quả bom còn đây. Tôi mở nắp túi xách kia. Thời chỉnh còn đây. Tôi nghĩ tới giấc mơ lạ lùng. Giấc mơ gợi ý tôi đặt quả bom dưới bàn ăn sĩ quan. Tại sao tôi không đặt ở đó mà cứ tìm đâu cho xa. Quả bom nổ, tàu sẽ chìm và mang theo toàn bộ sĩ quan. Còn thành tích nào hơn? Tôi thử khoảng cách. Một bước, tôi ra khỏi cửa buồng. Đúng bảy bước, tôi vào phòng ăn. So với địa điểm thùng đạn ở sân mũi, tôi phải ôm quả bom leo một cầu thang và đi vòng vòng, nguy cơ gấp mười.

Nhưng giấc mơ cũng cho thấy tôi quay lại Quy Nhơn thay vì về Sài Gòn. Phải chăng nó gợi ý tôi nên bỏ cuộc? Hay nó báo rằng tôi có thể cho nổ quả bom nhưng chính tôi cũng không trở về quê quán, vĩnh viễn xa lìa mẹ cha.

Tôi bần thần trở vào phòng ngủ, ngồi ngẩn ngơ nghĩ về chuyện hôn nhân giữa tôi và Hưng. Tôi yêu Hưng và muốn làm vợ Hưng. Cả hai bên mẹ cha đều đã tán thành. Nhưng điều kiện để được tổ chức cho phép kết hôn thì khó khăn quá. Phải tạo thành tích cách mạng. Và tôi đang ra sức tạo thành tích đó. Điều đáng buồn là, để có thành tích, tôi phải giết những người đang ân cần tiếp đãi tôi, đang đối xử với tôi bằng tình đồng bào với lý do vì họ bán nước... Thấy đồng hồ chỉ 6 giờ kém 5 phút, tôi vội bước vào phòng ăn, nhưng chưa thấy ai hiện diện. Anh chiêu đãi cho biết giờ ăn tối dời lại lúc 7 giờ vì Hạm Trưởng và Hạm Phó còn bận ở hầm máy. Cái tin làm tôi ngỡ ngàng. Tôi vẫn tưởng họ chưa về tàu. Đúng rồi, tàu không còn im ỉm như khi neo. Tiếng máy đang chạy rầm rì. Sàn rung nhẹ, thỉnh thoảng bị giật sóng. Tôi hỏi anh chiêu đãi:

- "Tàu đang chạy, phải hôn?"

- "Chạy cả tiếng rồi cô, đã ra khỏi vịnh. Cô cần uống gì không?"

Tôi bước đến bàn đựng ly tách. Anh chiêu đãi bước theo:
- "Để tôi lấy nước cho."

- "Tôi muốn tự tay làm cho biết."

Tôi lấy một gói trà Lipton, mở bỏ giấy bọc rồi phân vân giữa ly và tách. Tôi thích uống trà nóng nhưng nhớ ly trà đá sáng nay của Võ Bằng, tôi quyết định nhấc chiếc ly. Anh chiêu đãi chỉ tôi vòi nước sôi và nơi chứa nước đá cục. Năm phút sau, tôi cầm ly trà đá về ghế ngồi. Năm phút kế tiếp, anh chiêu đãi mang ly trà đá đặt trước chỗ ngồi của Hạm Phó. Đó là ly thường lệ của Võ Bằng cho suốt bữa ăn. Tôi hỏi:

- "Anh Tốt có vợ con gì chưa?"

- "Có rồi, một con. Còn cô?"

- "Chỉ mới bồ bịch thôi. Ảnh hẹn sáng mai sẽ đón ở cầu tàu mà xem ra kiểu này không biết bao giờ tàu mới về tới."

- "Hẹn với xe đò còn chưa chắc đúng giờ, huống hồ hẹn với tàu chiến!"

- "Nào có biết!" Tôi thở dài.

Tôi nâng ly, uống vài ngụm. Trà đậm nhưng không thơm như trà Bảo Lộc của ba tôi. Giờ này chắc ba mẹ tôi đã bắt đầu trông ngóng tôi về. Ông bà hẳn đang ngồi ở bộ salon nhìn hình ảnh tôi thuở bé. Tôi bỗng nhớ đến tấm ảnh 'mẹ bồng con' trên bàn Hạm Phó và tấm ảnh 'tân lang tân giai nhân' trên bàn Hạm Trưởng. Cả hai 'bà' đều đẹp, nhưng với hai vẻ đẹp đối nghịch. Người thì sắc sảo, tinh ranh, kẻ thì kiêu sa, phúc hậu. Tôi không biết so mình với ai, chỉ biết thích lời khen của Hưng mượn thơ Nguyễn Bính: *'Nàng là con gái trời cho đẹp. Tuổi mới mười lăm đã đẹp rồi!'* Mà nay 'nàng' đã hai mươi. Đẹp càng ác liệt càng tươi má đào! 'Đẹp ác liệt' có thể là giữa sắc sảo và kiêu sa chăng? Còn phúc hậu bỏ đâu? Chắc bỏ vào quả bom sắp nổ! Mẹ tôi đều được mọi người khen phúc hậu mà tôi sao quá ác liệt? Vì đâu nên nỗi?

Võ Bằng và tên Mỹ bước vào cùng với tiếng cười như vừa trao đổi chuyện vui. Cả hai áo quần xốc xếch, mặt mày ướt đẫm. Tên Mỹ về thẳng buồng riêng. Võ Bằng reo mừng gặp lại tôi:

- "A ha, chào cô Phượng. Hạm Trưởng nhắn là cô hãy đọc cái chứng chỉ rồi ổng sẽ kể chuyện sau..."

Anh chàng chỉ cái khung mạ vàng treo trên vách sau lưng tôi rồi đi thẳng. Tôi đứng lên, bước đến cái khung vài lần tôi thoáng thấy. Bên trong là mảnh giấy trình bày như một bằng cấp.

VIỆT NAM CỘNG HÒA
QUÂN LỰC VIỆT NAM CỘNG HÒA
BỘ TƯ LỆNH HẢI QUÂN

"Chứng Chỉ Xuyên Nhật Đạo"

Chứng nhận Hộ Tống Hạm ĐỐNG ĐA HQ 007
đã xuyên nhật đạo ngày 9 tháng 2 năm 1967
nhằm ngày Mồng Một Tết Đinh Mùi
tại Vĩ độ 19° 58' Bắc – Kinh độ 180° 00' Đông
Nay cấp chứng chỉ này để làm bằng.

Thừa lệnh Đại Hải Long Vương,
Đề Đốc Trần Văn Chơn
Tư Lệnh Hải Quân

Tôi mỉm cười thích thú, thầm nghĩ mấy anh chàng Hải Quân bịa cái này cũng hay. Tôi biết vĩ tuyến, kinh tuyến nhưng xuyên nhật đạo là gì? Phải tạo thành tích đặc biệt gì mới được Long Vương cấp chứng nhận? Tôi mong tới bữa cơm để nghe ông giải đáp.

Tôi nhìn xuống mặt kệ tầm ngang ngực. Có hai bản kẹp tài liệu in các chữ in lớn trên tờ bìa KÍN, THƯỜNG. Hưng dặn tôi nếu có cơ hội ăn cắp các tài liệu MẬT và TỐI MẬT. Các tài liệu này ở đâu? Chờ vắng người, tôi sẽ tìm trong các ngăn tủ. Tên Mỹ xuất hiện với bộ quân phục kaki vàng thẳng thớm. Vài phút sau là Võ Bằng với bộ kaki xanh rất mới. Chúng tôi chưa kịp trao đổi xã giao thì Hạm Trưởng bước vào. Vẫn thủ tục chào đón như cơm trưa. Không như lần trước hoàn toàn miễn cưỡng, lần này tôi chào đón ông bằng tấm lòng quý mến. Vẫn như buổi trưa, tôi được ông dành cho lời đầu tiên:

- "Cô Phượng đã bắt đầu chán cảnh trời, cảnh biển chưa?"

- "Vẫn thấy thích thú, thưa Hạm Trưởng."

- "Còn với chiến hạm, có gì khiếu nại?"

- "Rất tuyệt. Cám ơn Hạm Trưởng và tất cả." Ông mỉm cười hướng về Thiếu úy Hoàng Văn:

- "Thực đơn ra sao, Sĩ quan ẩm thực?"

- "Thưa Hạm Trưởng, thưa quý vị, thực đơn hôm nay gồm có: Cơm trắng. Thịt gà xào đậu. Trứng chiên với củ hành. Và canh bí hiểm. Hết"

- "Canh bí hiểm? Sáng tác mới của sĩ quan ẩm thực chăng?" Hạm Trưởng ngạc nhiên. Tôi nhìn tô canh có các lát màu vàng, lên tiếng:

- "Tôi nghĩ là bí rợ ..."

Hoàng Văn nói:

- "Thưa Hạm Trưởng và quý vị. Hôm qua đi chợ Quy Nhơn, tôi hỏi bà bán hàng trái gì, bà nói tên bằng giọng Quảng nghe không rõ nhưng không dám hỏi lại. Bà quả quyết trái đó nấu canh rất ngon rồi chỉ tôi cách nấu. Xin bảo đảm tôi nấu y như cách bà chỉ, nhưng ngon hay không tùy người thưởng thức." Tất cả cười rần. Hạm Trưởng múc một muỗng vừa thổi vừa húp. Ông gật đầu:

- "Ngon đấy chứ!"

Tên Mỹ cũng múc một muỗng, cũng gật đầu: 'Taste good!' Tôi theo thói quen chan canh xăm xắp chén cơm, rồi múc cả cơm canh đưa lên miệng.

- "Ngon!" Tôi khen. "Phân chất thì thấy có tôm khô, mùi nước mắm và còn gì gì nữa, hả Thiếu úy?"

- "Tác giả xin giữ bản quyền!" Thiếu úy Văn tươi cười. Hạm Trưởng nói:

- "Giữ bản quyền, là phải lắm. Một sáng tác vô tiền khoáng hậu!"

Sau những tiếng cười, mọi người lặng lẽ ăn. Tên Mỹ bắt chước tôi, chan canh vào cơm rồi dùng muỗng múc. Trông đỡ 'thê thảm' hơn lối dùng đũa lúc trưa. Hạm Trưởng lên tiếng:

- "Cô Phượng đã đọc Chứng Chỉ Xuyên Nhật Đạo chưa?"

- "Thưa rồi!"

- "Cô thấy sao?"

- "Qua việc lộng kính và trưng bày trân trọng, hẳn không phải là chuyện đùa cho vui?"

- "Không đùa đâu." Hạm Trưởng nghiêm giọng. "Chuyện nghìn năm một thuở, mà riêng với tôi là vinh dự một đời người."

- "Xin Hạm Trưởng giải thích." Tôi nôn nóng.

Ông và miếng cơm, gắp thức ăn rồi chậm rãi nhai. Mắt ông đăm chiêu nhìn xuống bàn như đang sắp xếp ý tưởng. Mấy phút sau ông mới ngẩng lên nhìn tôi:

- "Cô Phượng có biết 'Xuyên Nhật Đạo' là gì không?"

- "Thưa, mới nghe lần đầu!"

- "Cô có biết 'kinh tuyến' và 'vĩ tuyến'?"

- "Dạ, rất rành."

- "Tức là cô đã biết địa cầu được chia theo đường dọc qua hai cực Bắc Nam thành 360 kinh tuyến và các vòng theo chiều ngang là vĩ tuyến, mà xích đạo là vĩ tuyến 0?" Tôi gật đầu. Ông tiếp, "Do quả đất tự nó quay quanh trục trong 24 giờ mà có ngày đêm, nghĩa là giờ nơi này khác giờ nơi nọ. Để tính sai biệt, cho dễ hiểu, người ta phóng chiếu quả cầu lên mặt phẳng và chọn kinh tuyến 0 đi qua Đài Thiên Văn Greenwich ở Luân Đôn là múi giờ quốc tế GMT. Cô theo kịp đến đây chứ?"

Ông tiếp tục ăn như dành thì giờ cho tôi nghiền ngẫm. Tôi nói:

- "Đại úy Bằng có cho tôi xem các kinh tuyến và vĩ tuyến được phóng chiếu trên hải đồ theo trục dọc, trục ngang."

Ông gác đũa, nghiêng mặt theo lối nhìn của Rhett Butler khi mới gặp Scarlett O'hara:

- "Cô đang học ban gì?"

- "Dạ, ban Sử Địa."

- 'Thảo nào! Vậy thì tôi chỉ lướt qua thôi. Từ kinh tuyến Greenwich, về phía Đông 180° gọi là múi giờ Đông và về phía Tây 180° gọi là múi giờ Tây. Mỗi 15 kinh tuyến cách nhau một múi giờ, tức là mỗi bên múi giờ Đông và Tây có 12 múi giờ. Kinh tuyến 180° được gọi là đường Nhật Đạo, nôm na là đường đổi ngày. Theo quy định, khi đi từ Đông sang Tây phải thêm một ngày và từ Tây sang Đông phải giảm một ngày. Ví dụ chúng ta đang ăn tối là ngày 5 tháng 8 và chiến hạm chúng ta vừa qua đường Nhật Đạo, chúng ta phải sửa ngày thành ngày 6 tháng 8. Giờ vẫn là giờ hiện tại, tức 19:20."

Nhớ ngày tháng năm ghi trên Chứng Chỉ, tôi ngạc nhiên hỏi:

- "Tức là chiến hạm này, hồi nửa năm trước, đã xuyên nhật đạo ngày 9 tháng 2?"

- "Chứ gì nữa!" Hạm Trưởng cười khoan khoái.

Tôi tính nhẩm. Chu vi địa cầu là 40 ngàn cây số, có 360 kinh tuyến, mỗi kinh tuyến cách nhau trên 100 cây số. Nước Việt Nam ở vào kinh tuyến 108°, cách kinh tuyến 180° đến 72 kinh tuyến. Có nghĩa là vào ngày 9 tháng 2, chiến hạm ở xa Việt Nam đến trên 7 ngàn cây số! Tôi ngờ vực hỏi:

- "Thưa Thiếu tá, Thiếu tá thi hành công tác gì mà phải đi xa đến gần phần năm địa cầu?"

- "Không phải đi xa mà đi về. Nói rõ hơn, chúng tôi lái chiếc chiến hạm này từ Mỹ về Việt Nam, một hải trình xuyên suốt Thái Bình Dương. Nghĩa là không phải xa bảy ngàn cây số mà hơn gấp đôi số đó!"

- "Xa dữ vậy! Vậy nên nhận được Chứng Chỉ Xuyên Nhật Đạo của Ngài Đại Hải Long Vương là phải quá rồi." Tôi khen thật lòng.

- "Lúc cơm trưa, cô nói có biết Ngài Đại Hải Long Vương qua truyện Tây Du Ký."

Hạm Trưởng tiếp. "Tôi cần minh xác điểm này. Truyện Tây Du Ký nói đến Tứ Hải Long Vương tức là bốn vị thần hùng cứ bốn biển: Đông hải, Tây hải, Nam hải, và Bắc hải. Cả bốn ông vua này đều có giúp đỡ Tam Tạng trên đường thỉnh kinh. Còn Đại Hải Long Vương là vị thần khác. Vị thần này giúp Đinh Bộ Lĩnh vào năm Mậu Thân 968. Tương truyền vào năm đó, Đinh Bộ Lĩnh trên đường dẹp loạn thập nhị sứ quân, đến bờ sông ở làng Xuân Phả tỉnh Thanh Hóa thì gặp bão tố. Bỗng có con rắn lớn nổi lên giữa sông, rồi biến thành một tòa miếu nguy nga cho Đinh Bộ Lĩnh và quan quân vào trú ngụ. Sau khi thống nhất sơn hà, Đinh Bộ Lĩnh lên ngôi hoàng đế, cho lập đền thờ tại bờ sông và phong cho vị thần chức Đại Hải Long Vương."

- "Thì ra là vậy!" Tôi thích thú nói. "Cám ơn Thiếu tá giải thích tận tường!"

- "Nói thêm cho đủ ý. Ngài Đại Hải Long Vương là thần Việt, còn Tứ Hải Long Vương là thần Tàu. Đâu lẽ Tư Lệnh Hải Quân Việt Nam lại thừa lệnh thần Tàu cấp Chứng Chỉ Xuyên Nhật Đạo cho chiến hạm!"

- "Thậm chí lý, thưa Thiếu tá!"

Tất cả cười ồ. Tôi thấy ngường ngượng nghĩ thầm, 'Mình được khen là một cây Sử Địa mà ngay Sử Việt cũng không rành! Mới chỉ 'đụng' sơ với Hải Quân mà đã lòi ra còn nhiều thứ cần phải học. Hạm Trưởng gác đũa, hỏi tên Mỹ:

- "Có hiểu câu chuyện không Rick?"

- "So so, Sir!"

Hạm Trưởng thuật bằng tiếng Mỹ. Hắn thích thú cười to. Tôi cũng cười nhưng thầm chửi: 'Cười cho đã đi rồi... chết!' Tôi lên tiếng để lấp liếm nỗi sượng sùng:

- "Sẵn dịp, xin Thiếu tá kể chuyện vượt Thái Bình Dương. Phượng ở trên tàu này chỉ mới 'vượt bao hải lý, chưa nghe vừa ý'..."

- "À, gian nan lắm! Chiếc tàu Mỹ viện trợ được tân trang ở Hải Quân Công Xưởng Norfolk Naval Shipyard, tiểu bang Virginia. Tôi, Hạm Phó, 6 sĩ quan trong đó có Trung úy Võ Bằng và 90 nhân viên được một toán đặc huấn của Mỹ tận tình huấn luyện và thực tập. Sáu tháng đầu vừa học Anh ngữ vừa học chuyên môn. Sáu tháng kế tiếp làm quen chiến hạm. Phải học sử dụng rành rẽ đủ loại máy móc, phải thông thạo hải hành cận duyên và hàng hải thiên văn, phải thuần thục các nhiệm sở như nhiệm sở cập cầu, nhiệm sở tác chiến, nhiệm sở phòng tai, nhiệm sở vớt người, nhiệm sở neo, nhiệm sở đào thoát..."

- "Nhiệm sở đào thoát! Nghe ghê quá!" Tôi nói.

- "Rất quan trọng. Có đánh đấm là có chìm tàu. Mỗi người phải có đủ năng lực và điều kiện để sống còn nếu phải qua nhiều ngày chịu sóng gió nắng mưa, chờ tiếp cứu."

Ông ngưng lại cho mọi người tiếp tục ăn. Rồi tiếp:

- "Sau một năm học tập mờ người, chiến hạm khởi hành về nước. Đầu tiên là 12 ngày trên Đại Tây Dương, từ tiểu bang Virginia đến Panama. Chờ thủ tục và qua kinh đào mất thêm 3 ngày. Rồi từ đó vượt Thái Bình Dương suốt 45 ngày. Tổng cộng tròn 2 tháng lênh đênh!"

- "Vì sao phải đi qua kinh đào Panama?"

- "Đường từ Mỹ về Việt Nam có hai lối. Con đường ngắn nhất là đi băng qua Thái Bình Dương, biển thường êm ả. Con đường vượt Đại Tây Dương và Ấn Độ Dương vừa xa hơn vừa biển động thường xuyên; lại phải vòng qua mũi Hảo Vọng của Nam Phi nổi tiếng sóng to gió lớn. Cuối cùng phải qua eo biển Malacca giữa Nam Dương và Mã Lai."

Hạm Trưởng lại ngưng, nhìn tôi dò dẫm. Tôi nói:

- "Xin Hạm Trưởng tiếp tục."

- "Dĩ nhiên chúng tôi chọn con đường êm ả Thái Bình Dương. Nhưng vì chiến hạm đang ở phía Đại Tây Dương nên muốn qua Thái Bình Dương, chiến hạm phải dùng kinh đào Panama. Ngày xưa khi chưa có kinh đào, người ta phải đi vòng qua mũi Sừng, tức mũi Horn của Nam Mỹ, mất thêm ít nhất nửa tháng!"

- "Thưa, ai có sáng kiến đào kinh Panama?"

- 'Năm 1881, Pháp khởi sự cho đào kinh với 44 ngàn công nhân. Năm năm sau, có đến 6 ngàn người chết vì dịch bệnh nên công trình bị bỏ dở. Hai mươi năm sau nữa, Mỹ tiếp nhận công trình. Vì không thể đục xuyên núi, người ta tạo ra 6 ụ nước để nâng tàu vượt qua núi. Khi tàu vào ụ nổi đầu tiên, người ta bơm nước vào cho tàu nổi lên cao để vào ụ thứ hai. Đến ụ thứ ba, tàu lại được nâng cao để vào hồ nhân tạo Gatun dài 33 cây số, lớn nhất thế giới. Từ hồ này tàu sẽ vào các ụ nước xuống thấp dần và cuối cùng ra đại dương. Tính ra có đến 10 năm với 27 ngàn công nhân mất mạng, công trình dài 82 cây số này mới hoàn tất vào tháng 8/1914."

- "Nghe thiệt ớn... chè đậu! Xin hỏi, trong 45 ngày trên Thái Bình Dương, chiến hạm chạy ròng rã hay có ghé bến nào không, thưa Hạm Trưởng?"

- "Vượt đại dương dài 15 ngàn cây số, dĩ nhiên chúng tôi cần tiếp tế lương thực, dầu nhớt và dưỡng quân. Mỗi trạm ghé 3 hay 4 ngày. Trạm đầu tiên là Trân Châu Cảng, sau cuộc hành trình 9 ngày. Trạm kế đến đảo Guam, sau 18 ngày hải hành liên miên. Rồi thêm 7 ngày đến Subic Bay của Phi Luật Tân. Và trạm cuối Phi - Việt 4 ngày."

Ông lại ngưng nói như để tôi hình dung trọn vẹn con đường thiên lý chiến hạm đã vượt qua. Khi tôi thầm nhủ 'chắc chắn là không có tôi', Hạm Trưởng tiếp:

- "Đúng là Thái Bình Dương, đúng là 'tháng ba bà già đi biển'. Nhưng khi qua eo San Bernardino trước khi vào vịnh Subic, eo thì hẹp mà trời thì mịt mù, chúng tôi rã người mới an toàn qua được."

- "Trong 45 ngày đó, chiến hạm làm gì cho thủy thủ đoàn đỡ nhớ nhà? Phượng ở trên tàu này mới một ngày mà đã thấy nhớ!"

- "Có chứ! Đại khái là các trò giải trí, các lớp ôn tập ngành nghề. Đặc biệt, vì hải hành nhằm dịp Tết nên tôi cho lệnh sĩ quan ẩm thực tìm mua đầy đủ bánh mứt và trò giải trí ở các tiệm tạp hóa Tàu."

Hạm Trưởng lại ngưng nói nhìn tôi, tia mắt như tỏa mùa Xuân tươi vui:

- "Cô Phượng biết không, một tình cờ lạ lùng đã giúp ngày Tết vui thêm. Ngày 8 tháng 2, vào đúng khi mặt trời lên thiên đỉnh, mình nôm na là đúng ngọ, khi đo đạc để định vị trí chiến hạm, tôi giật mình khám phá ra chiến hạm vừa qua kinh tuyến Nhật Đạo 180°. Thành thử mâm bánh mứt chuẩn bị cúng Giao thừa, chuyển sang cúng mừng Tân Niên Đinh Mùi cùng lời chúc Tết! Bầu Cua Cá Cọp được bày ra. Vài sòng bài xì dách nho nhỏ mua vui. Treo giải domino, cờ tướng. Tổ chức ca hát. Mọi người vui chơi suốt tuần, trong ảo tưởng là được về nhà sớm một ngày!"

Ông bất ngờ hướng về Trung úy Lê Giáp Thân:

- "Nói tới về nhà sớm, tôi cũng nôn nao. Này, Sĩ quan cơ khí. Liệu hai máy cho tiến *full* được không?"

- "Tôi phải xuống xem tình hình mới có thể trả lời Hạm Trưởng."

- "Ăn xong đi đã!"

- "Thưa Hạm Trưởng đã xong. Xin phép rời bàn." Anh đứng lên.

Hạm Trưởng móc túi lấy gói thuốc Pall Mall. Ông mời Võ Bằng. Chàng ta lắc đầu.

Giọng Hạm Trưởng ngạc nhiên:

- "Hạm Phó bỏ thuốc?"

- "Đang cố gắng, thưa Hạm Trưởng."

- "Hút thuốc được mấy năm rồi?"

- "Từ thời lên Trung học. Cũng hàng chục năm rồi!"

- "Hút hàng chục năm mà lại bỏ! Uổng công không!"

Nhiều tiếng cười. Hạm trưởng lại tiếp:

- "Hẳn phải có lý do quan trọng?"

- "Sợ buồng ngủ hôi mùi thuốc, cô Phượng chê!"

Võ Bằng nói tỉnh bơ. Mọi người xuýt xoa. Tôi vừa nghèn nghẹn vừa bực mình nhưng chỉ biết lặng thinh. Hạm Trưởng rút một điếu gắn lên môi. Tôi nghe tiếng "tích". Tên Mỹ đưa ngọn lửa đến trước ông. Chiếc bật lửa bằng thép trắng có khắc hình nổi một chiếc chiến hạm. Ông nghiêng người mồi thuốc. Tiếng "thank you" nhẹ nhàng bay theo đợt khói nhả đầu tiên. Và, theo như tôi nghĩ, đợt khói cũng là hiệu báo mọi người đã được phép. Tên Mỹ mở gói Lucky, và một lần nữa tiếng 'tích' giòn giã vang lên. Hắn đặt hộp quẹt và gói thuốc trên bàn. Mùi Lucky hòa quyện mùi Pall Mall vẫn là mùi thơm dễ chịu.

Tôi lẩm cẩm nghĩ, nếu người quẹt máy cho Hạm Trưởng mồi thuốc là Võ Bằng thay vì tên Mỹ, đố tránh khỏi bị nhìn là nịnh bợ.

Anh chiêu đãi nhanh chóng dọn sạch bàn ăn rồi mang ra hai dĩa bánh LU tráng miệng như buổi trưa. Vẫn Hạm Trưởng bốc miếng đầu tiên. Ông hớp trà nóng và hít vài hơi thuốc. Rồi nheo mắt với Võ Bằng:

- "Hạm Phó đâu có muốn tàu tiến *full*, phải không?"

- "Hạm Trưởng đi guốc trong bụng Hạm Phó!" Võ Bằng cười.

- " 'Tiến *full*' là sao?" Tôi hỏi.

- "Là máy chạy tối đa với tốc độ đường trường. Còn khi hải hành tuần phòng, chỉ nửa tốc độ. Cô Phượng có như tôi không, chỉ muốn tàu chạy... nửa tốc độ?" Võ Bằng quả có tài bóng gió. Tôi trêu chọc:

- "Tôi tưởng Đại úy cũng mong sớm về gặp 'mẹ bồng con' chứ?"

- "Người ta đã bỏ tui rồi, cô Phượng ơi!" Võ Bằng hát trả lời.

Mọi người cười rộ.

- "Vậy thì câu 'Còn con thì không biết có hay không' là ám chỉ chú bé trong hình?"

- "Còn ai trồng khoai đất này!" Võ Bằng buồn rầu đùa cợt.

Tôi lặng thinh. Trường hợp này, lặng thinh tốt hơn là lời an ủi. Một giọng nói phát lên từ cuối bàn:

- "Tôi có một thắc mắc, nhờ cô Phượng giải đáp."

Tôi ngoảnh nhìn Thiếu úy Nguyễn Ấn đang nở nụ cười tinh quái. Tôi khiêu khích:

- "Mời Thiếu úy".

- "Tôi tự hỏi một người đẹp như cô thì làm sao mà leo đến năm thứ ba đại học được?" Tôi suýt nổi xung với câu hỏi thoạt nghe như đầy vẻ miệt thị nhưng kịp ghìm lại. Anh chàng chỉ bóng gió chuyện yêu đương chứ không ngụ ý hễ người đẹp là không có ... đầu óc! Tôi hỏi cho ăn chắc:

- "'Người đẹp' với 'năm thứ ba' thì có ăn nhậu gì hở Thiếu úy?"

- "Mỹ nữ là tiêu điểm của thanh niên. Lẽ ra có người rước cô về dinh từ khuya!"

- "Lấy chồng sớm hay muộn là do... duyên nợ chớ đâu phải do xấu đẹp. Đồng ý là Phượng được nhiều người để tâm nhưng đến nay duyên nợ chưa tới!"

- "Chưa duyên nợ nhưng cô Phượng... có để tâm?" Bằng chen vào.

Tôi thấy đến lúc nên cho Bằng chấm dứt mọi tán tỉnh vô ích:

- "Đúng, Phượng có... để tâm một người!"

- "Anh chàng diễm phúc nào đó hẳn tu chín kiếp!" Võ Bằng trở giọng xót xa.

- "Đâu cần phải tu mới được. Miễn không là... lính biển!" Tôi thẳng thừng.

- "Vậy, xin Hạm Trưởng làm ơn ký ngay cho tôi cái lệnh giải ngũ!" Võ Bằng thản nhiên.

- "Giải ngũ cũng vẫn còn gốc lính biển!" Tôi thẳng tay.

Hạm Trưởng nhíu mày và tất cả lặng thinh làm tôi hiểu mình đi quá trớn. Tôi còn đang lựa lời cứu vãn thì Võ Bằng đã tặng tôi lời cay đắng:

- "Vậy khi nào cô báo "tin mừng", nhớ báo "tin buồn" cho tôi biết!"

Tôi cười để che giấu xúc động. Câu kế tiếp của anh chàng chuyển thành rúng động:

- "Cũng xin đừng nhận còi nhiệm sở vớt người khi không thấy tôi trên tàu!"

Đúng lúc đó Hạm Trưởng lên tiếng:

- "Cô Phượng sao lại ghét Hải Quân đến thế?"

- "Phượng chỉ có ý nói chơi với Đại úy Bằng!"

- "Cô học trường nào?"

- "Thưa, Đại học Sư phạm."

- "Cô biết Huỳnh Tấn Mẫm?"

- "Thưa không!" Tôi nói dối.

- "Có đi dự biểu tình chống chính phủ?"

- "Thưa không!" Tôi tiếp tục nói dối.

- "Huỳnh Tấn Mẫm dùng lời dối trá để lôi cuốn sinh viên biểu tình chống Mỹ. Nó là tên 'ăn cơm Quốc Gia thờ ma Cộng Sản'. Đừng dại mà nghe tên nằm vùng đó. Nó bị bắt nhốt rồi."

Tôi lặng thinh. Huỳnh Tấn Mẫm đang học Đại Học Y Khoa, là thủ lãnh 'Phong trào Thanh niên-Sinh viên-Học sinh đấu tranh chống Mỹ-Ngụy'. Tôi và Hưng luôn luôn hăng hái nghe lời kêu gọi của Mẫm. Hai năm trước, chúng tôi quen nhau trong một cuộc biểu tình. Chúng tôi bị cảnh sát dã chiến xịt nước giải tán. Tôi chạy bán mạng và trợt té. Hưng kéo tôi đứng lên và giúp tôi vượt thoát. Từ đó anh là điểm tựa của đời tôi.

Vờ không hiểu câu nói của Hạm Trưởng, tôi nêu câu hỏi ngu ngơ để đánh tan nghi ngờ:

- "'Ăn cơm Quốc Gia thờ ma Cộng Sản' là ý gì, thưa Thiếu tá?"

Ông trầm ngâm một lúc rồi trả lời:

- "Một ví dụ cho dễ thấy. Hãy coi chiến hạm này như là một Quốc Gia. Chiến hạm đang giúp cô thực hiện chuyến đi mong ước, cung cấp cho cô ngày ba bữa no, mà về tới Sài Gòn cô lại đi theo lũ vẹm biểu tình chống đối!"

Tôi muốn trả lời ông đâu phải mình tôi ăn cơm Quốc Gia. Những người đi biểu tình cũng ăn cơm Quốc Gia. Còn việc thờ ma Cộng Sản thì có lý do của nó. Một chính quyền dâng đất nước cho ngoại bang thì phải chống đối. Đó là bổn phận. Nhưng câu nói của ông buộc tôi im lặng suy xét nghiêm chỉnh vấn đề. Thực sự Quốc Gia này còn hay mất? Cộng Sản là hạng người nào? Là ai thì tôi chưa tỏ tường, chỉ thấy các hành động ám sát, thủ tiêu, khủng bố. Và tôi đang bước đầu làm một tên khủng bố!

Khó thể chối rằng tôi đang 'ăn cơm Quốc Gia thờ ma Cộng Sản'! Đời tôi rồi sẽ về đâu?

CHƯƠNG 11

HẢI PHẬN NINH THUẬN
THỨ BẢY 5/8/1967 21:00G

Khi Trung úy Thân trở lại báo cáo hai máy đã hoạt động bình thường, Hạm Trưởng đứng lên, ra dấu Bằng theo ông. Bằng nói nhỏ với tôi: 'gặp lại sau'. Tôi nói thầm: 'còn trốn nơi nào khác mà chẳng gặp lại'. Lý trí thì cười nhạo nhưng tình cảm thì lại hụt hẫng. Tôi ghét bộ mặt nhởn nhơ của Võ Bằng nhưng vắng nó tôi lại thấy bồn chồn, lo lắng. Tôi không hiểu nổi chính mình. Tiếng của ai đó vang lên:

- "Làm một ván Belote chăng, các quan ta?"

- "Nên lắm!" Nhiều tiếng đáp.

Thiếu úy Nguyễn Ấn mở hộc tủ lấy bộ bài đặt lên bàn với một tập giấy trắng và cây viết. Cuộc chơi gồm bốn người chia làm hai phe ngồi chéo nhau ở cuối bàn ăn. Thỉnh thoảng khi lá bài đánh xuống, một phe thì cười hét ầm lên, còn phe kia thì mặt mày nhăn nhó! Tôi tò mò hỏi cách chơi. Theo lời Trung úy Bạch, Belote là môn bài cốt để đấu trí chớ không sát phạt. Người chơi phải vận dụng bộ óc không những phải nhớ các lá bài của mình đánh ra lật sấp mà còn phải đoán bạn và địch đang cầm những lá bài nào. Lại có nhiều cách đánh. Như Atout, Sans atout, Tout atout. Với mỗi cách đánh, mỗi con bài được định điểm giá trị khác nhau. Nghe xong tôi hết muốn học.

Tên Mỹ cũng chơi bài, nhưng chơi một mình. Đối diện với hắn là bảy cột bài. Mỗi cột có số lá bài tăng dần từ 1 đến 7. Lá trên hết được lật ngửa. Tên Mỹ mở một lá bài của phần còn lại rồi tìm đặt vào cột thích ứng. Hắn tỏ vẻ hào hứng nhưng tôi không hiểu gì hết.

Hắn chợt nhìn tôi, cười hỏi:

- "Chào Miss Phượng. Mi mạnh khỏe?"

- "Cám ơn. Còn mi?"

- "Khỏe! Cám ơn." Hắn cười, tiếp: "Mi muốn học cách chơi game Solitaire không?"

- "Không! Chỉ muốn hỏi mi vài câu?"

Hắn khoanh chéo hai tay tựa lên bàn, tỏ ý lắng nghe. Tôi mở cuộc tấn công:

- "Rất ngạc nhiên thấy mi trên tàu này?"

- "Tôi cũng vậy!"

Tôi đăm đăm nhìn hắn. 'Tôi cũng vậy' là ý gì? Đâu lẽ hắn tự ngạc nhiên về chính hắn? Không, hắn chủ ý trả đũa câu hỏi của tôi, cũng ngạc nhiên thấy tôi trên tàu. Người Việt đi tàu người Việt, có gì đáng ngạc nhiên? Tôi phớt lờ hỏi tiếp:

- "Mi ở tiểu bang nào?"

- "Colorado."

- "Ở đó có gì đặc biệt?"

- "Núi cao và vực sâu."

- "Mi có gia đình chưa?"

- "Có rồi và một con."

- "Sao không ở nhà với vợ con mà qua Việt Nam làm chi?"

Đến lượt tên Mỹ đăm đăm nhìn tôi như không tin vừa nghe một người Việt nêu lên câu hỏi ngớ ngẩn. Tôi cười cười làm như chỉ đùa thôi. Hắn nói:

- "Lính mà. Lệnh bảo đi đâu thì tới đó."

- "Nhưng ít nhất, mi cũng biết lý do chứ?"

- "Dĩ nhiên là biết."

- "Riêng trên tàu này, mi có nhiệm vụ gì?"

- "Làm những gì ông Hạm Trưởng yêu cầu."

- "Thí dụ?"

Hắn nói chậm rãi thật đúng giọng Việt như muốn chắc chắn tôi hiểu:

- "Thí dụ ông ấy bảo tôi tìm hiểu lý do cô có mặt trên tàu này!"

Tim tôi thót, người ớn lạnh nhưng làm như đó là câu đùa hay, tôi cất tiếng cười vang. Hắn cũng cười thoải mái. Tôi tiếp tục, giọng thân mật:

- "Mi xuống tàu này từ Hoa Kỳ?"

- "Không, xuống ở Sài Gòn cách đây ba tháng!"

- "Chừng nào rời Việt Nam?"

- "Tám tháng tám ngày nữa!"

- "Sẽ trở lại?"

- "Không, trừ phi tình nguyện."

- "Mi sẽ tình nguyện?"

- "Không! Nhưng có lệnh thì đi."

- "Chúc may mắn!"

- "Cảm ơn!"

Tôi không hiểu sao lại chúc hắn may mắn. Kẻ đi xâm lược bao giờ cũng đáng chết! Tôi thấy hỏi vậy là đủ. Hỏi thêm e rằng chính mình phạm sơ hở. Qua đối đáp, hắn không phải là tay mơ. Tôi đứng lên, ra dấu tay chào tất cả.

Tôi lên sân chính, đi dần về phía lái, đứng đúng vào nơi tôi ói mửa. Một kỷ niệm khó quên. Con tàu hục hặc nhưng không tròng trành. Gió còn hâm hấp, mạnh hơn trong vịnh. Tôi mong Hạm Trưởng đứng đâu đó thấy tôi nói thật: Tôi đi tàu vì mê biển, cho dù trời tối mù mờ. Những ngọn sóng chập chờn óng ánh lân tinh như đang tranh nhau vượt khỏi màn đêm. Vài ba ánh đèn đủ sáng cho thấy hình dạng các ghe câu. Một đám lửa nung đỏ đỉnh núi. Cao hơn, một trái hỏa châu bừng hồng chốc lát rồi trả lại bầu trời đầy sao.

- "Cô Phượng!"

Tôi giật mình, quay lui. Một dáng người lù lù như ma quỷ hiện hình. Tôi ôm lấy ngực, cố nhận dạng nhưng trời quá tối. Tuy nhiên nghe tiếng nói quen quen:

- "Thấy cô đứng một mình, anh em cử tôi đến mời cô cùng 'lai rai' với chúng tôi cho vui."

Tiếng 'lai rai' gợi tôi nhớ ba tôi. Ông có thói quen lai rai vài chung rượu đế cuối ngày. Ông không say, chỉ đủ để kể các chuyện vui xảy ra trong lớp học. Tôi hy vọng rượu sẽ đẩy đưa họ nói nhiều và hé lộ những gì tôi muốn biết. Nếu họ đáng chết, tôi sẽ không có gì ân hận.

- "Có những ai vậy anh Tùng?" Tôi thăm dò, mong Bằng có mặt.

- "Quen có, lạ có. Mà trước lạ sau quen, cô đừng ngại."

Tôi nhớ đến ông Quản nội trưởng hoạt bát vui tính:

- "Có Thượng sĩ Hoàng chứ?"

- "Ông ấy chủ xị mà!"

- "Chủ xị là sao?"

- "Là sếp sòng của buổi nhậu, như nhạc trưởng của dàn đờn."

Tôi thích Thượng sĩ Hoàng, ông có cái vẻ gì đó giống ba tôi. Tôi dứt khoát đứng lên.

- "Tôi đến nhưng cái mục "lai rai" thì cho xin."

- "Chỉ là bia quân tiếp vụ, nhẹ lắm, không say đâu!"

- "Tôi bị dị ứng với rượu."

- "Yên trí! Có trà và bánh ngọt!"

Chúng tôi lần lượt leo lên thang đứng. Thấy tôi đến, 'toán lai rai' dồn chỗ dành cho tôi.

- "Mời cô Phượng ngồi cạnh tôi đây."

Nghe tiếng Thượng sĩ Hoàng, tôi vui mừng nói:

- "Chào bác Hoàng, xin chào tất cả".

Chiếc quần tây bó sát làm tôi co gối một cách khó khăn. Thượng sĩ Hoàng lại lên tiếng:

- "Đứa nào chịu khó đi lấy thùng đạn cho cô Phượng ngồi dễ hơn."

Tôi xua tay, vội nói:

- "Xin miễn. Tôi thích ngồi... như các anh"

Thượng sĩ Hoàng giới thiệu theo chiều kim đồng hồ. Trong ánh lờ mờ của ngọn đèn hải hành trên cột radar, tôi cố nhớ mặt và tên từng người: Hạ sĩ Trường, Thủy thủ Minh, Trung sĩ Trọng, Thủy thủ Tạo. Trung sĩ Tùng ngồi bên phải tôi, lên tiếng:

- "Thủy thủ Minh, rót trà mời cô Phượng."

Minh ngồi đối diện, nhấc chiếc bình rót nửa ly đưa cho tôi. Đó là loại ly giấy cỡ nhỏ.

- "Mời cô Phượng. Đây là trà Bảo Lộc thứ thiệt. Sản phẩm quê nhà tôi đó! Cô biết quận Bảo Lộc?"

Tôi tiếp nhận ly trà, mỉm cười:

- "Biết! Mà biết trên sách vở thôi chớ chưa có dịp đến tận nơi. Thậm chí Đà Lạt cũng còn trong ước ao thăm viếng!"

- "Chừng nào cô đi được, cho tôi biết. Tôi sẽ làm hướng dẫn viên cả hai nơi!"

- "Chắc chắn tôi sẽ nhờ anh!"

Mọi người nâng ly:

- "Dô! Dô!"

Tôi nhấp từng ngụm nhỏ, lần đầu thưởng thức hương vị đặc biệt nổi tiếng. Tôi hỏi:

- "Bộ tối nào các bác và các anh cũng tụ tập 'lai rai' thế này?"

Thượng sĩ Hoàng lắc đầu:

- "Không đâu cô. Chỉ trên đường về. Bởi vì ai cũng nôn nao không ngủ được, nên tụ tập nói chuyện tào lao cho qua thì giờ."

- "Thường là... chuyện gì?"

- "Tùy người mở lời..."

- "Một thí dụ?"

- "Thí dụ như hôm nay, cô là người mở lời ..."

- "Tôi? Sao lại tôi?" Tôi hồi hộp hỏi.

- "Tại vì cô là khách đặc biệt, xin mời ..."

Tôi tự trách mình nhận lời đến dự làm chi để bây giờ ở vào thế kẹt.

- "Mở lời đi chớ."

- "Biết nói gì đây!"

- "Thí dụ cô kể trường hợp cô gặp gỡ Hạm phó." Trung sĩ Trọng gợi ý.

- "Với Hạm Phó, tôi chỉ mới gặp ở cầu tàu khi đến xin quá giang".

- "Vậy mà tôi tưởng hai người là..." Thượng sĩ Hoàng ngạc nhiên.

- "Không! Không có gì hết!" Tôi kêu lên.

- "Nếu 'không có gì hết' thì cho qua. Nhưng cô vẫn phải mở lời ..."

Ngẫm nghĩ, chợt nhớ mục đích nhận lời là để tìm hiểu, tôi hỏi:

- "Bác Hoàng vào Hải Quân chắc lâu hơn mọi người ở đây?"

- "Đúng đấy cô ạ. Tôi đã có mười năm thâm niên quân vụ."

- "Lúc bác vào lính, còn Tây chỉ huy không?"

- "Không! Tôi vào lính năm 1957, tụi Tây đã rút hết về xứ!"

- "Nhưng Mỹ thay thế!"

- "Không! Mỹ không thay thế. Tôi không thấy có tên Mỹ nào ở Cần Thơ, hậu cứ của Hải Đoàn 21 Xung Phong tôi phục vụ lúc đó."

- "Bác thụ huấn ở đâu?"

- "Trung Tâm Huấn Luyện Hải Quân Nha Trang."

- "Trung Tâm Huấn Luyện của Mỹ?"

- "Của Pháp, năm đó cũng đã bàn giao cho Việt Nam. Vị Chỉ huy trưởng đầu tiên, mà cũng là vị chỉ huy suốt năm tôi thụ huấn là Hải Quân Thiếu Tá Chung Tấn Cang, mấy năm sau ông lên làm Tư Lệnh Hải Quân."

- "Còn nhớ năm 1965, các báo đăng tin quân đội Mỹ ồ ạt đổ quân lên Đà Nẵng. Vậy là rõ ràng Pháp đi, Mỹ tới. Cũng lại bị đô hộ!"

Thấy mọi người mải mê câu chuyện, Hạ sĩ Trường sốt ruột kêu to 'Dô! Dô!' Các ly bia được nâng cao. Mồi cá khô được gắp. Một lúc, Thượng sĩ Hoàng lên tiếng:

- "E rằng chúng ta đang vào đề tài chính trị. Vậy tôi chỉ phớt qua, hy vọng đủ để giải tỏa thắc mắc của cô Phượng! Hẳn cô đã biết, năm 1954, Hiệp Định Genève chia đôi đất nước, miền Bắc trở thành nước Cộng Sản, miền Nam trở thành quốc gia Tự Do. Miền Nam chủ trương an cư lạc nghiệp trong khi miền Bắc chủ trương nhuộm đỏ luôn miền Nam. Đầu tháng 2/1963, Cộng quân mở trận Ấp Bắc rồi năm sau mở trận Bình Giã..."

Sau một chầu 'Dô! Dô!', Thượng sĩ Hoàng lại tiếp:

- "Vào thời điểm đó, quân đội Việt Nam Cộng Hòa có quân số ít ỏi, vũ khí lỗi thời, phương tiện hành quân giới hạn, do đó việc chống trả gặp nhiều khó khăn. Hải quân cùng hoàn cảnh với quân đội, chỉ có 14 chiến hạm để canh phòng một bờ biển dài 1200 cây số, và chỉ với 250 chiến đỉnh phải bao vùng sông ngòi miền Đông, miền Tây, thậm chí cả đến miền Trung! Với số lượng tàu bè ít ỏi, dĩ nhiên khó thể bao vùng. Đầu tháng 2/1965, phe ta tình cờ phát giác một chiếc tàu đang tiếp tế súng đạn cho Cộng quân ở vịnh Vũng Rô. Chiếc này bị đánh chìm. Báo nào cũng đăng tin, chắc cô biết. Cùng năm đó Hải Quân đánh chìm thêm ba tàu nữa ở cửa Tiểu, cửa Bồ Đề, cửa Ba Động. Vũ khí tịch thu cho thấy, từ súng trường đến súng cối do Trung Cộng và Liên Xô cung cấp đều tối tân hơn Việt Nam Cộng Hòa. Như súng AK 47 bắn liên thanh so với súng carbine, garant, bắn từng phát. Như súng cối 81, B40 phe ta chưa có loại tương đương. Việc tình cờ khám phá, cho thấy trước đó địch hẳn đã xâm nhập nhiều chuyến."

Quản nội trưởng lại dừng để 'Dô, Dô', còn tôi thì nôn nóng muốn nghe tiếp.

- "Sơ sơ ở chiến trường là vậy. Còn hậu phương thì bị địch gây rối liên miên. Tháng 5/1963, phong trào Phật giáo đấu tranh nổi lên ở miền Trung. Ở Sài Gòn thì họ tổ chức biểu tình phản đối chính quyền. Họ đặt chất nổ khủng bố nhiều nơi, thậm chí với cả Tòa Đại Sứ Mỹ. Trong thời gian gây rối, bọn Cộng quân tăng cường xâm nhập tối đa và chuẩn bị đánh chiếm cao nguyên miền Trung. Trước tình hình nguy hiểm đó, chính quyền có tổng động viên tăng quân cũng không kịp. Chỉ còn cách nhờ Mỹ 'cứu bồ'! Đó là lý do Mỹ ồ ạt đổ quân lên Đà Nẵng."

Thượng sĩ Hoàng nốc cạn ly bia, khà một tiếng, rồi tiếp:

- "Mà đâu chỉ một mình quân Mỹ đến cứu bồ. Còn có thêm năm nước gần nước ta là Thái Lan, Phi Luật Tân, Nam Hàn, Úc Đại Lợi, Tân Tây Lan."

Tôi nhắm mắt duyệt lại sự việc. Thượng sĩ Hoàng nói có lý. Họ đổ quân ở miền Trung để tăng cường bảo vệ miền Trung chớ có đổ quân vào Sài Gòn để chiếm chính quyền đâu. Chính quyền vẫn là của người Việt đang do các tướng tranh giành quyền lãnh đạo. Cộng Sản trà trộn vào sinh viên, xuyên tạc việc Mỹ đổ quân là xâm lược để khích động biểu tình. Và tôi cũng đã tham gia.

Thượng sĩ Hoàng ra lệnh Thủy thủ Tạo rót thêm bia và trà. Chúng tôi lại cụng ly 'Dô! Dô!'. Mọi người bận rộn nhai đậu phộng và khô cá. Tôi hỏi:

- "Bác Hoàng nghĩ sao về việc tên Mỹ có mặt trên chiến hạm này?"

- "Nó lịch sự, đàng hoàng."

- "Tôi muốn hỏi về nhiệm vụ của hắn."

- "Tôi không rành, đề nghị cô hỏi Hạm Phó."

- "Bác thấy Hạm Phó ra sao?"

- "Cô Phượng thấy sao?"

Câu hỏi bất ngờ làm tôi lúng túng. Tôi nhăn mặt:

- "Cháu hỏi bác trước."

- "Ổng ... xứng với cô lắm!"

Nhiều tiếng cười càng làm tôi bối rối. Tôi cằn nhằn:

- "Ý cháu là muốn biết Hạm Phó đối xử với bác và các anh như thế nào."

- "Không có gì phàn nàn. Còn cô, có gì phàn nàn Hạm Phó không? Tôi là Quản nội trưởng, sẵn sàng chuyển lời phàn nàn của cô!"

Tôi bật cười giòn. Tôi thích cái cách họ ăn nói vô tư, cười đùa thoải mái. Có thể ảnh hưởng từ trời nước bao la mà tâm hồn phóng khoáng. Ngay với một khách quá giang như tôi, họ cũng coi như người thân thích và tôi cũng bắt đầu dành nhiều cảm tình. Rồi bỗng tôi nghe ớn lạnh. Sao tôi lại có ý nghĩ phản động như vậy! Tôi mới sống với họ chỉ hơn một ngày đêm. Tất cả những gì tôi thấy có thể chỉ là bề ngoài. Biết đâu tâm hồn họ đã tiêm nhiễm thói tư bản xấu xa. Tôi phải vững tin ở Hưng, phải tin ở người mình chọn sống chung trọn đời.

Chợt Trung sĩ Tùng lên tiếng:

- "Thú thật với cô Phượng, xin đừng giận. Anh em đây thách tôi, nếu mời được cô đến chung vui thì khi về Sài Gòn sẽ đãi một chầu tưng bừng. Cám ơn cô đã giúp tôi chiến thắng vẻ vang. Theo thỏa thuận, người chiến thắng được quyền mời một người khách, tất nhiên người đó ưu tiên là cô. Mong cô không từ chối..."

Tôi nghĩ đến Hưng, mỉm cười:

- "Tôi nhận lời với điều kiện được đi kèm một người."

Nói xong mới nhận ra mình lại ngớ ngẩn. Hưng kỵ nhất vụ này mà tôi thì lúc đó coi như đã cao bay xa chạy, tìm đâu ra mà mời. Thủy thủ Tạo lên tiếng:

- "Nếu người đi đó là Hạm Phó thì tán thành trăm phần trăm."

Tất cả bật cười vang. Trung sĩ Trọng nói:

- "Nếu đúng là Hạm Phó, tôi là người kế tiếp mời cô Phượng!"

- "Khi không tôi lại được hai bữa ăn ngon. Cám ơn các bác các anh."

Hạ sĩ Trường hỏi giọng khiêu khích:

- "Cô Phượng có dám nhận lời tôi mời không? Bữa ăn thứ ba."

Tôi cười thầm. Có thêm mười người mời nữa thì cũng chả có bữa ăn nào! Nhưng chuyện đã lỡ. Phóng lao thì đành theo lao. Tôi mạnh dạn nói:

- "Dĩ nhiên là dám chứ. Tuy nhiên, tôi đành từ chối vì sợ lại được mời thêm, rồi thêm nữa. Chắc ăn bể bụng luôn!"

Tiếng cười lại rộ lên. Tôi cũng thực sự vui lây. Bên Hưng, tôi thấy hạnh phúc nhưng không thấy vui. Anh lúc nào khó đăm đăm, lúc nào cũng bàn giải phóng với cách mạng. Có vài khi tôi cười đùa với anh mà lòng vương vấn ưu phiền. Còn ở đây, bên những người vừa quen biết, tôi hoàn toàn thoải mái.

Chợt tiếng của Võ Bằng vang lên:

- "Cô Phượng đây rồi!"

Tất cả vội đứng lên tiếp đón. Võ Bằng ra dấu mời ngồi. Vòng tròn tự động bung rộng bên Trung sĩ Tùng để Hạm Phó 'được' ngồi bên tôi. Quản nội trưởng Hoàng đích thân rót bia vào ly:

- "Xin mời Hạm Phó. Đúng ra, tham gia trễ, phải bị phạt vài ly. Nhưng với Hạm Phó thì được miễn, chỉ phải đi thật ngọt ly này!"

- "Tuân lệnh chủ xị!" Bằng cười rồi đi ngọt thật.

Tất cả vỗ tay hoan hô. Trung sĩ Tùng bất ngờ đặt câu hỏi:

- "Cô Phượng trước sau vẫn đính chính rằng cô không phải là người yêu của Hạm Phó. Sẵn Hạm Phó có mặt đúng lúc, xin thỉnh ý Hạm Phó."

Tôi tiếp nhận cái nhìn say đắm của Võ Bằng với cảm giác khó chịu. Lẽ ra anh chàng phải tức khắc xác nhận đúng ý tôi thay vì chần chừ. Không những thế, anh chàng còn đặt câu hỏi khiêu khích:

- "Cô Phượng muốn tôi trả lời sao đây?"

Tôi nghiêng mặt tặng Võ Bằng một cái liếc sắc bén và nói gằn từng tiếng:

- "Là Hạm Phó, xin Đại úy đừng nói trái... sự thực!"

Bằng cười nhẹ:

- "Tôi luôn luôn tôn trọng sự thực. Vậy trước khi tôi trả lời, mong cô xét lại... lòng cô!"

Tôi bật cười để ngăn cơn giận đang bùng vỡ:

- "Đại úy... tránh né hay thật!"

- "Tôi đâu có tránh né. Tôi trả lời theo sự thật đây: cô là người yêu của tôi!"

Tôi giận dữ, co chân dợm đứng lên thì Võ Bằng chụp cánh tay, ghìm giữ tôi ngồi yên. Bằng nói:

- "Cô muốn tôi tôn trọng sự thật và tôi vừa nói thật, sao cô lại giận? Tôi nói 'cô là người yêu của tôi' chớ có nói cô yêu tôi đâu!"

Mọi người im lặng chờ phản ứng của tôi. Tôi thua lý lẽ của Võ Bằng. Quá nóng giận tôi đã không kịp suy nghĩ! Võ Bằng nói đúng. Ai cũng có quyền coi tôi là người yêu của họ. Nhưng tôi yêu ai thì lại là chuyện khác. Mà cứ làm người yêu của Võ Bằng thì đã sao! Không việc gì phải giận ra mặt. Thời gian gần họ chẳng còn bao lâu nữa. Cùng lắm là tới chiều mai. Tôi cố đưa ra một câu đùa:

- "Tôi đề nghị chúng ta tiếp tục cuộc vui, coi như không có mặt... Hạm Phó."

- "Thưa Hạm Phó, xin ghi nhận đó là lời của cô Phượng chớ không phải của chúng tôi."

Thượng sĩ Hoàng cười nói rồi rót thêm bia vào ly mời Võ Bằng. Anh chàng ực một hơi, đặt ly lên sàn, thấm khăn giấy lên môi rồi chậm rãi nói:

- "Có một bài ca, tôi nghĩ là rất thích hợp để chứng minh tôi có mặt! Tôi bỏ hát lâu rồi nhưng tối nay lại muốn lên tiếng tặng cô Phượng."

Chưa gặp em tôi vẫn nghĩ rằng
Có nàng thiếu nữ đẹp như trăng
Mắt xanh lả bóng dừa hoang dại
Âu yếm nhìn tôi không nói năng

Ta gặp nhau yêu chẳng hạn kỳ
Mây ngàn gió 'biển' đọng trên mi
Áo bay mở khép niềm tâm sự
Hò hẹn lâu rồi - em nói đi...

Võ Bằng đột ngột ngưng hát, nói trổng 'Em nói đi, nói đi em!'. Tiếng vỗ tay lẫn tiếng cười vang. Tôi nghe mặt nóng bừng. Tôi không sợ tướng tá của anh chàng nhưng rất sợ lời ca. Không thế võ nào đỡ nổi. Tôi ấm ức cúi mặt. Giọng Thượng sĩ Hoàng nồng nhiệt:

- "Hạm Phó hát quá hay, vậy mà lâu nay giấu nghề. Tới luôn cho trọn bản, thưa Hạm Phó!" Ông ra lệnh cho người đối diện. "Hạ sĩ Trường, còn chờ gì mà chưa chịu lên dây đàn!"

- "Có ngay, thưa ông Quản!"

Hạ sĩ Trường xoay người ra sau. Cây đàn đặt nằm sẵn trên sàn gần đó. Tôi đăm đăm nhìn Võ Bằng. Anh chàng vừa hát đúng bản nhạc tôi ưa thích mà đã hai năm rồi, từ sau ngày quen Hưng tôi bị cấm hát. Hưng không chỉ cấm tôi hát nhạc vàng mà cấm luôn tôi xem phim tư bản. Anh buộc tôi nghe nhạc cách mạng, xem phim cách mạng. Hai năm rồi tôi nghe cho anh vui chớ chán ngấy đến tận cổ. Đêm nay, dù chỉ mới nghe hai đoạn Mộng Dưới Hoa mà tôi đã rụng rời. Đêm nay tôi sẽ nghe, sẽ hát những bản nhạc tôi cố chôn vùi nhưng chưa bao giờ rời khỏi tâm khảm...

Ít nhất tôi sẽ hát tặng Võ Bằng bài 'Kiếp Nào Có Yêu Nhau'...

CHƯƠNG 12

HẢI PHẬN BÌNH THUẬN
CHỦ NHẬT 6/8/1967 02:00G

Chương trình văn nghệ lai rai chấm dứt vào 11 giờ khuya. Đã lâu mới được ca hát thoải mái nên lòng còn tiếc nuối. Tôi theo Võ Bằng xuống khu sĩ quan. Khi đứng trước cửa buồng ngủ 'của tôi', anh chàng nói nếu tôi thích lên đài chỉ huy ngắm cảnh về khuya thì ra phòng ăn khi nghe còi báo đổi phiên hải hành. Lời mời hấp dẫn xem chừng lấn lướt cơn mệt mỏi. Tuy vậy tôi trả lời lửng lơ "để xem".

Tôi nhanh chóng tắm gội, mặc lại bộ đồ cũ và ngả lên giường. Chưa kịp nghĩ gì thì đã chìm vào giấc ngủ mê man.

Rồi tiếng còi báo đổi phiên dội vào tai đủ để gợi tôi nhớ Võ Bằng đang đợi ở phòng ăn. Tôi tự hỏi ngủ tiếp hay theo Võ Bằng lên đài chỉ huy? Ngủ tiếp thì dễ dàng và mặc sức ngủ khi về nhà trong khi đêm nay là đêm chót của chuyến đi nghìn năm một thuở trên tàu này. Ngày mai, vào lúc nào đó tôi sẽ xa rời vĩnh viễn. Vào lúc đó, theo dự trù, nhiều người tôi bắt đầu cảm mến sẽ tan xác cùng con tàu. Tôi muốn dành hết thì giờ còn lại để nhìn thật kỹ sự việc, để đánh giá thật đúng công tác tôi đang thực hiện...

Khi bước ra phòng ăn thì Võ Bằng và Thiếu úy Hoàng Văn đã ngồi đó tự bao giờ. Thấy tôi, Võ Bằng nở nụ cười tôi tin chẳng bao giờ quên được. Nụ cười hài lòng và hạnh phúc khác hẳn nụ cười xã giao của Thiếu úy Văn.

Ly trà đá trước anh chàng chỉ còn một nửa. Ly trà đá trước chỗ ngồi của tôi thì đầy ắp. Hộp bánh LU đang mở nắp. Tôi ngồi xuống đúng lúc Thiếu úy Văn đứng lên. Anh mang tách cà phê bỏ vào bồn rửa rồi xin phép rời phòng.

Tôi nâng ly cụng vào ly của Võ Bằng rồi đưa lên môi. Mùi hương của trà Lipton không bằng trà Bảo Lộc nhưng vị thì nghe thật ngọt ngào. Tôi uống một hơi, nhắm chừng còn bằng ly của Võ Bằng thì ngưng lại. Tôi tin rằng anh chàng hiểu đó là cách tôi thay lời cám ơn đã pha cho ly trà.

Bằng đưa tôi chiếc bánh LU:

- "Nên ăn, vì thức khuya sẽ thấy đói."

Tôi cám ơn và cắn đôi. Nếu Bằng là Hưng thì tôi đút cho anh nửa còn lại. Tôi ăn hết và lấy thêm...

Võ Bằng lặng lẽ nhấp từng ngụm. Khi chiếc ly đã cạn, anh chàng không đặt xuống bàn mà lại đưa lên mắt. Rồi anh chàng nghiêng mặt sang tôi, đưa chiếc ly từ mắt phải sang mắt trái rồi ngược lại. Tôi ngượng nghịu nói:

- "Tôi xấu quá phải hôn?"

- "Phải! Cô thật xấu. Tôi mừng thấy cô thật xấu cho ... dễ quên!"

Tôi uống vội vàng để đè nén nỗi xúc cảm. Khi đặt ly xuống, nỗi xúc cảm tiêu tan... Võ Bằng lặng lẽ mang hai ly bỏ vào chậu rửa, rồi ra dấu tôi theo lên đài chỉ huy.

Thấy tôi, Thiếu úy Hoàng Văn ngạc nhiên:

- "Cô Phượng cũng đi ca tiên?"

- "Ca tiên?" Nghe từ ngữ lạ, tôi hỏi.

- "Là tên gọi cho phiên trực hải hành từ nửa đêm tới 4 giờ sáng." Võ Bằng nhanh nhẩu.

- "Vì sao gọi là ca tiên?"

- "Có thể nó mang nghĩa ca trực đầu tiên trong ngày. Cũng có thể do giờ giấc của nó dễ gặp tiên nữ chăng?"

- "Đại úy chắc đã nhiều lần gặp tiên nữ?" Tôi trêu chọc.

- "Chưa lần nào, nhưng đêm nay thì đã gặp. Và sau đêm nay thì xem chừng chẳng bao giờ còn gặp nữa."

- "Tôi thì sợ gặp... tiên ông!" Tôi nói.

Chúng tôi cười vang. Võ Bằng, Thiếu úy Văn và Trung úy Bạch, Thiếu úy Ấn bàn giao phiên hải hành. Tôi nhìn quanh. Một người đang giữ tay lái, hai người đứng hai bên đều có vóc dáng trung bình. Không thấy bóng dáng tên Mỹ. Trung úy Bạch và Thiếu úy Ấn rời đài chỉ huy. Võ Bằng và Thiếu úy Văn chính thức nắm vận mạng con tàu. Tôi nghe niềm hãnh diện dâng lên. Trăm năm đô hộ không cản được tài ba của dân Việt. Tôi đứng khoanh tay lên thành đài, thưởng thức không gian êm ả thanh bình, sảng khoái dõi mắt trên mặt đại dương. Không bóng tối nào ngăn được vẻ long lanh của các ngọn sóng. Và bầu trời cũng chia vui với vô vàn vì sao lấp lánh. Càng ngắm tôi càng ngạc nhiên. Ở biển, bầu trời về đêm sâu thẳm và lộng lẫy, không như bầu trời thành phố vàng vọt, sao thưa thớt. Tôi nhớ đến bầu trời màu xanh ban ngày.

Khi Võ Bằng bước đến đứng bên tôi, tôi hỏi ngay:

- "Đại úy đã giải thích vì sao bầu trời màu xanh, bây giờ tôi thấy bầu trời màu đen..."

- "Thì ban đêm nó phải đen, chứ sao! Chúng ta đều biết ban ngày thì sáng, ban đêm thì tối!"

- "Đại úy đã căn dặn tôi phải hỏi 'vì sao'?"

- "Có câu nói tôi không nhớ của ai: 'Nếu chưa đứng vững trên đất thì đừng nói chuyện trên trời.' Hôm nay tôi nhớ lại câu đó nên xin... ngậm miệng!"

- "Chớ không phải Đại úy bị... bí? Người ta nói 'nếu không đứng vững trên đất' chớ có nói 'trên biển' đâu mà không được bàn chuyện trên trời!"

- "Với cô, thật khó mà qua mặt! Quả là tôi bí lù với câu hỏi này. Xin trả lời sau nếu còn có dịp gặp lại!"

Thiếu úy Văn báo Võ Bằng có nhiều đèn phía trước mũi. Võ Bằng ngắm nghía rồi ban lệnh tăng giảm máy và lệnh đổi hướng tránh né các ghe câu. Có khi con tàu cách chiếc ghe chừng năm mươi thước, đếm được số người trên ghe. Mãi nửa giờ sau, không gian trở lại mịt mùng và con tàu lại tăng tốc độ.

Khi Võ Bằng trở lại đứng bên tôi. Tôi nói:

- "Bầu trời lộng lẫy quá, như có vô vàn hạt kim cương. Mỗi hạt có độ lấp lánh khác nhau, sắc màu khác nhau."

- "Tôi coi như cô muốn đặt ra hai câu hỏi. Thứ nhất, vì sao các ngôi sao lấp lánh? Vì ánh sáng từ ngôi sao bị khúc xạ khi qua lớp khí quyển. Thứ nhì, vì sao sắc màu khác nhau? Vì tùy thuộc độ xa, độ lớn, độ nóng, chất liệu và tuổi tác của ngôi sao. Như với ngôi sao màu xanh, ngôi sao đó xa trái đất hơn ngôi sao màu đỏ. Hoặc có màu xanh vì nhiệt độ của nó nóng hơn ngôi sao màu đỏ. Về tuổi tác cũng tương tự. Màu đỏ cho biết ngôi sao ở cuối đời. Câu hỏi kế tiếp..."

Hỏi gì đây? Gió? Biết rồi. Mưa? Biết rồi. Bão? Biết rồi. Võ Bằng lên tiếng:

- "Cô cứ suy nghĩ và tự do đặt câu hỏi. Tôi rất vui được trả lời mọi câu hỏi. Tuy nhiên sẽ vui hơn nếu cô hứa trả lời một câu hỏi của tôi. Một câu hỏi duy nhất."

Tôi ngại ngần. Câu hỏi duy nhất hẳn phải là câu hỏi khó! Khó nhất thì cũng chỉ là câu 'Cô có yêu tôi không?' Sợ gì mà không trả lời có. Dù gì Võ Bằng cũng đã dành cho tôi sự tiếp đãi đặc biệt ân cần. Trả lời có như là một cách cám ơn. Rồi vĩnh viễn không thấy mặt nhau. Tôi hăng hái hứa:

- "Tôi hứa sẽ trả lời."

Võ Bằng gật đầu cười khoái chí. Vẫn nụ cười tôi sẽ không bao giờ quên. Tôi lại ngắm khung trời thăm thẳm lung linh để trấn áp nỗi buồn mênh mang ập đến.

Tiếng nhắc nhở của Võ Bằng:

- "Hỏi tiếp đi chớ!"

Tôi lại nhìn lên khung trời ngàn sao và chợt nhớ đến truyện ngắn tôi học lớp đêm ở Hội Việt Mỹ năm rồi. Tôi đã nghĩ đó chỉ là những lời hoa mỹ của một nhà văn. Nhưng đêm nay, ngoài biển xa khơi, tôi thấy lời văn hoa mỹ đó chừng như chưa diễn đạt đầy đủ. Bởi vì chính mắt tôi đang chiêm ngưỡng bầu trời đêm tuyệt vời. Tôi đặt ngay câu hỏi:

- "Đại úy có đọc truyện The Stars của Alphonse Daudet?"

- "'The Stars' thì chưa, nhưng 'Les Étoiles' thì có. Thời trung học của tôi còn ngoại ngữ Pháp văn nên Alphonse Daudet nằm trong chương trình."

- "Bầu trời tôi đang chiêm ngưỡng còn đẹp hơn bầu trời của cô chủ Stéphanette nói với chàng chăn cừu:

'Never had the heavens appeared to me so profound, never the stars so brilliant.'" [1]

- "Tôi thì thích câu tiếng Pháp, nghe... Tây hơn: 'Jamais le ciel ne m'avait paru si profond, les étoiles si brillantes...'"

Tôi cười thầm. Anh chàng có vẻ muốn khoe mình biết tiếng Pháp chăng? Vậy thì nói thêm một câu tiếng Anh nữa cho bõ ghét:

- "If one has ever passed a night under the stars, one knows that during the hours when most people sleep a mysterious world awakens in the solitude and the silence." [2]

- "Cô Phượng thuộc cả bài tiếng Anh?"

- "Tôi từng thuộc cả bài nhưng giờ thì quên nhiều!"

- "Đây là câu tiếp theo: *'Lúc bấy giờ những dòng suối có tiếng ngân trong trẻo hơn, những hồ nước lấp lánh những đốm lửa nhỏ. Các thần linh của núi rừng đi lại tự do; và trong không gian có những xao xuyến, những âm thanh không thể nghe được, tuồng như người ta nghe cây cối tăng trưởng, cỏ hoa mọc thêm'*. Trong trường hợp đứng giữa biển mịt mùng như đêm nay, lời diễn đạt trên cần bổ sung thêm một đoạn nữa: và tuồng như người ta nghe được cả nhịp tim của công chúa Thủy tề và nỗi hân hoan của người thủy thủ..."

Lời thêm thắt của Võ Bằng mang cho tôi niềm hưng phấn và bạo dạn. Tôi cao hứng đọc tiếp, đổi tiếng 'shepherd' thành 'lieutenant':

---

[1] *Chưa bao giờ tôi thấy bầu trời sâu thẳm và các vì sao rực rỡ đến thế.*

[2] *Nếu có bao giờ thức ngoài trời một đêm đầy sao, bạn mới biết rằng trong lúc chúng ta ngủ, một thế giới huyền bí thức dậy trong cô đơn và tĩnh mịch. (Bản dịch của Hà Kỳ Lam)*

- "How beautiful the stars are! I have never seen so many. Do you know their names, lieutenant?" [3]

- "Mais oui, Mademoiselle Phượng. Tenez! Juste au-dessus de nous, voilà le Chemin de Saint Jacques (la Voie lactée)." [4]

Chúng tôi cùng cười phá lên. Mọi người hiện diện quay lui nhìn chúng tôi như hai quái vật. Không ngờ Võ Bằng lại nhạy bén đến thế. Tôi vui thích ngợi khen:

- "Xem chừng đại úy thuộc cả bài tiếng Pháp?"

- "Cũng không hơn gì cô!"

- "Tôi không tài nào nhớ cái đoạn anh chàng chăn cừu kể chuyện tình các vì sao! Vừa khó hiểu vừa có những danh từ riêng lạ lẫm..."

Anh chàng nghiêng mặt nhìn tôi:

- "Vậy thì để tôi thử đóng vai chàng chăn cừu tán hươu tán vượn may ra giúp cô hiểu rõ hơn chăng! Nhưng trước hết tôi phải giao quyền chỉ huy cho Thiếu úy Văn. Cô chờ tôi một chút!"

Võ Bằng bước sang bàn hải đồ, loay hoay đo đạc. Tôi tiếp tục ngước nhìn các vì sao, hít sâu làn gió nhẹ, cố đè nén xúc động. Sao bỗng dưng tôi lại gài Võ Bằng và tôi vào hai nhân vật của một truyện tình tuyệt đẹp? Trong sâu thẳm của tâm hồn, tôi đang có ước muốn đó sao? Chưa bao giờ tôi và Hưng có những giây phút êm đềm thơ mộng như thế này. Hưng quá thực tế. Trong đầu Hưng lúc nào cũng đấu tranh cướp chính quyền, lúc nào cũng tìm phương cách đuổi Mỹ về nước, lúc nào cũng mộng mơ xây dựng một xã hội không có người

---

[3] *Đẹp quá. Chưa bao giờ tôi thấy nhiều như thế. Đại úy có biết tên tất cả các ngôi sao kia không?*

[4] *Thưa cô, biết chứ. Cô hãy nhìn kia! Ngay trên đầu chúng ta là con đường Thánh Jacques (dải Ngân Hà)*

bóc lột người. Ngay cả khi ngồi bên nhau ở những quán cà phê ngoài trời, tôi cũng không nhận được một lời tình tứ ngọt ngào nào. Thậm chí có lần tôi phải mượn một câu trong một truyện của Bùi Quang Đoài để tỏ lòng mình: 'Anh hãy đếm những vì sao trên trời, được bao nhiêu thì em yêu anh còn hơn thế nữa'. Hưng nghe mà chỉ cười trừ..."

Võ Bằng trở lui đứng bên tôi, hỏi:

- "Cô Phượng thấy 'The Stars' ra sao?"

Tôi lại nhìn lên bầu trời rồi thú nhận:

- "Sao nhiều hơn và sáng tỏ hơn ở thành phố... vạn lần."

- "Tôi muốn hỏi cảm nghĩ về truyện Les Étoiles".

- "Rất tuyệt! Tôi mê lắm, mê đến thuộc lòng!"

- "Chỉ câu kết thôi cũng đủ ăn tiền, phải không?" Võ Bằng cười khẽ. "*Có lúc tôi ngỡ rằng một trong những ngôi sao đó, ngôi sao đẹp nhất, sáng nhất, lạc đường đã đến tựa trên vai tôi mà ngủ....*"

- "Đẹp như mơ! Mọi người mê là vì vậy".

- "Thời đó tôi cũng mê lắm, nhưng sau vào Hải Quân, được học Hàng hải Thiên văn, có dịp nghiên cứu các vì sao mới thấy anh chàng chăn cừu này có phần... ma giáo."

- "Ma giáo, ma giáo là sao?" Tôi ngạc nhiên hỏi.

- "Cô chê anh chàng chăn cừu kể chuyện tình các vì sao khó hiểu. Tôi tạm tóm lược đoạn khó hiểu đó: '*Cô hãy nhìn kia! Ngay trên đầu chúng ta là con đường Thánh Jacques (dải Ngân Hà)... Chính Thánh Jacques đã vạch con đường này cho hoàng đế Charlemagne tiến đánh bọn Sarrasins. Xa hơn, là cỗ xe chở linh hồn (Đại Hùng Tinh) với bốn trục bánh xe sáng rực. Ba ngôi sao đi đầu là ba con vật kéo xe, và ngôi sao bé tí gần ngôi sao thứ ba là người xà ích điều khiển xe... Thấp một chút là sao Ba Ông Vua... Thấp hơn một chút, vẫn về phía nam, là ngôi sao Jean de Milan, ngọn đuốc của các vì sao. Về ngôi sao này, các mục đồng có truyền tụng một câu chuyện như sau. Vào một đêm nào đó, Jean de Milan cùng với sao Ba Vua và sao Poussinière (sao Rua) được mời dự tiệc cưới của một sao bạn gái. Sao Poussinière vội vã hơn nên đi trước và chọn lộ trình cao... Sao Ba Vua đi đường thấp hơn và đuổi kịp; nhưng anh chàng Jean de Milan lười biếng này, vì ngủ dậy trễ, đi lẹt đẹt sau chót, giận dữ đưa cây gậy ra để chặn các sao kia lại. Vì thế, sao Ba Vua còn được gọi là cây gậy của Jean de Milan. Nhưng ngôi sao đẹp nhất trong tất cả các vì sao, là ngôi sao của chúng tôi, Ngôi Sao của Kẻ Chăn Cừu (sao Hôm, sao Mai)... Chúng tôi còn gọi sao đó là Maguelonne. Nàng Maguelonne kiều diễm chạy theo chàng Pierre của xứ Provence (Thổ Tinh) và kết hôn với chàng ta cứ bảy năm một lần.'* Câu chuyện mờ mờ ảo ảo, tính danh các vì sao không giống ai, kết cuộc chẳng đâu vào đâu! Vậy có khác gì những lời ru ngủ cho cô chủ vốn đang mỏi mệt vì lạc đường, vì mưa lạnh! Ngồi cạnh kề nhau mà ngủ gục thì đương nhiên nàng phải ngả vào vai chàng! Ma giáo là chỗ đó!"

- "Đại úy có ý tưởng... quỷ quái thật!"

- "Tôi chỉ bông lơn cho vui thôi. Huyền thoại của Pháp về các vì sao đến anh chàng chăn cừu cũng biết thì coi như người Pháp nào mà không biết! Chỉ chúng ta mù mờ vì bận mê... truyện cổ nước Nam!"

Tôi vẫn cảm thấy bực dọc. Dù là ý nghĩ bông lơn nhưng vẫn là một xúc phạm đến nét đẹp của nội dung. Phải chọc quê cho bõ ghét, tôi nói khích:

- "Đại úy trách anh chàng chăn cừu ma giáo. Vậy, với cái tâm trong sáng, đại úy sẽ kể câu chuyện thế nào?"

- "À à! Cô Phượng làm khó tôi chi vậy; có là khùng mới sửa đổi một tuyệt phẩm văn chương. Tôi chỉ dám liều mạng lan man cái đoạn khó hiểu cho nó... dễ hiểu hơn thôi!"

- "Tôi xin lắng nghe."

- "Trường hợp việc tôi lan man càng khiến cô Phượng thêm khó hiểu, thì hãy như cô chủ của chàng chăn cừu, cô quá giang của chiến hạm cứ tự nhiên... tựa lên vai tôi mà ngủ!"

- "Đại úy! Xin làm ơn..." Tôi ngượng nghịu kêu lên.

- "Trước khi lan man," Võ Bằng thản nhiên tiếp, "tôi xin có vài lời phi lộ về thiên văn. Như cô đang nhìn thấy và như trong truyện kể, bầu trời quả là sâu thẳm với vô vàn các vì sao. Sâu thẳm là vì nó vô cùng tận. Rồi cô sẽ thấy vì đâu nó vô cùng tận. Còn với vô vàn các vì sao, thì ngay với kính thiên văn, cũng không ai đếm được hết. Tuy vậy, từ năm ngàn năm trước, các nhà thiên văn đã quan sát, nghiên cứu và chọn đặt tên cho chừng vài chục ngôi sao sáng nhất, có lợi ích nhất cho mùa màng và hàng hải. Nhưng việc nhận dạng từng vì sao lại là chuyện khó nên tùy vị trí của chúng, họ đặt chúng thành từng chòm, và hình dung mỗi chòm thành một con người hay một con vật. Và qua hình dạng của nó, họ bịa ra một câu chuyện thần thoại để dựa vào đó mà đặt tên cho chòm sao. Có tất cả 88 chòm sao thấy được bằng mắt thường trên bầu trời, gồm 12 chòm sao Hoàng Đạo, 29 chòm sao ở Bắc bán cầu và 47 chòm ở Nam bán cầu. Cô Phượng theo kịp chứ?"

- "Xin tiếp tục..."

- "Vào thời điểm anh chăn cừu ngồi bên cô chủ ở một trang trại nào đó trên nước Pháp nằm khoảng giữa Bắc bán cầu, bầu trời hiện ra những chòm sao như được kể trong truyện: Con đường của Thánh Jacques tức Dải Ngân Hà, Chòm Đại Hùng Tinh với Cỗ Xe chở Linh Hồn, chòm Lạp Hộ với sao Ba Vua, chòm Đại Khuyển với sao Sirius, chòm Kim Ngưu với cụm sao Rua cùng hai hành tinh Sao Kim và Sao Thổ. Vậy, tôi bắt đầu bằng huyền thoại Dải Ngân Hà..."

Dải Ngân Hà

Tôi chặn lời Võ Bằng:

- "Huyền thoại dải Ngân Hà - con đường Thánh Jacques, theo ông thầy tôi giảng thì đó là con đường hành hương từ Pháp sang Tây Ban Nha mà vì tín đồ đi hành hương quá đông, bụi bay mờ mịt thành một dải sáng trông như sữa, nên được đặt tên là La Voie lactée. Mình gọi là Dải Ngân Hà."

- "Đó chính là huyền thoại được kể trong truyện. Nhưng còn một huyền thoại khác cũng 'trông như sữa', mà hấp dẫn hơn. Thần thoại Hy Lạp kể rằng trên trời có một vị thần chúa tể tên Zeus, rất uy quyền mà cũng rất.... loạng quạng! Một hôm, một đứa con ngoại hôn của ông bị khát sữa vì mẹ đi vắng, ông liều mạng cho nó bú trộm vú hoàng hậu Hera đang ngủ say. Hoàng hậu giật mình đẩy đứa bé ra, khiến dòng sữa văng tung tóe lên bầu trời thành Milky Way."

Võ Bằng nâng ống dòm lên tìm kiếm rồi đưa cho tôi:

- "Cô Phượng nhìn kỹ hướng này sẽ thấy một dải sáng chạy dài từ hướng lái đến hướng mũi tàu. Đó là Milky Way."

Tôi nhìn qua ống dòm. Đúng là có một dải sáng, nơi thì rực trắng, chỗ thì ửng hồng quyện lẫn những làn mây đen nằm vắt ngang bầu trời. Một hình ảnh lạ lùng, tuyệt đẹp nhưng không có gì giống một đường sữa hay long lanh thủy ngân. Tôi hỏi:

- "Milky Way sao lại dịch là Dải Ngân Hà?"

- "Thì đông là đông, tây là tây mà! Người châu Âu thấy nó như dòng sữa nhưng người châu Á trông nó tựa như dòng sông! Phải chăng vì dân châu Á nghèo nàn ít thấy sữa nên chỉ có hình ảnh nước trong đầu? Nhưng chính nhờ nghĩ tới dòng sông Ngân Hà mà ngày nay văn học Việt Nam có được câu chuyện tình đẫm nước mắt mà đẹp hơn cả Les Étoiles. Đẹp hơn là cái chắc: Cô con gái út của Ngọc Hoàng yêu chàng chăn trâu. Và vì quá yêu nhau mà phải bị phạt xa nhau! Cô hãy nhìn lại dải Ngân Hà, và tôi sẽ chỉ cô đâu là Chức Nữ, đâu là Ngưu Lang..."

Tôi phản đối:

- "Đại úy ơi, đây chỉ là huyền thoại!"

- "Đúng là huyền thoại nhưng là huyền thoại về các thực thể. Thực tế trên bầu trời có một ngôi sao mang tên Chức Nữ và một ngôi sao mang tên Ngưu Lang, mỗi ngôi sao nằm một bên dải Ngân Hà. Hãy nhìn theo ngón tay của tôi. Ngôi sao sáng nhất, lấp lánh ánh xanh bên trên bờ sông chính là nàng Chức Nữ. Còn ngôi sao dĩ nhiên sáng thua Chức Nữ đôi chút ở bờ bên dưới, về phía tay phải chính là chàng Ngưu Lang. Và ngôi sao nằm ngang sao Ngưu Lang bên tay trái chính là tiên nữ Thiên Tân, người được Ngọc Hoàng biệt phái đưa đò cho 'đôi trẻ' hằng năm gặp lại nhau. Cô nhận ra ba ngôi sao rồi chứ?"

- "Thấy rồi." Tôi hăng hái gật đầu.

- "Cô có biết đôi uyên ương bị chia cách bao xa không?"

Tôi cười:

- "Chắc không quá xa. Xa quá thì tiên nữ Thiên Tân chèo gì nổi!"

Võ Bằng hướng nhìn về vùng trời mông lung như đang đo lường khoảng cách giữa hai vì sao. Tôi nghe ấm ức với cách hỏi của Võ Bằng, câu hỏi vô bổ, vô lý như muốn chọc tức người nghe. Có ai đi đo làm gì khoảng cách giữa hai vì sao. Tôi xoay người nhìn các thủy thủ đương phiên. Ba bóng đen vẫn đứng dàn hàng như ba pho tượng. Ở vành cung đối diện tôi với Võ Bằng là bóng dáng của Thiếu úy Văn, ống dòm dán vào mắt. Chiếc ghế hạm trưởng trống vắng im lìm. Tiếng của Võ Bằng kéo tôi xoay lại:

- "Muốn thấy được là bao xa, tôi cần nói thêm đôi chút về dải Ngân Hà. Nó có chừng vài trăm tỷ ngôi sao trong đó có ngôi sao Mặt Trời. Chúng ta đã học Thái dương hệ gồm Mặt Trời và 9 hành tinh quay quanh nó. Trái Đất chúng ta là một. Dải Ngân Hà thực ra là một khối hình trụ tròn, tựa như vòng thổi của khói thuốc, có đường kính khoảng 100.000 năm-ánh-sáng, có độ dày khoảng 1.000 năm! So với vũ trụ, cô đã thấy dải Ngân Hà chỉ chiếm một khoảng trời bé nhỏ. Để hình dung vũ trụ lớn cỡ nào, chỉ cần biết dải Ngân Hà bé cỡ nào. Cô hẳn còn nhớ tốc độ của ánh sáng là ba-trăm-ngàn-cây-số-trong-một-giây. Một năm-ánh-sáng là gần 10 ngàn tỷ cây số. Theo công thức tính thể tích hình trụ tròn, ta lấy bình phương của 10 ngàn tỷ cây số nhân cho bán kính 50.000 năm-ánh-sáng, rồi nhân chiều cao 10 ngàn tỷ cây số, rồi nhân cho 1.000 năm rồi nhân cho Pi. Cô thử hình dung số thành của bài toán!"

- "Quả là càng không thể hình dung vũ trụ lớn đến cỡ nào!"

- "Với một dải Ngân Hà mênh mông như vậy thì khoảng cách xa nhau giữa Chức Nữ và Ngưu Lang là 16 triệu năm-ánh-sáng xem ra có là bao!"

- "Xa như vậy thì làm thế nào một năm gặp một lần được?"

- "Thì như vậy mới gọi là huyền thoại! Ngọc Hoàng chỉ cần cho gặp là... gặp thôi!"

Võ Bằng cười sảng khoái. Tôi cũng thấy vui lây. Không ngờ trên trời lại có những con số quá sức khổng lồ. Tôi thích thú hỏi tiếp:

- "Ngưu Lang, Chức Nữ mỗi năm được tái ngộ vào tháng bảy mưa ngâu, còn trong truyện của Alphonse Daudet, Kim Tinh và Thổ Tinh phải cần đến 7 năm mới kết hôn một lần là sao?"

- "Thực tình mà nói, tôi cũng... mù luôn! Tuy nhiên, theo tôi suy đoán thì chắc tác giả muốn nói về thời điểm gặp gỡ giữa Kim Tinh và Thổ Tinh được nhìn từ Quả Đất."

Võ Bằng lặng thinh một lúc như tìm giải đáp:

- "Cái rắc rối là người đẹp Kim Tinh – Vệ Nữ – không chịu quay quanh Mặt Trời cùng chiều với 8 hành tinh kia mà lại quay theo chiều ngược lại. Người đẹp này lại nhiều e ấp. Trong một thời gian nào đó, nàng vừa là sao Mai vừa là sao Hôm; một thời gian khác chỉ là sao Mai hoặc sao Hôm; lại có khi lâu vài ba tháng nàng biến mất trên bầu trời. Với người đẹp Kim Tinh thì vậy, còn người đẹp Kim Phượng cũng nào kém: lúc thì vừa quen vừa lạ, khi thì chỉ lạ hoặc chỉ quen và ngày mai đây cũng sẽ biến mất!"

Tôi cười:

- "Tôi được Ngọc Hoàng gửi tạm xuống chiến hạm này để đồng hành cùng đại úy một lần... rồi thôi. Rồi biến mất vĩnh viễn."

- "Cũng đành!" Võ Bằng lắc đầu.

Tiếng Thiếu úy Văn vang lên:

- "Trình Hạm Phó, chiến hạm nằm lệch ngoài đường nửa hải lý."

- "Anh cho lệnh lái vào hải lộ."

- "Đáp nhận."

Võ Bằng lặng thinh nhìn hướng mũi tàu như đang quan sát tác động của các lệnh Thiếu úy Văn ban hành. Một lúc, anh quay sang tôi:

- "Còn câu chuyện của chúng ta, tôi có... lệch xa lắm không?"

- "Đại úy vẫn còn đi trên thiên cầu nhưng chưa nói về chòm sao Đại Hùng Tinh với cỗ xe chở linh hồn!"

Giọng Bằng đều đều ấm áp như được phát ra từ nụ cười:

- "Về chòm Đại Hùng Tinh, tên thiên văn là Ursa Major, gọi nôm na là Gấu Lớn, có 7 ngôi sao sáng rất "danh trấn giang hồ" cả trong thiên văn lẫn văn học, mang tên Thất Tinh Bắc Đẩu. Gạch nối 7 ngôi sao này, nó thành hình một cái gầu. Người xưa tưởng tượng cái gầu là thân con gấu. Tuy nhiên, các nhà thiên văn thời Ả Rập cổ xưa lại tưởng tượng thành một chiếc xe với 4 ngôi sao là cỗ quan tài và ba ngôi sao còn lại là ba con vật kéo xe. Đó là hình ảnh Cỗ Xe chở Linh Hồn theo như truyện kể."

Bằng chỉ tay về vùng trời sau lái tàu, gần chân trời:

- "Hãy cố tập trung vào bảy vì sao sáng tạo hình cái gầu. Kéo dài cạnh cuối của chiếc gầu gấp năm lần sẽ gặp ngôi sao không sáng lắm nhưng lại là ngôi sao quan trọng nhất. Đó là sao Polaris tức sao Bắc Đẩu. Nó quan trọng vì luôn luôn chỉ gần đúng hướng Bắc của địa cầu. Sao Bắc Đẩu cũng là ngôi sao nằm cuối đuôi của Gấu Nhỏ, tức chòm Tiểu Hùng Tinh, Ursa Minor."

Bằng nghiêng người chỉ ngôi sao sáng tỏ gần chân trời, trọn vẹn cánh tay còn lại dính chặt vào cánh tay của tôi. Trời đang gió lặng biển êm mà tôi như người trong cơn bão. Tôi bấu các ngón tay vào thành sắt, tưởng như có lực kéo bay khỏi đài chỉ huy. Tôi vội lên tiếng và nhích rời cánh tay:

– "Tôi chịu thua, thấy sao nào cũng giống sao nào!"

- "Giống thế nào được. Hãy nhìn ngôi sao tỏ nhất."

Tôi nghiêng đầu, nhắm một mắt theo ngón tay của Bằng. Cuối cùng tôi cũng nhận ra ngôi sao giây phút trước đó mang lại nhiều xao xuyến. Tôi không kềm được tiếng kêu thích thú:

– "Tôi đã hiểu vì sao các anh đi biển lâu ngày mà không chán rồi!"

– "Đối với các nhà hàng hải, từ chòm Đại Hùng Tinh còn giúp tìm được thêm nhiều chòm sao lân cận bằng cách cứ kẻ đường kéo dài đi qua hai ngôi sao nào đó trong chòm. Còn đối với nhà nông, cứ nhìn Thất tinh Bắc Đẩu là biết mùa: Vào lúc hoàng hôn, nếu thấy cái cán chỉ về hướng Đông thì nhân thế vào mùa Xuân, chỉ hướng Nam – mùa Hè, hướng Tây – mùa Thu và hướng Bắc – mùa Đông."

Tôi lại thích thú khẽ reo:

– "A, hay quá!"

Qua một cử động đổi thế đứng, cánh tay tôi vô tình chạm vào cánh tay Bằng. Lần này, sự va chạm rất nhẹ nhưng đủ làm thân tôi như hòa nhịp con tàu đang rung. Tôi cố xóa cảm giác lạ lùng đó. Thời may, vừa lúc đó một lằn sáng xẹt nghiêng bầu trời. Tôi mừng rỡ kêu lên:

– "Ô, sao băng. Một ngôi sao băng thiệt đẹp!"

Bằng nói khẽ:

– "Cô Phượng ước điều gì đi. Thấy sao băng, ước gì được nấy."

Tôi nghĩ đến Hưng. Ước làm vợ Hưng chăng? Tôi từng thầm ao ước làm vợ Hưng nhưng sao lúc này lại ngần ngừ? Tôi nhìn Bằng rồi hướng về ngôi sao băng đã tắt, thầm nói. "Ước gì tôi đã không..." Tiếng Bằng cắt ngang:

– "Cô ước gì, tôi biết được chăng?"

– "Không! Không thể được!" Tôi ấp úng.

– "Sao lại không? Thông thường người ta ước điều tốt đẹp."

– "Điều tôi muốn ước, xem ra không còn thích hợp!"

– "Cô có muốn nghe điều ước của tôi không?"

Có thể Bằng đã ước được tôi yêu; cũng có thể đã ước được tôi... làm vợ. Nếu thật vậy và nếu Bằng ngỏ ý, tôi sẽ trả lời sao? Tôi tự cười nhạo mình sao bỗng dưng lại có ý tưởng quá ngạo mạn. Hay chính tôi đang khao khát được như vậy? Không kềm được óc tò mò, tôi ngại ngùng hỏi:

– "Đại úy nói nghe thử!"

– "Nghe thử thì không nói!"

– "Thì nghe thiệt!"

– "Ước gì cô Phượng đã không xuống tàu..."

Tôi lại ngước nhìn muôn vạn vì sao. Dường như chúng đang chao đảo, nhòe nhoẹt. Thật lạ lùng, đó cũng chính điều tôi muốn ước! Tôi đã ước giống Bằng nhưng không phải như mục đích của Bằng. Bằng chỉ muốn bày tỏ tình yêu dành cho tôi, còn tôi, chỉ vì yêu Hưng mà bước xuống tàu để rồi tình yêu đó chừng như không còn nguyên vẹn. Giọng êm ái của Bằng như sóng gió ập phủ lên tôi:

– "Thôi thì cứ xem cô như ngôi sao băng. Thấy đó rồi mất đó."

Tôi lại vội lên tiếng để tránh khỏi mềm lòng:

- "Vì sao có sao băng, Đại úy?"

- "Sao băng, còn gọi là sao đổi ngôi khi thiên thạch bay vào bầu khí quyển bị bốc cháy do cọ xát. Thường thì chúng biến thành tro bụi. Thiên thạch nào lớn quá, không cháy hết, sẽ rơi xuống mặt đất và được gọi là vẩn thạch. Mưa sao băng là các sao băng cùng phát ra từ một hướng. Mưa sao băng thường là do sao chổi bị vỡ ra. Sao chổi được hình thành từ các đám mây ngoài thái dương hệ. Đuôi sao chổi có thể dài hàng triệu cây số. Câu hỏi kế tiếp?"

- "Đại úy đã nói về dải Ngân Hà, chòm Đại Hùng Tinh, mà chưa kể chuyện sao Ba Vua."

- "Đó là ba ngôi sao thẳng hàng nổi bật trên cái đai lưng của người thợ săn Lạp Hộ Orion. Chòm sao này không chỉ giúp chàng chăn cừu biết giờ giấc mà còn tối cần cho các nhà hàng hải định vị và định hướng con tàu. Chòm sao này có lắm điều thú vị..."

Tiếng còi vang lên, lồng lộng. Bằng nói:

- "Mười lăm phút nữa tôi sẽ mãn phiên. Nếu cô Phượng còn muốn tiếp tục..."

Tôi nhanh nhẩu:

- "Nếu đại úy không buồn ngủ..."

– "Tôi sẽ ngủ bù sau khi cô rời tàu. Chừng đó còn dịp gặp lại cô... trong mơ!"

Tôi dở cười dở khóc. Biết Võ Bằng hay nói xa nói gần mà cứ thích dây dưa. Trăng sao có dính dáng gì đến tương lai, sao phải nghe cho hao tâm tổn tướng. Tôi định rút lại lời nói, bỏ xuống phòng nhưng giọng êm đềm của Bằng như mệnh lệnh bắt tôi ngồi yên:

– "Cô Phượng chờ một tí. Bàn giao xong, chúng ta mặc sức theo chân chàng thợ săn Lạp Hộ..."

Chòm Hổ Cáp và Lạp Hộ

Khi chúng tôi ngồi mỗi người một ghế ở khẩu đại bác 76 ly 2 trước mũi, Bằng nhìn bao quát bầu trời một lúc mới lên tiếng:

– "Quả là không thấy chòm Lạp Hộ Orion. Theo sách vở, chòm sao này chỉ thấy từ mùa Thu qua đến mùa Xuân. Vào mùa Hạ, chàng thợ săn cũng đi nghỉ hè như cô Phượng. Vậy cô chịu khó tưởng tượng trên nền trời có ba ngôi sao sáng gần nhau và thẳng hàng, đó là đai kiếm của chàng thợ săn Lạp Hộ. Đó cũng chính là sao Ba Vua. Rồi tưởng tượng tiếp có bốn ngôi sao sáng khác bao quanh: hai ngôi sao phía trên màu đỏ là Bellatrix và Betelgeuse, mỗi sao trên mỗi vai của một chàng thợ săn này và hai ngôi sao phía dưới, một không tên, một sắc rực xanh Rigel nằm ở hai đầu gối."

Tôi cố tưởng tượng chàng thợ săn nhưng chỉ loáng thoáng hình bóng của Bằng! Tôi kêu lên:

– "Nào thấy gì đâu!"

– "Nếu có cơ hội, tôi sẽ cho cô xem hình, còn bây giờ thì phải ráng tưởng tượng thôi. Từ cái đai lưng Sao Ba Vua, kéo dài ở hai đầu, sẽ gặp hai ngôi sao cũng được truyện nhắc đến là sao Jean de Milan tức sao Sirius, tức sao Thiên Lang sáng nhất bầu trời thuộc chòm Đại Khuyển và cụm Poussinière, tức cụm Thất Nữ tuyệt đẹp thuộc chòm Kim Ngưu. Cụm Thất Nữ chính là cụm sao mà người mình gọi là Sao Rua, hay Tua Rua. Quan sát bằng kính thiên văn, cụm sao này có đến 250 vì sao nhưng nhìn bằng mắt thường, có cái lạ là người ngoại quốc thì thấy 7 ngôi sao mà người mình lại thấy tới 9. Bởi vậy mới có các câu ca dao:

Sao Rua chín cái nằm kề
Thương em từ thuở mẹ về với cha.
Sao Rua chín cái nằm ngang,
Thương em từ thuở mẹ mang trong lòng.
Sao Rua chín cái nằm chồng,
Thương em từ thuở mẹ bồng mát tay.
Sao Rua chín cái nằm xoay,
Thương em từ thuở em hay khóc nhè.
Sao Rua chín cái nằm gần,
Thương em từ thuở bước chân xuống tàu."

Tôi không nhịn được tiếng cười:

– "Hai câu chót chắc là ca dao mới, do đại úy Bằng sáng tác."

Bằng cười giòn. Sợ Bằng thêm sáng tác, tôi vội tiếp:

– "Theo lời Đại úy, các nhà thiên văn đặt tên các chòm sao theo hình tượng con người và con vật. Xin cho vài ví dụ..."

– "Ví dụ như Xà Phu, Hổ Cáp, Song Nam, như Thiên Nga, Song Ngư, Bắc Giải... Trong việc đặt tên, các nhà thiên văn còn thận trọng đặt cho đủ giống đực giống cái để giúp các chòm sao khỏi cô đơn. Ví dụ như về vợ chồng thì có chòm Thiên Vương, Thiên Hậu; về bạn bè thì có Anh Tiên, Xử Nữ; về bồ bịch thì có Tiên Nữ, Mục Phu..."

– "Đại úy quả là có lòng quảng đại, cho Tiên Nữ có bồ.... cowboy!"

– "Thì truyện Les Étoiles đã chẳng gợi ý chàng chăn cừu mê cô chủ? Rồi thêm truyện con gái Ngọc Hoàng mê chàng chăn trâu. Còn truyện tôi đang tưởng tượng thì vai chính cũng đang mê một giai nhân..."

Tôi hốt hoảng tránh né:

– "Đại úy nói, vị trí con tàu được xác định bằng nhiều cách, như bằng La bàn đo góc độ đối vật, bằng Radar đo khoảng cách, bằng Loran nhận tín hiệu. Vậy thì còn học thêm môn Thiên văn rắc rối mà làm gì!"

– "Cô Phượng ngưng gọi tôi 'đại úy' tôi sẽ nói lý do. Đây là lần yêu cầu cuối cùng."

Tôi đắn đo. Nhưng chắc phải đành thôi. Đường về thì còn xa mà bị Võ Bằng xem như người lạ thì càng thấy xa hơn. Tuy nhiên tôi liều thử hoãn binh như lần trước:

– "Chỉ mới quen Đại úy hơn một ngày. Vẫn còn quá sớm!"

- "Cô hứa sẽ gọi 'Anh' trước khi rời tàu?" Võ Bằng lặp lại câu hôm qua.

- "Tôi hứa!"

Gọi anh một lần trước khi rời tàu thì chỉ một lần ngượng miệng. Mà lời hứa lúc này thì ít nhất cũng giúp cho câu chuyện tiếp tục thú vị. Giọng Võ Bằng vui vẻ:

– "Một cách tổng quát, các vì sao, các chòm sao giúp cho các nhà hàng hải ở mọi thời đại định được vị trí và hướng đi của con tàu. Vì vậy, đã vào Hải Quân thì phải học Hàng hải Thiên văn, như lên trung học là phải đọc *The Stars*! Đành rằng có nhiều phương pháp định vị nhưng thói thường cái gì gọi là máy móc thì đều có thể bị hư hỏng hoặc bị phá hoại. Vì vậy, phương pháp hải hành bằng thiên văn là phương pháp tuy cổ điển mà ăn chắc."

- "Nhưng sao thì nhiều mà toàn tên tiếng La Mã, Hy Lạp..."

- "Mới bắt đầu môn học, chúng tôi cũng rất sợ. Nhưng sau khi tiếp nhận căn bản, càng học càng mê. Sao có hai loại: hành tinh và định tinh. Hành tinh là 9 ngôi sao thuộc thái dương hệ. Định tinh là các sao có vị trí cố định trên thiên cầu. Chòm sao là tập hợp một số định tinh gần nhau thành một hình tượng cho dễ phân biệt, dễ nhận dạng các định tinh. Lại có các vì sao, chẳng phải hành tinh mà cũng chẳng định tinh, đôi khi đi lạc làm say đắm lòng người như vì sao lạc vào chòi chàng chăn cừu và vì sao lạc xuống tàu..."

– "Đại úy! Xin đại úy..." Tôi nài nỉ và bắt đầu thực sự thấy sợ lời bóng gió chừng như bất tận của Bằng.

– "Cô Phượng có xem phim Anastasia, kể chuyện cô con gái út của Nga hoàng?"

Bằng chuyển đề tài đột ngột làm tôi mừng quýnh. Vội nói:

– "Có chứ, tôi cũng... mê phim này lắm."

– "Cô mê gì nhất?"

– "Nữ tài tử Ingrid Bergman, đẹp mà diễn xuất tuyệt vời, đã nhận được giải Oscar."

– "Còn 'mê' gì nữa?"

Bằng có ý gì? Sẽ dẫn tôi tới đâu? Tôi duyệt lại nội dung bộ phim. Đó là chuyện một người con gái đã từng là công chúa nước Nga thoát chết trong cuộc tàn sát của Nga Cộng năm 1917. Công chúa thoát chết, bị thất lạc, và bị mất trí. Hàng chục năm sau có người nhận ra nàng. Thế mà, ngay trong buổi lễ trang trọng của Hoàng gia xác nhận ngôi vị công chúa, nàng lại từ chối cuộc sống sang giàu để đuổi theo người khám phá ra mình. Tôi nói:

– "Tôi mê phim nhưng chê đoạn kết! Tôi không thuộc loại quá tôn thờ tình yêu."

– "Tôi thì thích bản nhạc nền. Lời thật nên thơ, ví nàng công chúa từ ngôi sao nào đó đi lạc xuống trần"

– "A!" Tôi chợt nhớ, kêu lên. "Tôi cũng rất thích bản đó. Pat Boone hát thật tuyệt vời!" Tôi cao hứng cất tiếng. "Anastasia. Tell me who you are? Are you someone? From another star? Anastasia. Beautiful stranger. Step down from your star. I only know I love you so. Whoever you are.""

Tia nhìn đắm say của Bằng chiếu vào mắt tôi cùng với lời ngọt ngào đi thẳng vào tim:

– "Tôi cũng đã định hát tặng Phượng..."

– "Đại úy." Tôi hốt hoảng. "Xin trở lại chuyện các vì sao. Hải Quân học Hàng hải Thiên văn là học những gì?"

– "Chúng tôi không học chuyên về thiên văn là môn học nghiên cứu và giải thích các chuyển động, các hiện tượng vật lý của các thiên thể trong không gian. Chúng tôi chỉ học về những gì có liên quan đến hàng hải, tức là phải biết nhận dạng ngôi sao để định hướng đi, phải biết đo cao độ sao để định vị trí con tàu. Học định hướng không khó, nhưng học đo cao độ mới là nhiêu khê. Thứ nhất, nếu không 'nhận diện' được thiên thể thì phải rành sử dụng bảng-tìm-sao hoặc bản-đồ thiên-cầu. Thứ hai, tìm được tên ngôi sao rồi, phải biết cách dùng kính lục phân Sextant đo cao độ, biết dùng lịch The Nautical Almanac cho kinh tuyến Greenwich cùng độ phương vị, và dùng các dụng cụ lỉnh kỉnh khác... Cô hẳn có đọc quyển Ngư Ông và Biển Cả của Ernest Hemingway?"

– "Có! Tôi mê quyển đó còn hơn nữa!"

– "Vậy thì cô nhớ đoạn lão ngư ông nhìn sao để tìm đường về bến sau khi bị con cá khổng lồ lôi đi vô định, xà quần?"

– "Tôi nhớ quá đi chứ, cũng như nhớ đại úy nói bầu trời có 88 chòm sao, trong đó có 12 chòm sao Hoàng Đạo. Sao gọi là 12 chòm sao Hoàng Đạo?"

– "Ngày xưa cổ nhân cho rằng Trái Đất là trung tâm vũ trụ và mọi thiên thể quay quanh nó. Ai nói ngược lại thì bị tử hình. Tương truyền rằng nhà thiên văn học Galileo chịu tử hình chớ không nói khác sự thật: Mặt Trời mới là trung tâm và Trái Đất quay quanh Mặt Trời. Ông bị bắt giam. Đến khi bị mang lên giàn thiêu, người ta cho ông cơ hội nói lại để được sống, ông bảo, dù ông có chết Trái Đất vẫn cứ quay quanh Mặt Trời. Đúng là vậy nhưng, để cô Phượng dễ hiểu, tôi tạm để Trái Đất đứng yên và Mặt Trời quay quanh thiên cầu. Và trong khi du hành giáp vòng là một năm, Mặt Trời đi qua đúng 12 chòm sao trong số 88 chòm sao trên thiên cầu. Người ta gọi đó là 12 chòm sao Hoàng Đạo. Về phương diện chiêm tinh, 12 chòm sao Hoàng Đạo chính là 12 cung Hoàng Đạo của tử vi tây phương. Mỗi cung tương ứng một tháng..."

– "À ra thế!"

– "Cô có tin tử vi không?"

– "Không tin nhưng tuần nào cũng mua báo để đọc tử vi. Đó là mục giải trí ưa thích!"

– "Nếu ưa thích tử vi thì hẳn cũng ưa thích... Hải Quân vì Hải Quân lấy 12 chòm sao hoàng đạo đặt tên cho các khóa sĩ quan. Như khóa tôi thuộc cung thứ 11: Bảo Bình."

– "Ồ, thật vậy sao?"

– "Tháng sinh của cô thuộc cung nào?"

– "Cung Hải Sư."

– "Người thuộc cung Hải Sư rất vui vẻ, dễ thương, thích văn chương thi phú và hợp với tuổi Kim Ngưu, tuổi của tôi..."

Tôi mạnh dạn cắt ngang, cười nhạo:

– "Xin tiếp tục chuyện các vì sao. Đại úy chưa nói gì về sao Jean de Milan, sao Rua. Các sao này nằm ở đâu có huyền thoại gì không. Hay đại úy bí rồi nên chuyển qua coi tử vi chăng?"

– "'*Em chớ hỏi: sóng đi trên biển lớn. Cớ làm sao thành nhã nhạc dâng lên. Cớ làm sao muôn tinh tú trong đêm. Bỗng rung động khi em cười rất nhẹ*'. Thơ Nguyên Sa đó, nghe tình quá phải không?"

- "Chưa biết là của Nguyên Sa mà lòng đã xiểng liểng!" Tôi thú nhận. "Đại úy tính đem hết sao trời bủa vây không chừa lối thoát cho tôi sao? Thì cũng được nhưng với điều kiện: '*Anh về đếm hết sao trời. Em đây kết tóc ở đời với anh*'."

Tôi nghe tiếng Bằng thở dài:

– "Cô Phượng ơi! Chỉ nội dải Ngân Hà không thôi đã có vài trăm tỉ ngôi sao mà cô lại đòi tôi phải đếm hết trọn cả bầu trời. Chắc phải hẹn gặp cô hàng muôn tỉ tỉ kiếp sau..."

Tôi tự mắng thầm. Đã sợ mà còn 'anh anh, em em' có khác gì khuyến khích Bằng tiến tới, tôi vội chuyển hướng:

– "Đại úy nói người xưa bịa ra những câu chuyện thần thoại để đặt tên cho 88 chòm sao. Phượng rất muốn nghe. Mỗi một truyện đại úy kể, Phượng hứa sẽ... tăng thêm số sao đại úy phải đếm! Bắt đầu bằng chuyện vì sao có hai chòm sao đặt tên Gấu Lớn Gấu Nhỏ."

Bằng cười:

– "Khó mà ngờ cô Phượng độc ác đến thế! Đã không giảm mà còn tăng. Nhưng lỡ ăn thua thì cho... thua luôn! Về nguyên do có hai chòm sao mang tên Gấu Lớn Gấu Nhỏ, cũng theo thần thoại Hy Lạp, ông vua Zeus lại léng phéng có con với một người đẹp khác, nên hoàng hậu Hera lại nổi cơn ghen và biến người đẹp này thành con gấu, Vua Zeus quá bi thương nên đưa nàng lên trời. Đó là hình tượng chòm Gấu Lớn. Về sau đứa con, hình tượng chòm Gấu Nhỏ, được vua cha cho về sống bên mẹ. Thế nhưng cả hai vẫn không được yên thân. Hoàng hậu còn ấm ức nên nhờ anh mình là thần biển không cho phép họ uống nước. Vì vậy mà hai mẹ con Gấu cứ chạy lòng vòng trên bầu trời Bắc cực, không bao giờ được xuống dưới đường chân trời."

Gấu Lớn – Gấu Nhỏ

- "Đại úy có hứa lúc mãn phiên hải hành, rằng chúng ta sẽ mặc sức theo chân chàng thợ săn Lạp Hộ..."

Bằng đăm đăm nhìn tôi:

- "Tôi có nói vậy sao? Đúng ra, thì anh chàng này có số xui, gặp phải bà chằng lửa! Thần thoại Hy Lạp kể rằng, bởi anh thợ săn này quá kiêu căng, tự xưng mình là tay săn bắn giỏi nhất trần đời nên Hoàng hậu Hera nổi sùng, bèn sai con Bồ Cạp (Hổ Cáp) chòm Scorpio dùng nọc độc giết chết. Vua Zeus nghe tin lấy làm thương xót và quyết định cho cả Hổ Cáp lẫn Lạp Hộ lên thiên cầu nằm ở hai vị trí đối nghịch. Hễ chòm sao này mọc thì chòm sao kia lặn để cho hai kẻ thù chẳng bao giờ thấy mặt nhau..."

Vẫn giọng êm ấm thân tình, Bằng kể tiếp qua thần thoại chòm Đại Khuyển với ngôi sao sáng nhất trong mọi vì sao là Sirius Thiên Lang. Giọng kể chuyện ngọt ngào của Bằng tạo cho tôi cái cảm tưởng như chính mình đang sống trong thần thoại. Tôi không biết Bằng có định kể trọn bộ huyền thoại của 88 chòm sao hay không nhưng tôi mong Bằng đừng chấm dứt trước khi tôi rời tàu. Bởi vì chừng như Bằng không đang kể về chuyện tình những chòm sao mà lại là đang thổ lộ tâm tư thầm kín Bằng dành cho tôi. Đến một lúc, tôi chợt nhận ra một điều khác thường. Không như cô chủ nghe chàng chăn cừu kể chuyện các vì sao mà ngủ gục, tôi đã vô cùng tỉnh táo và vui thích lắng nghe từng lời Bằng kể. Có điều trong lúc lắng nghe, tôi vẫn muốn được như cô chủ là tựa đầu vào vai Bằng!

CHƯƠNG 13

HẢI PHẬN BÌNH THUẬN
CHỦ NHẬT 6/8/1967 08:00G

Tiếng còi 'tít-te' xoáy vào giấc ngủ mê mệt làm tôi giật bắn người, thùm thụp tim đập. Tôi vẫn chưa quen tiếng còi rền rĩ này. Ngày và đêm, cứ 4 tiếng ré lên một lần, mỗi lần chín cặp 'tít-te'. Đầu tôi nhức như búa bổ. Tôi đưa hai tay xoa hai bên thái dương và chầm chậm mở mắt. Những thanh sắt ngang dọc trên trần tàu quay cuồng. Tôi vội nhắm kín. Cảm giác lo sợ len lỏi theo từng sợi thần kinh. Cùng lúc, cũng chợt nhận ra cả người ê ẩm đến rã rời. Ý nghĩ thật xấu xa đến từ tên Mỹ. Dám bị hắn chụp thuốc mê và làm hỗn lắm. Tôi lắng nghe biến chuyển trong cơ thể. Không. Chỉ là mỏi mệt do dậy sớm thức khuya và nhịp đong đưa của con tàu. Đêm trước, đêm đầu tiên xuống tàu, tôi ngủ quá ít lại còn bị ác mộng. Đêm qua thì mải mê chuyện các vì sao đến 5 giờ sáng. Tính ra tôi mới ngủ chưa đầy ba tiếng. Tôi không tha thiết ăn sáng, nhưng cần chứng tỏ ước mong của chuyến đi.

Tôi xoay nghiêng, bỏ chân ngoài giường, chống tay nâng tấm thân rã rời ngồi thẳng dậy. Ngồi hít thở một lúc, thấy khỏe hơn, tôi xỏ chân vào đôi bata rồi vào phòng tắm.

Khi bước vào phòng ăn, tôi tưởng sẽ gặp nhiều người nhưng chỉ thấy Trung úy Thạch Trung Cang và Thiếu úy Vương Văn Tiến. Họ lên tiếng trước:

- "Chào cô Phượng."

- "Chào cô Phượng."

- "Chào hai anh." Tôi nói. "Hai anh sắp đi phiên?"

- "Trái lại, vừa dứt phiên." Trung úy Cang cười.

- "Mình tới đâu rồi Trung úy?"

- "Sắp ngang qua thành phố Phan Thiết."

- "Chừng nào mới về đến Sài Gòn?"

Trung úy Cang nhíu mày như đang tính toán. Anh chiêu đãi hỏi tôi:

- "Chị ăn cháo với thịt kho hay bánh mì omelette?"

- "Anh cho bánh mì trứng chiên. Tôi thích ăn chín."

Anh chiêu đãi rời phòng. Trung úy Cang nói:

- "Nếu không có gì trở ngại, tàu sẽ cập cầu lúc 8 giờ tối."

- "Tám giờ tối!" Tôi kêu lên. "Tôi quá sợ cái câu 'nếu không có gì trở ngại!'"

- "Chúng tôi thì quen rồi!" Thiếu úy Tiến cười. "Nhà binh mà!"

Theo kinh nghiệm của Anh Đào, thời gian đi từ Quy Nhơn về Sài Gòn đúng 36 tiếng. Đêm kia tàu rời Quy Nhơn lúc 7 giờ rưỡi, tính đến sáng nay là đúng 36 tiếng, lẽ ra giờ này đã cập cầu Sài Gòn. Tối mới đến là trễ trên 10 tiếng. Đó là không gặp trở ngại, còn 'nếu có trở ngại' thì nào biết đến bao lâu! Mà thật ra Hưng có phải chờ thì cũng đáng kiếp. Anh đã đưa tôi vào hoàn cảnh tiến thối lưỡng nan! Tôi vừa muốn gặp anh lại vừa không muốn. Mà cũng có thể là chẳng bao giờ. Niềm tin dành cho anh đang lung lay...

Anh chiêu đãi đặt trước tôi dĩa bánh mì và dĩa trứng chiên. Trứng chiên hai mặt vừa đúng ý tôi. Anh hỏi:

- "Chị uống cà phê hay trà đá?"

- "Xin anh cà phê sữa. Cám ơn anh."

Trung úy Cang đưa tôi chai Maggi, cười nói:

- "Đêm qua thấy cô và Hạm Phó ôm ổ súng đến năm giờ sáng mà giờ này cô đã thức! Coi như cô thắng Hạm Phó là tay nổi tiếng ít ngủ!"

Tôi không biết nói sao, lặng lẽ gắp trứng bỏ vào bánh mì. Tên Mỹ kéo ghế trước mặt. Hắn mỉm cười:

- "Chào cô Phượng buổi sáng. Cô ngủ ngon chứ?"

Chợt nhớ đã nghĩ oan cho hắn tội làm hỗn, tôi vui vẻ đáp:

- "Cám ơn. Mi thế nào?"

- "Ngủ ngon lắm. Cám ơn."

Tôi thích lối chào hỏi kiểu Mỹ. Tôi không rõ lời chào của miền Bắc và miền Trung, riêng miền Nam thì vắn tắt quá. Gặp nhau chỉ nói 'chào ông, chào bác, chào thầy, chào cô', tuy đủ lễ độ mà thiếu lịch sự. Thậm chí người cùng nhà gặp nhau chỉ chào nhau bằng nụ cười, không một lời hỏi han sức khỏe. Lần này về nhà, buổi sáng tôi sẽ nói 'chào ba mẹ, ba mẹ khỏe không?' và ban đêm, 'chúc ba mẹ ngon giấc'.

Anh chiêu đãi mang tách cà phê và hộp sữa cho tôi rồi rời phòng, không buồn hỏi tên Mỹ ăn gì. Tôi nghĩ chắc hắn có mang theo ration C, đã ăn sáng trong buồng. Nhưng tôi nghĩ sai, anh chiêu đãi trở lại đặt trước hắn dĩa bánh mì và dĩa omelette. Thì ra đó là phần ăn sáng cố định mỗi ngày của hắn.

Khi tôi lên trên boong thì trước mắt tôi hàng trăm ghe đánh cá phủ kín mặt biển từ tàu đến gần bờ. Tôi cũng nhận thấy con tàu đang chạy thật chậm thật sát các chiếc ghe. Nếu đêm qua tàu chạy gần đến nỗi tôi có thể đếm số người trên ghe thì sáng nay tôi thấy họ vẫy tay với nụ cười. Tôi cũng vẫy tay, hô to 'chào các bác, chúc các bác bắt được nhiều cá'. Một hình ảnh thích thú khác mà đêm qua tôi không thấy là ghe nào cũng treo cờ vàng ba sọc đỏ. Phải nói đó là một rừng cờ vàng làm tăng vẻ đẹp của biển xanh lóng lánh.

Tôi bước qua mạn trái. Số ghe câu càng đông hơn, đến mút chân trời. Mặt trời rực trắng bao bọc bằng hai nền màu khác biệt. Phần nền từ nửa mặt trời đến đường chân trời có màu hồng tươi. Phần nửa trên nhuộm vàng các dải mây trắng. Tôi không nhận ra đó là loại mây gì và nếu có Bằng bên cạnh tôi cũng không hỏi. Không phải tôi sợ anh chàng chê tôi kém trí nhớ mà vì tôi không chủ tâm nhớ. Nghe thì thích nhưng nhớ cũng chẳng ích gì!

- "Cô Phượng!"

Tôi nhìn quanh tìm Võ Bằng.

- "Cô Phượng!"

Tiếng gọi từ trên cao. Tôi ngước nhìn đài chỉ huy. Một người đang vẫy tay, dường như là Trung úy Bạch. Rồi anh ngoắt ra dấu tôi lên với anh. Tôi mừng húm vì cảnh đẹp thế này mà được ngắm từ trên cao thì còn gì bằng.

Đã qua vài lần leo trèo, lần này tôi bước lên từng bậc thang nhanh hơn. Khi còn vài bậc cuối đến đài chỉ huy, hình dáng đầu tiên tôi trông thấy là tên Mỹ. Hắn đang nói gì đó với người ngồi trên chiếc ghế dành riêng cho Hạm Trưởng. Khi bước hẳn vào trong, tôi nói:

- "Xin chào Thiếu tá! Thiếu tá thức sớm quá!"

Hạm Trưởng nghiêng mặt nhìn tôi:

- "Không thức sớm thì không xong với vùng này. Sơ sẩy là đụng chìm ghe. Nói theo chuyên môn thì cả một hạm đội ghe! Nói theo miền Nam thì 'quỷ thần thiên địa ơi, minh mông ghe là ghe'! Đó cũng là lý do tôi cho gọi cô lên đây thưởng thức một cảnh tượng khó có dịp thấy lần thứ hai."

Tôi đảo mắt nguyên một vòng. Quả là nhìn từ trên cao, hình ảnh ghe chen chúc trông đậm nét hơn, cờ vàng rực rỡ hơn.

Hạm Trưởng hỏi:

- "Đêm qua, sau mục ca hát, còn mục gì khác không? Như đi ca tiên với Hạm Phó?"

Tôi giật mình. Ông hỏi thật hay đã được báo cáo mà vờ hỏi. Tôi thấy nên nói thật:

- "Thưa có. Được Hạm Phó kể huyền thoại các chòm sao nghe mê luôn, tới 5 giờ sáng mới đi ngủ!"

- "Thế mà 8 giờ sáng đã lên boong ngắm biển!"

- "Nhờ vậy mới được thấy... ghe ôi là ghe!" Tôi cười nói.

- "Lại thêm trời trong, gió nhẹ, biển êm. Cô may mắn lắm đó. Tháng tám là tháng bão mà!"

- "Gặp bão chắc Phượng ói mửa chết thôi!"

- "Thật ra dân đi biển chết vì bị bão đánh chìm chớ không chết vì ói mửa. Cùng lắm thì gần chết!"

- "Với Phượng, thà chết còn hơn!"

Tôi định nêu lên câu hỏi 'gặp bão làm sao tránh' thì có tiếng la của anh Trung sĩ:

- "Thưa Trung úy, có ghe vượt mũi tàu."

Trung úy Bạch quan sát nhanh bằng ống dòm rồi ban lệnh cho nhân viên điều khiển tay lái. Hạm trưởng vụt đứng lên nhìn mũi tàu đang quay qua phải. Một chiếc ghe hiện ra ngay trước mũi và lùi dần dọc theo mạn trái. Mấy người trên ghe hớn hở vẫy tay. Hạm Trưởng càu nhàu:

- "Sợ luôn! Cá đâu không thấy, chỉ thấy chết trước mắt!"

- "Nghĩa là sao, thưa Thiếu tá?"

- "Họ có niềm tin hễ vượt qua mũi tàu là ngày đó đánh được nhiều cá!"

Tôi chỉ biết cảm thông cho cả hai phía bằng cách lắc đầu! Thiếu úy Ấn từ cánh trái bước đến chiếc la bàn điện. Tên Mỹ đứng sát ghế Hạm Trưởng nhường chỗ cho Ấn đo góc độ ba đối vật. Đo xong, Ấn bước đến bàn hải đồ xác định vị trí chiến hạm. Anh nói:

- "Trình Hạm Trưởng vị trí chiến hạm trên đường đi."

- "Tốt."

Thiếu úy Ấn và tên Mỹ trở lại chỗ đứng cũ. Tôi giơ tay mỉm cười chào Thiếu úy Ấn. Tôi cũng muốn chào anh Trung sĩ và hai thủy thủ đương phiên nhưng cả ba mải hướng về mũi tàu. Tôi nhìn Hạm Trưởng nêu câu đã định hỏi:

- "Tàu của Thiếu tá phải qua hơn một tháng trên Thái Bình Dương, có khi nào gặp bão không? Gặp bão thì tránh cách nào?"

- "Nhờ trời, chỉ gặp mười ba cơn dông, sức gió đều dưới 63 cây số giờ, tiếng chuyên môn gọi là áp suất nhiệt đới! Cô sắp làm giáo sư Sử Địa, chắc đã rành về nguyên nhân hình thành một cơn bão."

- "Thưa có. Đại khái, bão chỉ xuất phát giữa vĩ độ từ 5° tới 30°, từ nơi biển có độ sâu 50 mét và có độ ấm 27 độ C. Nước Việt nằm gọn trong giới hạn này nên bị bão lia chia."

- "Người Việt ta gọi bão là gì, bằng tiếng Anh?"

- "Typhoon."

- "Cô có biết từ ngữ typhoon do đâu mà có?"

Tôi lắc đầu. Hạm Trưởng hỏi tiếp:

- "Cô biết từ ngữ hurricane, cyclone?"

- "Phượng chỉ biết cả ba chữ đều có nghĩa là bão."

- "Đồng ý, nhưng khi nào thì dùng hurricane, khi nào dùng cyclone, typhoon?"

Tôi lắc đầu. Hạm Trưởng mỉm cười:

- "Tôi cũng mới biết trong chuyến đi từ Tây sang Đông. Bão trên Đại Tây Dương, Mỹ gọi là hurricane, trên Thái Bình Dương, người Việt, người Hoa gọi là typhoon, còn các nước vùng Ấn Độ Dương thì gọi cyclone."

Từ sáng tới giờ, tên Mỹ vẫn lặng thinh ôm trụ la bàn, bỗng gật đầu lia lịa. Thấy anh chàng tỏ vẻ hiểu biết, tôi hào hứng hỏi:

- "Thưa Thiếu tá, sao lại có sự khác biệt về từ ngữ?"

- "Có lẽ do lịch sử địa phương. Tiếng hurricane thì lấy từ tiếng hurakan, tên vị thần hủy diệt người Maya cổ đại ở Trung Mỹ giáp Đại Tây Dương. Nước Tàu giáp Thái Bình Dương gọi bão là taifeng - 颱風 đại phong, dịch âm Typhoon. Còn từ cyclone mang nghĩa cơn lốc xoáy mượn từ tiếng Anh, có lẽ do thời Ấn Độ còn là thuộc địa Anh."

- "Khi gặp bão thì tàu tránh thế nào, thưa Thiếu tá?" Tôi nhắc lại câu hỏi.

- "Tránh thì cũng dễ trừ phi quá xui! Tàu nào cũng có máy nhận tin bão. Trong công điện tin tức khí tượng, họ cho biết tâm bão đang ở đâu, sức mạnh của cơn bão, hướng và tốc độ di chuyển. Từ các yếu tố đó so với vị trí con tàu, chiến hạm phải tính toán thế nào để sớm tránh xa cơn bão."

- "Sao gọi là quá xui!"

- "Hoặc là vì máy truyền tin hư, hoặc là do cơn bão hình thành bất thường."

- "Thiếu tá có lần nào gặp xui?"

- "Chưa, đều gặp may mắn. Như cô đi chuyến này không gặp bão."

Lệnh ngưng máy của Trung úy Bạch vang lên đột ngột. Hạm Trưởng lại đứng thẳng người, đưa ống dòm lên mắt. Tôi nghiêng người ra phía ngoài quan sát chuyện gì xảy ra. Con tàu êm ái lướt qua dãy phao giăng chắn ngang hướng đi. Mãi khi dãy phao nổi lên xa phía sau Trung úy Bạch mới cho lệnh tăng máy.

- "Sao phải ngưng máy, Trung úy?" Tôi hỏi Bạch.

- "À, họ đang chăng lưới bắt cá. Ngưng máy để lưới không bị cuốn vào chân vịt. Cả hai bên cùng có lợi. Với chiến hạm thì khỏi phải cho người lặn xuống gỡ lưới. Với ngư dân thì họ không phải mua lưới mới. Có tới 5, 7 chục ngàn chớ ít sao!"

Nói xong, anh cho lệnh tăng thêm tốc độ. Tôi ngạc nhiên về thái độ bình thản của Hạm Trưởng. Ông chỉ quan sát, theo dõi, không lần nào nói như lần trước 'Hạm Trưởng nhận quyền chỉ huy'. Ông để Trung úy

Bạch toàn quyền điều khiển hải hành. Rõ ràng ông đặt hết tin tưởng vào khả năng của Trung úy Bạch. Điều đó cũng hợp lý. Sau gần hai tháng lênh đênh, các sĩ quan hẳn đều đã thu thập nhiều kinh nghiệm.

Hạm Trưởng thả người, tựa lưng vào ghế, giọng hài lòng:

- "Giỏi lắm, Trung úy Bạch. Nay mai Đại úy Bằng đổi đi, Trung úy sẽ thay làm Hạm Phó."

Võ Bằng đổi đi. Đi đâu? Tự dưng tôi nghe buồn buồn. Tự dưng tôi nhớ tới mấy câu ca dao về bão của anh chàng. Có một người bạn như Võ Bằng thỉnh thoảng gặp nhau đấu hót cũng vui. Không nén được tò mò, tôi hỏi Hạm Trưởng:

- "Thưa Thiếu tá, Đại úy Bằng đổi đi đâu?"

- "Đi đâu thì chưa biết. Theo thông lệ, một sĩ quan ở một đơn vị không quá hai năm. Tôi vừa bình điểm thường niên, xếp hạng xuất sắc cho Võ Bằng. Rất có thể nay mai Hạm Phó sẽ ôm chức Hạm Trưởng một Tuần Duyên Hạm."

- "Có giống tàu Hộ Tống Hạm này không, thưa Hạm Trưởng?"

- "Gần giống nhưng nhỏ hơn. Nhân viên chừng nửa tàu này."

- "Thưa Thiếu tá, nghe tên gọi các chiến hạm hùng hồn quá. Hộ Tống Hạm, Tuần Duyên Hạm rồi gì nữa?"

- "Rất vui thấy cô quan tâm đến Hải Quân. Càng vui nếu cô sớm là thành viên gia đình Hải Quân. Chiến hạm có nhiều loại. Loại hoạt động trong sông thì có Giang Pháo Hạm, Trợ Chiến Hạm. Hoạt động ngoài biển thì có Dương Vận Hạm, Hộ Tống Hạm, Tuần Duyên Hạm, Hải

Vận Hạm, Trục Lôi Hạm, Hỏa Vận Hạm, và nhiều nữa ... Tổng cộng khoảng bốn mươi mấy chiếc. Trong tương lai gần, Hải Quân sẽ tiếp nhận các loại chiến hạm cỡ lớn, mỗi tàu cần đến 3, 4 trăm người điều hành. Tên gọi là Tuần Dương Hạm, Khu Trục Hạm. Cô theo kịp không?"

Tôi vui vẻ nói:

- "Có quá nhiều danh từ mới lạ, nhớ thì nhớ không nổi mà nghe thì rất thích. Xin Thiếu tá tiếp tục."

- "Tôi tưởng cô không ưa Hải Quân!" Ông nhìn tôi dò xét.

- "Ưa chứ, thưa Thiếu tá." Tôi trả lời không suy nghĩ.

Tôi nghe nhiều tiếng cười, trong đó có cả tên Mỹ. Ngẫm nghĩ, tôi trả lời không sai với tình cảm hiện tại. Ít nhất cũng không còn thấy ghét. Hạm Trưởng tiếp tục:

- "Đó là mới kể về 'hạm'. Còn với tàu nhỏ hơn, thì gọi là 'đỉnh', chỉ hoạt động ven biển và trong sông. Có đến hàng chục loại, xếp theo chức năng. Tổng cộng vài trăm chiếc. Như Tuần Duyên Đỉnh, Quân Vận Đỉnh, Khinh Tốc Đỉnh, Soái Đỉnh, Tiền Phong Đỉnh, Xung Kích Đỉnh ... Cô nghe đã ớn chưa?"

- "Phượng thấy thích lắm!"

- "Thế thì tôi tiếp tục. Ngoài loại chiến đỉnh, chiến hạm, còn có loại chiến thuyền. Đây là loại ghe đánh cá cải biên, do Hải Quân Công Xưởng chế tạo. Có ba loại ghe là Chủ Lực, Di Cư và Yabuta. Tùy chức năng, ghe được trang bị hoặc đại bác, hoặc đại liên, tiểu liên. Một số ghe tập hợp thành Duyên Đoàn. Có tất cả 27 Duyên Đoàn hoạt động suốt từ Bến Hải đến Hà Tiên. Nhiệm vụ Duyên Đoàn là tuần tiễu, ngăn chặn Việt Cộng xâm nhập vào các làng ven biển. Thành tích mới nhất của họ vào đầu năm nay là bắn chìm hai tàu tiếp tế súng đạn từ miền Bắc ở bờ biển Bình Đại, Bến Tre. Trước đó, tháng 11 năm ngoái, hai ghe chủ lực tấn công và bắt sống một tàu tiếp tế ở cửa Hàm Luông, thu nhiều súng đạn."

- "Thiếu tá sao nhớ hay vậy?"

- "Một là tôi từng chỉ huy các đơn vị này. Hai là công điện phổ biến Tin Hải Quân hàng ngày."

Thiếu úy Ấn lại xin lỗi tên Mỹ để dùng la bàn. Tôi để ý thấy anh lặp lại việc làm mỗi 15 phút. Tôi nhìn theo anh đang nhắm vào mũi nhọn nhô ra biển khá xa trước mũi tàu. Rồi nhắm vào thành phố con tàu đang ngang qua. Rồi nhắm mũi nhọn xa phía lái. Một khối vuông vàng ố từ đó vượt qua bãi cát đỏ, vươn lên nền trời xanh. Tôi hỏi Hạm Trưởng:

- "Thưa Thiếu tá, cái khối vuông kia là gì vậy"?

- "À, đó là một di tích lịch sử có liên quan đến tác giả hai câu thơ Thiếu úy Ấn ngâm nga trong bữa cơm trưa qua: '*Ngày mai trong đám xuân xanh ấy. Có kẻ theo chồng bỏ cuộc chơi.*'"

- "Xin Thiếu tá nói rõ hơn!"

- "Ông thi sĩ đó cũng là tác giả bốn câu thơ này:

Rồi ngây dại nhờ thất tinh chỉ hướng
Ta lang thang tìm tới chốn Lầu Trăug
Lầu Ông-Hoàng, người thiên hạ đồn vang
Nơi đã khóc, đã yêu thương tha thiết."

- "A! Lầu Ông Hoàng," Tôi kêu lên. "Cái tên được nhắc trong bản nhạc Hàn Mặc Tử của Trần Thiện Thanh."

- "Đúng!" Hạm Trưởng tươi cười. "Nhưng cái khối trụ vuông ố vàng đó không phải là Lầu Ông Hoàng như nhiều người lầm tưởng. Đó là cái pháo đài do Pháp xây để chống lại quân kháng chiến chống Pháp. Lầu Ông Hoàng được xây gần đó, cách nay trên nửa thế kỷ, là một dinh thự có tới 13 phòng của một công tước người Pháp. Rồi sau khi Pháp rút, bị bỏ hoang phế. Cách đây 4, 5 năm, Duyên Đoàn 28 phối hợp hành quân với bộ binh tảo thanh Việt Cộng, tôi có đến tận nơi, thấy Lầu Ông Hoàng chỉ còn vài phế tích."

Tôi lại nhìn pháo đài, tưởng tượng đôi tình nhân ngồi kề vai ngắm biển cả, trăng sao. Tôi hát thầm *'Ai mua trăng tôi bán trăng cho...'* Trong nỗi ngậm ngùi, tôi tự hứa sẽ có một ngày đến viếng nơi hẹn hò này của nhà thơ bạc phước và nàng thơ Mộng Cầm. Tuần rồi Hưng đã đưa tôi vào trại cùi Làng Phong viếng ngôi mộ giả của Hàn Mặc Tử, và sau đó đến viếng ngôi mộ thật ở Gành Ráng. Lần viếng đồi Lầu Ông Hoàng sắp tới, chắc chắn tôi sẽ không đi với Hưng. Viếng một nơi tình tứ mà đi với một người quá khô khan thì thà đi một mình. Đi với Võ Bằng thì quá thích hợp nhưng liệu chừng đó tôi còn gặp lại anh chàng? Thôi thì đi một mình theo gợi ý của Hàn Mặc Tử *'Rồi ngây dại nhờ thất tinh chỉ hướng'*. Hướng nào thì Võ Bằng đã dẫn giải. Chòm Thất Tinh chỉ hướng Bắc. Từ Sài Gòn, cứ theo Gấu Mẹ là tới. Nhưng có đáng bõ công không? Cũng đáng lắm. Ngồi trên đỉnh đồi như trên đài chỉ huy, trước mặt là đại dương dạt dào, trên trời vô vàn vì sao. Còn nơi nào thích hợp hơn để nhớ... chuyến đi này! Tiếng của Hạm Trưởng nhẹ vang:

- "Cô Phượng có biết tác giả bản Hàn Mặc Tử là người Phan Thiết?"

- "Vậy sao?" Tôi ngạc nhiên. "Hèn gì lời nhạc nghe rất cảm động. Thiếu tá thích nhạc Trần Thiện Thanh?"

- "Thỉnh thoảng có nghe trên đài Quân Đội. Còn cô?"

- "Chỉ thích vài bản. Như Hàn Mặc Tử, Lâu Đài Tình Ái. Thích Hàn Mặc Tử nhưng chê Tâm Sự Mộng Cầm!"

- "Bút hiệu của nhà thơ trên bản nhạc Hàn Mặc Tử ghi sai. Phải là Hàn Mạc Tử, không dấu á."

- "Thiếu tá dựa vào đâu mà cho là sai?"

- "Cô về tìm đọc quyển Hàn Mạc Tử của nhà phê bình văn học Trần Thanh Mại. Đó là quyển tiểu sử được đích thân nhà thơ Hàn Mạc Tử yêu cầu tác giả chấp bút."

Hạm Trưởng lặng thinh nhìn phía trước. Tôi lại vội lên tiếng:

- "Thưa Thiếu tá, ngoài Lầu Ông Hoàng, Phan Thiết có gì đặc biệt khác?"

- "Tôi không biết nhiều về Phan Thiết. Nói rộng hơn là cả tỉnh Bình Thuận. Chỉ nghe nói nước mắm Phan Thiết ngon không thua gì Phú Quốc."

Ông ra dáng suy nghĩ. Tôi cũng cố tìm một câu hỏi. Ông lên tiếng trước:

- "Nếu nói riêng về mối quan hệ với Hải Quân thì có địa danh Mũi Né."

- "Liên hệ ra sao, thưa Thiếu tá?"

- "Cái tên Mũi Né đã nói lên sự liên hệ rồi!"

- "Phượng không thấy gì hết. Xin Thiếu tá nói rõ hơn."

- "Theo đồn đại dân gian thì sở dĩ có tên Mũi Né vì đó là vịnh tốt nhất cho ghe tàu né sóng lớn."

- "Thiếu tá cho tàu né lần nào chưa?" Tôi cười hỏi.

- "Chưa vì còn một chỗ vừa né được sóng mà cũng né được gió. Đó là đảo Hòn Bà thuộc hải phận Phước Tuy. Còn khá xa, phải qua hải đăng Kê Gà mới có thể thấy. Cũng khoảng 3 tiếng nữa."

- "Hải đăng Kê Gà, cái tên nghe hay hay. Đã Kê mà còn Gà. Vì sao có tên đó?"

- "Sách vở nói sở dĩ có tên Kê Gà là vì hòn đảo có dạng đầu con gà, còn chữ Kê nguyên thủy là chữ Khe, dân gian đọc thành Kê. So với hải đăng Cù Lao Xanh ở Quy Nhơn, vừa xa đất liền vừa chỉ cao 19 thước, Hải đăng Kê Gà cao 60 thước trên một hòn đảo cách đất liền nửa cây số. Đặc biệt, khi thủy triều xuống, du khách có thể tản bộ trên bãi cát. Từ đầu thế kỷ 20 đến nay là 67 năm, cả hai hải đăng hoạt động liên tục, hữu hiệu."

Tôi hít một hơi dài. Có quá nhiều đặc ngữ, thuật ngữ, danh từ cùng lúc dồn dập vào đầu như cơn bão ập đến. Còn đang ngất ngư, Hạm Trưởng đột ngột hỏi:

- "Lên đại học, tiếng Anh của cô chắc khá lắm!"

- "Tôi có học thêm ở Hội Việt Mỹ."

Trả lời xong tôi giật mình nhớ tới Hưng. Chính Hưng xúi tôi học thêm tiếng Anh để xin vào làm ở các cơ quan Mỹ nghe ngóng, săn tin. Hạm Trưởng định dẫn mình tới đâu đây?

- "Cô có đọc tiểu thuyết tiếng Anh?"

- "Thưa, đôi khi."

- "Có hai quyển truyện liên quan đến ngọn hải đăng. Một quyển dễ đọc, một quyển khó nhằn. Cả hai truyện đều hay. Đó là quyển '*The Lighthouse at the End of the World*' của Jules Verne và quyển '*To the Lighthouse*' của Virginia Woof. Tôi biết cô thích Sử Địa, nhưng nếu có chút máu văn chương thì rất nên đọc."

- "Xin ghi nhận. Cám ơn Thiếu tá."

Tôi không ngạc nhiên thấy ông đọc nhiều. Dưới quyền là các sĩ quan giỏi nghề, lại 'nếu không có gì trở ngại', ông có quá nhiều thì giờ rỗi rảnh. Tên Mỹ cũng thế, lúc nào cũng ôm bộ bài hay quyển sách. Còn Võ Bằng... Tiếng Hạm Trưởng vang lên:

- "Trở lại đường về, ở phía nam hải đăng Kê Gà có một bãi cạn chìm dưới mặt nước chưa đầy một mét, cách bờ độ 30 cây số, gọi là Banc de Britto. Nếu đi tắt giữa bờ và Banc de Britto, thời gian hải hành sẽ rút ngắn cả tiếng nhưng nguy hiểm vì có thể bị dòng nước ngầm và gió đẩy tàu giạt vào bãi cạn. Thông thường với Hạm Trưởng thích ăn chắc mặc bền, ông ta cho tàu bung xa ngoài dãy banc để được an toàn."

Tôi cũng muốn được an toàn. Từ lúc xuống tàu, tôi lúc nào cũng nguyện cầu bản thân được an toàn. Giờ phút nào còn ở trên tàu là giờ phút đó tôi thiếu an toàn. Vì vậy, ngược với an toàn hải hành, tôi tràn đầy hy vọng ông chọn đi đường tắt. Đi tắt không an toàn cho tàu nhưng tôi sớm được rời tàu. Tôi hồi hộp hỏi:

- "Thưa Hạm Trưởng, vậy mình đang đi tắt hay bung ra ngoài?"

- "Hạm Phó thì thích đi bung ra ngoài! Còn cô Phượng thì sao?"

Tôi cố nén bực mình, giữ giọng lễ độ:

- "Dĩ nhiên Phượng muốn về Sài Gòn sớm!"

- "Coi như xổ số: Cô bước đến bàn hải đồ xem tàu đi trong hay đi ngoài!"

Bàn hải đồ đặt ngay giữa đài chỉ huy, Thiếu úy Ấn từ cánh trái bước qua đứng cạnh. Tấm hải đồ hai màu đen trắng chi chít con số và các đường cong queo nhưng so với bản đồ được thấy qua môn địa lý thì vẫn sáng sủa hơn. Nhìn qua, tôi đã nhận ra hải lộ của chiến hạm được kẻ bằng viết chì. Nhưng Banc de Britto ở đâu? Thiếu úy Ấn thấy tôi lò dò, nên chỉ một đốm xám có hàng chữ vắt ngang Banc de Britto. Rõ ràng hải lộ nằm giữa bãi cạn và bờ. Nụ cười khoái chí nở cùng lòng quý mến. Ông Hạm Trưởng này có lòng nhân ái, biết cảm thông ước muốn của nhân viên. Ai chẳng mong sớm đoàn tụ gia đình sau công tác dài hạn. Nếu chỉ nghĩ riêng tương lai cá nhân, với uy quyền tối thượng 'trên có Trời dưới có Hạm Trưởng', ông có toàn quyền chọn đường đi an toàn. Tôi trở lui tươi cười với Hạm Trưởng: - "Cảm ơn. Cảm ơn. Rất cảm ơn."

Ông cười, nụ cười nửa hài lòng nửa kẻ cả. Nhìn nụ cười tươi rói của ông, tôi bất chợt nghĩ đến câu thành ngữ ông đề cập trong bữa ăn trưa hôm qua. Câu đó xem ra còn thiếu sót. Tôi thấy nên thêm vài chữ cho đầy đủ: 'trên có Trời dưới có Hạm Trưởng và Phan Kim Phượng'. Bởi vì tôi cũng có toàn quyền cho bom nổ hay không!

CHƯƠNG 14

HẢI PHẬN BÌNH TUY
CHỦ NHẬT 6/8/1967 12:00G

Đúng 11g30, chúng tôi rời đài chỉ huy chuẩn bị dự cơm trưa. Hạm Trưởng vào phòng riêng của ông, tôi và tên Mỹ xuống thêm một bậc thang để về phòng của mình. Bước vào phòng ăn thì gặp Võ Bằng và Thiếu úy Văn đang ăn sớm để nhận phiên. Tôi chưa kịp chào xã giao thì Võ Bằng đã lên tiếng:

- "Tìm khắp tàu, tưởng cô bị rớt xuống biển rồi!"

Giọng Võ Bằng điểm chút hờn giận. Tôi cười đùa:

- "Chắc Đại úy mong tôi rớt lắm?"

Võ Bằng trừng mắt rồi cúi xuống tiếp tục ăn. Tôi tiếp tục trêu chọc:

- "Im lặng đồng nghĩa với... cho chết luôn!"

- "Phải! Cho cô chết luôn!" Võ Bằng quắc mắt.

Nghe giọng nói lạnh lùng, tôi lặng người. Không lẽ chỉ vì giận mà Võ Bằng tàn nhẫn đến thế. Vẫn giọng lạnh lùng, anh chàng tiếp:

- "Bởi vì tôi sẽ nhảy xuống... chết theo cô!"

Thiếu úy Văn cười tán thưởng. Tôi cũng cười mà lòng xao xuyến. Dù biết anh chàng hay nói xa gần nhưng vẫn xúc động. Tôi đang còn nghĩ xem phải đáp trả thế nào thì tên Mỹ bước vào. Hắn chào Võ Bằng:

- "Chào buổi sáng X O. Anh mạnh khỏe?"

Võ Bằng quay nhìn, tươi cười.

- "Khỏe. Cám ơn Rick. Anh thì sao?"

- "Không có gì than phiền."

Thủ tục nhàm chán nhưng không thể thiếu. Hỏi han nhau mang thân tình cho nhau. Tên Mỹ kéo ghế ngồi. Bằng kéo ghế cho tôi. Tôi vẫn đứng hỏi:

- "X O là gì vậy, Đại úy?"

Võ Bằng đang nhai nên tên Mỹ trả lời:

- "X O là executive officer, là Hạm Phó. Như tôi gọi Hạm Trưởng là Cap, tức Captain."

Võ Bằng hỏi tôi:

- "Cô có xem phim Moby Dick?"

- "Có."

- "Các thủy thủ gọi Thuyền trưởng là gì?"

- "Không để ý."

- "Là Skip."

- "Vì sao gọi Skip?"

- "Tôi thấy mình thật dại, khuyên cô luôn luôn hỏi 'vì sao' để chính mình bị hai lần bí!"

Tên Mỹ lại lên tiếng:

- "Skip là gọi tắt của skipper, nguồn gốc tiếng Hòa Lan schipper."

Tôi thấy vui vui khi nghĩ nếu mình có dịp quá giang thêm vài chuyến chắc còn biết thêm nhiều tiếng lạ, thêm nhiều hiểu biết chuyện trên trời dưới biển. 'Đi một ngày đàng học một sàng khôn' là đây! Tôi nói 'thank you' với tên Mỹ rồi hỏi Võ Bằng:

- "Ăn cơm xong, tôi lên đài chỉ huy được hôn?"

- "Tôi chờ cô từng phút lại từng giây!"

Tôi ngượng nghịu nói:

- "Đại úy cứ nói giỡn hoài, Thiếu úy Văn cười chết!"

- "Kỳ tới, có cô nào quá giang, tôi sẽ bắt chước Hạm Phó! Master của tôi đó!"

Tôi trừng mắt với Văn. Thầy trò bênh nhau thì chịu thua thôi. Tôi cáo lỗi rút về buồng, đi thẳng vào phòng vệ sinh. Tôi nâng cổ tay xem đồng hồ: 11g45. Tôi có 10 phút chỉnh đốn cá nhân. Tôi tự hỏi khi tàu về bến sinh hoạt không biết ra sao chớ hai ngày qua thì giờ chặt chẽ quá. Đến ở phòng vệ sinh cũng phải canh giờ.

Khi còn 5 phút đúng ngọ, tôi trở ra ngồi vào chỗ chờ Hạm Trưởng. Đây là bữa ăn thứ ba của tôi do Hạm Trưởng chủ tọa. Hạm Phó, Thiếu úy Văn đã rời bàn và Trung úy Bạch, Thiếu úy Ấn xuống phiên ngồi ở ghế chỉ định. Tôi để ý thấy bàn ăn luôn luôn có 7 người. Hai người vắng mặt là hai sĩ quan đương phiên. Tôi cũng thấy có người luôn luôn có mặt là tên Đại úy Mỹ và Trung úy Lê Giáp Thân, người thỉnh thoảng Hạm Trưởng hỏi về tình trạng máy móc.

Vẫn thủ tục như hai bữa ăn trước, Thiếu úy Văn hô nghiêm khi Hạm Trưởng xuất hiện ở cửa vào. Ông tiến đến ghế đầu bàn, nhìn quanh một lượt rồi nói 'mời ngồi'. Và cũng như lần trước, sau khi thả người lên ghế, ông dành câu nói đầu tiên cho tôi:

- "Rất vui thấy cô hiện diện sau hai ngày thiếu ngủ." Ông nhìn Thiếu úy Văn ngồi đối diện, cuối bàn:

- "Đây là bữa cơm chót của cô Phượng. Sĩ quan Ẩm thực đãi cô Phượng những món gì đây?"

- "Thưa Hạm Trưởng, thưa quý vị, thực đơn gồm cơm trắng, rau muống xào tỏi, thịt kho hột vịt, canh bí đao. Tráng miệng bánh LU. Xin thưa trước, các món ăn không được hòa hợp vì lý do kho cạn!"

- "Ái chà, toàn miếng ngon miền Tây. Rất tế nhị, Thiếu úy Văn. Nhớ chuyển lời tôi khen hỏa đầu quân. Món thịt kho hột vịt cũng là món ruột của nhà tôi. Nào, mời cầm đũa."

Tên Mỹ nhấc đôi đũa và dùng tay kia sửa đổi vị trí thích ứng, rồi gắp miếng thịt kho, mỡ nhiều hơn nạc. Hắn cẩn thận đưa chén cơm đến tận mép dĩa thịt kho. Nét mặt bình thản của người chấp nhận hội nhập.

Tôi chan canh bí đao. Tôi thích ăn cơm với nước canh bí đao. Tôi múc từng muỗng đưa lên miệng thay vì và. Tên Mỹ nói với tôi 'good idea' rồi bắt chước. Hắn ăn với vẻ hài lòng và thỉnh thoảng nhìn qua tôi như muốn học cách ăn từ tôi.

- "Cô sẽ về thăm ba mẹ trước khi nhập học chứ?" Hạm Trưởng hỏi.

- "Dạ!"

- "Tôi sẽ kể chuyện với nhà tôi về gia thế của cô. Nếu bà ấy muốn nhìn bà con, chúng tôi sẽ nhờ cô đưa xuống Vĩnh Long thăm viếng ba mẹ cô."

Tôi thầm kêu trời nhưng buộc phải nói xuôi theo:

- "Ba mẹ Phượng sẽ rất vui mừng tiếp đón."

Tôi moi óc nhớ địa chỉ của tiệm tạp hóa nào đó lỡ ông hỏi tới. Nhưng ông không hỏi. Có thể ông nghĩ đã có địa chỉ nhà tôi trong giấy quá giang hoặc cho rằng

Hạm Phó và tôi sẽ còn tiếp tục gặp gỡ. Nhưng nếu bom nổ, ông chết, mọi sự êm xuôi. Chỉ có điều đang đi ngoài dự tính: Tôi cảm thấy chùn tay.

- "Qua gần hai ngày hai đêm trên chiến hạm, cảm tưởng của cô ra sao?" Hạm Trưởng ân cần hỏi.

- "Chưa bao giờ trong đời Phượng được sống qua những giờ phút tuyệt vời như hai ngày qua." Tôi vui vẻ đáp. "Từ góc nhìn di động xa khơi, Phượng được ngắm thỏa thuê núi tiếp núi trùng điệp, biển tiếp biển bao la. Và được chiêm ngưỡng những cảnh tượng độc đáo chưa từng được thấy ở thành phố."

Tôi lướt mắt qua từng người quanh bàn, tiếp lời:

- "Thêm vào đó, những sinh hoạt tâm tình với thủy thủ đoàn, khiến Phượng đâm ra mê... đời thủy thủ. Rất mong một chuyến đi khác."

Hạm Trưởng gật gù tỏ vẻ hài lòng. Rồi ông gắp thức ăn nhai ngon lành. Một lúc, ông buông đũa, hỏi:

- "Chỉ có thế thôi sao?"

Tôi không hiểu ý ông là gì, đành nêu chung chung:

- "Nếu không có chuyến quá giang này, có lẽ cả đời Phượng vẫn ngu ngơ về trời, sao, mây nước cũng như mù tịt về hoạt động gian nan của Hải Quân. Xin thú thật, sau khi rời chiến hạm, quan điểm sống của Phượng chắc sẽ hoàn toàn thay đổi."

- "Một thí dụ?" Trung úy Bạch ngồi cạnh tôi hỏi.

Tôi nghiêng mặt nhìn anh. Đó là ý ám chỉ làm sao cho thí dụ được. Tôi trầm ngâm:

- "Thí dụ như thấy các anh mặc quân phục trắng dạo phố, tôi nghĩ binh chủng Hải Quân quá nhàn tản!"

Nhiều tiếng cười nổi lên. Tên Mỹ cũng tỏ vẻ thích thú. Hạm Trưởng lên tiếng:

- "Nhân sự việc trắng đen hai mặt, khó phân biệt đúng sai, tôi nhớ đến lối tuyên truyền bịp bợm của bọn Việt Cộng vào dịp tổng tuyển cử bầu Tổng Thống ngày 3 tháng 9 sắp tới. Họ tuyên truyền rằng chính quyền tổ chức bầu cử cho có hình thức chứ ai làm Tổng Thống thì đã chọn sẵn rồi! Hãy khách quan nhìn sự việc: Cuộc bầu cử diễn ra công khai trước thế giới và báo chí quốc tế, không cách gì bịp bợm được! Chúng ta có Hiến Pháp, chúng ta có Luật Bầu Cử. Chúng ta có đến 11 Liên danh Ứng cử gồm đủ mọi thành phần kể cả thành phần thiên Cộng. Tôi khuyên các sĩ quan nên đi bầu và các Trưởng ban nên khuyến khích nhân viên của mình đi bầu. Hãy cẩn thận chọn lựa người thật sự vì dân vì nước."

Hạm Trưởng nhìn tôi:

- "Cô Phượng đã định bầu cho ai chưa?"

- "Thú thật, Phượng không rõ ai là ai!"

Ông gác đũa, tựa ngửa vào lưng ghế, ngạc nhiên:

- "Chỉ còn ba tuần nữa là đi bầu mà không rõ ai là ai!"

- "Thưa Thiếu tá, vì Phượng không thích chính trị."

Ông chồm tới, đăm đăm nhìn tôi:

- "Đây là sự kiện quan trọng của đất nước, thích hay không cũng phải tham gia. Chẳng lẽ cô không định đi bầu?"

- "Phượng đi chứ." Thấy ông giận, tôi nói dối.

- "Không biết ai ứng cử thì bầu cho ai. Đúng là cô bị tụi sinh viên nằm vùng tuyên truyền đừng đi bầu rồi?"

Dù ông đoán đúng nhưng tôi vẫn thấy tức bực. Ông có quyền gì mà hạch sách. Tôi nén giận, giọng mềm mỏng:

- "Không ai xúi. Phượng đã nói Phượng sẽ đi bầu. Vẫn còn nhiều thì giờ mà!"

Hạm Trưởng xuống giọng:

- "Cô Phượng nên đi bầu. Lá phiếu của cô hình thành tương lai của cô."

- "Theo Thiếu tá, Phượng nên chọn liên danh nào?"

- "Tôi không chọn giùm cô. Chính cô, cũng như các sĩ quan của tôi, mỗi người tự chọn lấy, tự trách nhiệm về sự chọn lựa của mình."

Ông nhìn các sĩ quan rồi lại cầm đũa. Tôi vừa nhai vừa nghĩ tới Hưng. Anh vừa nhắc nhở đừng đi bầu và khuyên tôi tích cực xúi giục bạn bè nằm nhà. Tôi không tính đi bầu nhưng cũng chưa xúi giục ai. Hạm Trưởng có lý. Tại sao không đích thân đi bầu để chọn người lãnh đạo mình tin tưởng. Có cả liên danh thiên Cộng kia mà!

- "Thưa Thiếu tá, Phượng xin lặp lại là sẽ đi bầu."

Hạm Trưởng gật đầu hài lòng. Ông sửa thế ngồi, hai bàn tay đặt tựa mép bàn, người thẳng đứng. Đó là thế ngồi chung của mọi người khi không cầm chén và đũa. Hạm Trưởng nhai từ tốn, không hở đôi môi. Có lúc đôi môi đó mím lại thành một nụ cười mỉa mai như nụ cười của Rhett dành cho cô vợ ngổ ngáo Scarlett trong Cuốn Theo Chiều Gió. Tôi đã ghét nụ cười đó trong phim và nay tôi ghét nụ cười của ông.

Có lẽ thấy bầu không khí trầm lắng, Trung úy Thân đùa cợt:

- "Chào cô Phượng. Nếu cô ngại đi bầu, tôi sẽ xin phép 'người ấy' đến nhà rủ cô đi."

- "'Người ấy' là ai vậy?" Tôi bật cười.

- "'Người ấy' là người không có mặt ở đây."

- "Không phải 'người ấy'."

- "Vậy 'người ấy' là ai?" Trung úy Thân dai dẳng.

- "Là 'người ấy'!" Tôi cộc lốc.

- "Là 'me' chăng?" Tên Mỹ chen vô.

- "Mi có vợ rồi, nhất định không phải mi!" Tôi xua tay.

Cả bàn cười rộ. Thiếu úy Tiến góp lời:

- "Không bao lâu nữa cô Phượng sẽ rời tàu. Chắc chắn chúng tôi sẽ nhớ cô vì cô là người quá giang đầu tiên mà lại vô cùng đẹp. Còn với cô, tôi đồ rằng, sau khi cô về bên 'người ấy', cô quên hết chúng tôi!"

- "Không bao giờ!" Tôi phản đối. "Chiến hạm này đưa Phượng ra khơi lần đầu, lại cho Phượng bao nhiêu kỷ niệm tuyệt đẹp thì Phượng đương nhiên coi hơn cả... 'người ấy'!"

- "Vậy có nghĩa là cô xác nhận đã có 'người ấy'!" Trung úy Cang lên tiếng.

- "Có đó, rồi sao?" Tôi vui vẻ thách thức.

- "Rồi thôi! Thôi rồi!" Trung úy Cang ỡm ờ.

Thiếu úy Ấn lại ngâm nga, nhại Nguyễn Bính:

- *"Gái lớn lên ai chẳng có bồ! Can gì mà khóc với kêu ca!"*

Tôi thích chí cười to. Tôi đã thấy lý do họ đi biển lâu ngày mà không buồn chán. Ở đâu, bất cứ lúc nào họ cũng vui vẻ, cười đùa. Tại sao tôi không đi chuyến nữa và ... không mang theo quả bom? Chắc chắn là vui đùa mặc sức! Hạm Trưởng lên tiếng:

- "Như tôi nói, đây là bữa cơm chót của cô trên tàu này. Sẵn gần đông đủ sĩ quan, cô có gì không hài lòng hay có gì thắc mắc, cứ nêu lên chúng ta cùng giải tỏa."

- "Thưa Hạm Trưởng.' Tôi cảm động nói: "Cho tới giờ phút này Phượng không có gì gọi là không hài lòng. Xin đa tạ sự đối đãi niềm nở của quý vị. Còn về thắc mắc, chắc phải cần ra khơi vài chuyến nữa may ra mới hết thắc mắc."

- "Thử nêu một xem." Hạm Trưởng nói.

Tôi nghĩ đến câu đã hỏi và Võ Bằng không trả lời được. Nếu đem ra hỏi Hạm Trưởng, liệu có chạm tự ái Võ Bằng? Rồi lỡ Hạm Trưởng cũng không biết, liệu có làm ông mất mặt? Hạm Phó thì đang ở đài chỉ huy, còn Hạm Trưởng thì chắc gì ông bí. Trường hợp ông trả lời suôn sẻ thì được hiểu biết thêm, lợi bất cập hại! Tôi mạnh dạn:

- "Điều Phượng thắc mắc là vì sao về đêm, bầu trời lại màu đen?"

- "Câu trả lời dễ nhất: Vì ban đêm trời tối đen!" Hạm Trưởng nói ngay.

Thầy trò trả lời giống nhau quá! Tôi bật cười:

- "Thưa Thiếu tá, Phượng nghĩ là câu trả lời đó thiếu tính khoa học. Là vì theo sách vở, ánh sáng mặt trời cực mạnh, nó đủ sức chiếu sáng cả bầu trời. Quả đất chỉ là một điểm nhỏ, không chặn được hết ánh sáng. Thí dụ như mình chiếu đèn pha trong phòng tối, một trái cam không thể che tối cả căn phòng."

- "Tôi nói đùa thôi, cô Phượng đúng. Ban đêm ta thấy bầu trời màu đen không phải vì đêm tối. Để làm sáng tỏ, tôi cần dông dài một chút. Trước hết phải hiểu một số danh từ chuyên môn như bầu trời là gì, không gian, vũ trụ là gì? Bầu trời là bầu khí quyển bao bọc quanh một thiên thể. Thiên thể là các ngôi sao như hành tinh, định tinh, sao chổi, vân vân. Không gian là khoảng trống giữa các thiên thể. Vô số thiên thể hợp thành thiên hà. Vũ trụ là không gian vô tận chứa các thiên hà. Có 200 tỷ thiên hà. Mỗi thiên hà cách nhau 2 triệu năm ánh sáng. Cô Phượng thử hình dung độ rộng của vũ trụ."

- "Phượng hình dung thế này: lấy 2 triệu năm ánh sáng nhân cho 200 tỷ thiên hà."

- "Vũ trụ thì quá sức lớn, không gian lại chỉ là chân không nên không có hiện tượng tản xạ. Nói cách khác, vũ trụ luôn luôn đen tối. Bây giờ, trở lại quả đất. Quả đất nằm trong Thái dương hệ là một nhóm gồm 9 hành tinh thuộc dải Ngân Hà. Mặt Trời là ngôi sao trung tâm bởi vì chỉ một mình Mặt Trời tự sinh bức xạ và phát ánh sáng. Ánh sáng có màu trắng, tổng hợp của 7 màu. Quả Đất nhận ánh sáng từ Mặt Trời. Chúng ta biết Quả Đất có bầu khí quyển. Ngoài 100 cây số là không gian chân không. Bầu khí quyển chính yếu gồm phân tử ni-tơ, oxy, hơi nước. Khi ta thấy Mặt Trời, có nghĩa là ánh sáng mặt trời xuyên qua bầu khí quyển chiếu sáng Trái Đất. Tuy nhiên 7 màu của nguồn sáng cũng bị tản xạ, lưu lại màu xanh trên bầu trời. Ngược lại, khi ta không thấy Mặt Trời, không có ánh sáng mặt trời xuyên qua khí quyển tới mắt chúng ta, chỉ thấy không gian là vũ trụ đen tối. Vì các ngôi sao quá xa, ánh sáng tới mắt ta quá yếu, chỉ đủ cho bầu khí quyển tản xạ lấp lánh. Đó là lý do vì sao bầu trời đen tối khi mặt trời lặn. Hy vọng cô hài lòng?"

Tôi nghiêng mặt nhìn các sĩ quan. Ai nấy đều tỏ ra hớn hở với lời dẫn giải của Hạm Trưởng. Dù hiểu đại khái, tôi cũng hăng hái nói:

- "Thưa Thiếu tá, Phượng đã rõ, xin cám ơn nhiều."

Cả bàn tiếp tục ăn. Tôi vừa nhai vừa nghĩ thêm câu hỏi. Năm phút sau, tôi nói:

- "Thưa Thiếu tá, xin thêm một thắc mắc. Chuyện trên trời coi như tạm đủ biết, giờ xin thắc mắc về chính Hạm Trưởng."

Tôi nhìn ông xem phản ứng. Nét mặt ông bình thản như nét mặt của Clark Gable khi ra lệnh đánh đắm tàu ngầm Bismark. Ông hỏi:

- "Về chuyện gì?"

- "Những điều kiện nào cần có để được làm Hạm Trưởng?"

Ông không trả lời ngay mà cầm đũa tiếp tục bữa ăn. Tôi cũng cạn chén của mình. Mãi vài phút sau ông mới dẫn giải:

- "Cô biết rồi, cần thỏa mãn ba chữ trên huy hiệu Hạm Trưởng: Danh Dự, Tài Đức, Kỷ Luật."

- "Xin nói cụ thể hơn."

- "Danh dự và kỷ luật thì cô quá biết. Còn về Tài Đức, thì Đức phải thế nào, cô giáo như cô càng rành rẽ. Chỉ còn lại Tài. Tài thì phải rèn luyện. Học tập ở quân trường, chỉ là căn bản. Sau khi xuống tàu, phải gian nan rèn luyện, bắt đầu từ chức vụ ít quan trọng, lần lần lên chức Hạm Phó. Sau một thời gian, phải được vị Hạm Trưởng đương thời đề bạt. Rồi tùy thâm niên và tùy cấp bậc, phải qua các trường Huấn luyện Bổ túc, trường Chỉ huy Tham mưu, Cao Đẳng Hải Chiến, Đại học Quân sự. Mục đích là sĩ quan mang cấp bậc nào bắt buộc phải có kiến thức tương đương cấp bậc đó. Thí dụ như cấp tá như tôi, phải học Cao đẳng Hải chiến để biết về chiến thuật chiến lược Hải Quân và nghệ thuật hải chiến."

- "Về hải chiến, có quyển nào được bày bán ở Khai Trí hôn, thưa Thiếu tá?"

- "Thấy có hai quyển viết về các trận hải chiến giữa Mỹ và Nhật, là trận Trân Châu Cảng và trận Midway."

- "Phượng sẽ đọc."

- "Sẵn nhắc tới thế chiến 2, tôi giới thiệu cô một quyển truyện về thế chiến 1 tôi vừa đọc xong. Rất là hay. Đó là quyển The Cruel Sea xuất bản năm 1951 của tác giả người Anh, cựu Hải Quân Thiếu tá Nicholas Monsarrat. Nội dung mô tả hai hộ tống hạm, mỗi chiếc 150 nhân viên, lớn hơn chiếc hộ tống hạm này, lần lượt trải qua các cơn bão táp dữ dội cũng như các trận hải chiến kinh hồn với các tàu ngầm U-boat của Đức. Truyện được quay thành phim năm 1953 và thành công lớn. Rất tiếc là chưa được chiếu ở Việt Nam."

- "Ba năm trước, tình cờ bạn rủ nên Phượng có coi phim 'Đánh đắm tàu Bismark'. Từ đó Phượng đâm mê coi các trận hải chiến. Năm sau, xem ngay từ ngày đầu chiếu 'Run Silent, Run Deep'. Coi xong lại đâm mê hai tài tử Clark Gable và Burt Lancaster. Trời xui đất khiến, xuống tàu này gặp nhị vị Hạm Trưởng, Hạm Phó giống hai tài tử đó quá."

- "Nhà tôi cũng thấy như cô. Bởi thế tôi thấy ông hải quân giống Burt Lancaster là người cô nên chọn."

Hạm Trưởng lại nở nụ cười ngạo mạn như Clark Gable. Tôi chợt thấy ghét cả hai. Tôi hết muốn lên đài chỉ huy gặp Võ Bằng. Hạm Trưởng lại hỏi:

- "Thắc mắc tiếp theo là gì?"

Tôi hết muốn nêu thắc mắc. Mà rời bàn cũng không xong. Thôi thì hỏi thêm cho qua thì giờ:

- "Thưa Thiếu tá, tôi để ý thấy Hạ sĩ quan và thủy thủ đeo phù hiệu nghề trên cánh tay, đa số không giống nhau. Vậy Hải Quân có tới mấy nghề lận?"

Ông vừa nhai miếng thịt vừa ngẫm nghĩ. Một lúc, ông nói:

- "Trung úy Bạch, Hạm Phó tương lai, trả lời câu này."

Trung úy Bạch giật mình, cúi mặt, miệng lẩm bẩm. Một phút sau, anh nói:

- "Theo tôi biết có 15 nghề. Từ chuyên môn gọi là chuyên nghiệp. Một chiến hạm, tùy lớn nhỏ, muốn hoạt động hữu hiệu, phải có đủ nhân viên theo cấp số, và phải gồm đủ 15 chuyên nghiệp. Như Cơ Khí, Điện Khí, Điện Tử, Vô Tuyến, Trọng Pháo, Vận Chuyển, Y tá, Tiếp Vụ, Bí Thư, vân vân. Bình thường, họ làm việc theo chuyên nghiệp, nhưng khi có nhiệm sở tác chiến, họ được chỉ định vào các ổ súng..."

Tôi cám ơn Trung úy Bạch rồi tiếp tục ăn. Một lúc thấy không ai nói gì tôi lại nhìn Hạm Trưởng. Đôi mắt ông tỏ dấu chờ câu hỏi. Tôi hy vọng câu này làm ông bí:

- "Thưa Thiếu tá, còn sĩ quan thì sao? Không thấy người nào có phù hiệu chuyên nghiệp!"

- "Các sĩ quan, ngoài chuyên môn hàng hải, tức là khả năng chỉ huy một chiến hạm, đều phải học khái quát các chuyên nghiệp. Nói cách khác, các sĩ quan không đeo phù hiệu chuyên nghiệp vì... không có chỗ để đeo!" Hạm Trưởng cười. "Tuy nhiên, để hoạt động hữu hiệu, mỗi sĩ quan được chỉ định phụ trách một ban, gồm các nhân viên có chuyên nghiệp liên hệ. Như Thiếu úy Văn, trong chức vụ Trưởng ban Ẩm thực, sẽ giám sát các nhân viên các nghề liên hệ gồm Kế Toán,

Tiếp Vụ, Quản Kho. Như Thiếu úy Nguyễn Ấn, Trưởng ban Truyền Tin, trông coi nhân viên Vô Tuyến, Điện Tử, Thám Xuất. Như Trung Úy Lê Giáp Thân, Trưởng ban Cơ Khí, trông coi nhân viên Cơ khí, Điện khí, vân vân."

Ông dừng lại, nhìn Thiếu úy Vương Văn Tiến rồi nhìn tôi:

- "Còn một sĩ quan, cấp bậc nhỏ nhất mà lại trông coi toàn thể thủy thủ đoàn cả trăm người, là Thiếu úy Vương Văn Tiến, chức vụ Sĩ quan An ninh. Thiếu úy Tiến cho biết nhiệm vụ của Sĩ quan An ninh là gì?"

- "Thưa Hạm Trưởng, nhiệm vụ Sĩ quan An ninh là theo dõi, điều tra và bắt giữ Việt Cộng trà trộn trên tàu."

Tôi nghe mà lạnh người...

CHƯƠNG 15

HẢI PHẬN PHƯỚC TUY
CHỦ NHẬT 6/8/1967 14:00G

Sau cơm trưa, tôi leo lên đến đài chỉ huy thì Võ Bằng nhận phiên hải hành đã 2 tiếng. Anh chàng đang đứng tựa thành đài hữu hạm. Thiếu úy Ấn đứng bên cánh tả. Võ Bằng chỉ quay ngang nhìn tôi khi Thiếu úy Ấn lên tiếng:

– "Chào cô Phượng."

– "Chào Thiếu úy."

Tôi chưa kịp vịn vào trụ la bàn, nơi tên Mỹ thường đứng thì Võ Bằng nói như ra lệnh:

– "Cô Phượng qua đây thoáng gió, đỡ nóng hơn."

Tôi ghét giọng nói đó nhưng ở vào thế không 'tuân lệnh' không tiện, nên tà tà bước qua đứng cạnh anh chàng. Rừng ghe đánh cá đã biến mất, trả lại mặt biển thẫm xanh lấp lánh tiếp giáp bờ cát vàng trải dài có đến hàng cây số. Cát gợn sóng chạy sâu tận rừng cây dương in trên nền xanh da trời.

– "Bữa cơm ngon miệng chứ?" Võ Bằng hỏi qua vai.

Câu hỏi gợi tôi nhớ Sĩ quan An ninh Thiếu úy Tiến. Cảm giác lo ngại đeo đẳng tôi suốt phần còn lại của bữa cơm và tới lúc này. Tôi cố mỉm môi cười gượng:

– "Nhà bếp đãi tôi các món ăn miền Nam tôi rất thích."

– "Không lạ. Các tay nhà bếp đều là dân miền Tây."

– "Tôi còn được cho biết Hải Quân có đến 15 chuyên nghiệp." Ước gì tôi có thể nói thêm 'nghề nào nghe cũng hay trừ nghề an ninh'.

Võ Bằng như không nghe tôi nói, cất giọng buồn buồn:

– "Tôi tiếc là không thể dự bữa cơm chót với cô. Nhằm phiên trực thì đành vậy! Nhưng nếu cô đồng ý, tôi sẽ đền bù ở một nhà hàng nào đó do cô chọn."

– "Tôi mới là người mang nợ chiến hạm chớ Đại úy có nợ nần gì. Người mời phải là tôi nhưng..." Tôi đánh trống lảng. "Mình đang ở đâu vậy, Đại úy?"

– "Chúng ta vừa vào hải phận Phước Tuy." Võ Bằng ra chiều nghĩ ngợi rồi tiếp. "Về Sài Gòn cô ghé thăm ông anh họ chứ?"

Sau một thoáng ngẩn ngơ tôi mới nhận ra Võ Bằng ám chỉ ai. Tôi nói:

– "Dĩ nhiên. Đâu thể được việc rồi mà không có lời cảm ơn."

– "Cô sẵn lòng giải đáp cho tôi một thắc mắc?"

Võ Bằng đổi giọng rào đón làm tôi e ngại nhưng đâu thể nói không. Tôi vờ sốt sắng:

– "Nếu đó là câu hỏi chót thì càng sẵn lòng!"

– "Cô nói cô là em Phan Kim Đính, rồi cô bảo hai người là con chú con bác, thực sự ai con chú ai con bác?"

Tôi có phần ngạc nhiên với câu hỏi. Võ Bằng có ngầm ý gì chăng? Tôi cao giọng:

- "Ai con chú, ai con bác thì nhằm nhò gì chuyện quá giang? Đại úy tò mò dữ vậy?"

- "Tôi hỏi cho rành rẽ vì nếu cô là con người bác thì dù tuổi nhỏ hơn, cô vẫn giữ vai chị. Phải hôn?"

- "Dòng họ tôi theo lệ ai nhỏ tuổi là em, bất kể con chú con bác."

- "Nhưng dòng họ tôi theo lệ ai con người bác thì dù nhỏ tuổi vẫn giữ vai vế lớn."

- "Thì cũng đâu nhằm nhò gì...!" Tôi gắt.

Võ Bằng chặn lời, chiếu tia mắt ranh mãnh vào tôi:

- "Có chứ. Vì nếu Phan Kim Đính là con người chú, tôi sẽ bảo nó từ nay ngưng ngay xưng hô 'mày tao' mà phải gọi tôi là anh!"

Câu đùa của Võ Bằng như theo làn gió trưa hè tạt vào mặt tôi nóng bừng. Tôi vừa ngượng nghịu vừa bực mình vì thua trí. Tôi cố tìm câu đáp trả nhưng đầu óc rỗng không. Đành hỏi bâng quơ:

– "Bỏ qua chuyện tào lao đi, Đại úy! Làm ơn cho biết tàu đã qua khỏi Banc de Britto chưa?"

– "Cô mà cũng biết Banc de Britto?" Võ Bằng trố mắt.

– "Hạm Trưởng nói, cái bãi cạn đó rất nguy hiểm cho tàu bè. Ông ấy cũng đề cập đến đảo Hòn Bà..."

– "Đề cập những gì về Hòn Bà?"

– "Ông bảo đó là nơi trốn sóng an toàn hơn Mũi Né."

– "Còn gì nữa?"

– "Ông ấy còn kể chuyện Lầu Ông Hoàng và Hàn Mạc Tử."

– "Tôi muốn hỏi Hạm Trưởng còn nói thêm gì về Hòn Bà?"

Tôi ngẫm nghĩ rồi trả lời:

– "Chỉ có thế!"

– "Hòn Bà mà Hạm Trưởng đề cập, thì tàu vừa qua khỏi. Chúng ta sắp đến Hòn Bà thứ hai."

– "Hòn Bà thứ hai? Hai Hòn Bà gần nhau mà cùng tên, chuyện lạ!"

– "Có gì lạ! Mỗi đảo thờ một nữ thần mà! Đảo ngoài khơi Hàm Tân, có ngôi đền thờ nữ thần Thiên Y Ana, thánh Mẫu của người Chàm. Dân chài thường đến cúng vái để bắt được nhiều cá. Còn đảo cạnh mũi Nghinh Phong Vũng Tàu, có ngôi miếu thờ Thủy Long Thần Nữ, thường gọi là Bà Thủy. Bà là vị thần cai quản vùng sông nước, hộ trì ngư dân được biển lặn sóng êm. Ngoài đền và miếu vừa kể, còn có Dinh Bà ở Dương Đông Phú Quốc thờ Thủy Long Thánh Mẫu. Dân ở đảo rất tôn kính Bà, coi Bà là hóa thân của Bà Thủy, hộ trì dân được ấm no và ngư dân được nhiều cá tôm.

Tiếng Thiếu úy Ấn vang lên đột ngột:

– "Thưa Hạm Phó có thương thuyền ngay trước mũi chiến hạm."

Võ Bằng ngước nhìn rồi nói:

– "Thiếu úy dự tính phản ứng thế nào?"

– "Thưa Hạm Phó, nó là tàu lớn nên có ưu tiên."

– "Vậy thì làm sao?"

– "Thưa, mình phải nhường đường, lái chiến hạm qua bên phải."

– "Đúng sách vở. Cho lệnh thi hành."

Thiếu úy Ấn ban các lệnh vận chuyển. Mũi tàu tạt dần qua phải. Một lúc anh cho lái lại hướng cũ. Bây giờ chiếc thương thuyền ngược chiều về bên mạn tả. Võ Bằng quay qua tôi, vừa cười vừa nói:

– "Chuyện chúng mình đến đâu rồi?"

Anh chàng ăn nói láu cá làm tôi bực bội mà đành chịu. Tôi cau có:

– "Đến đâu tính sau. Ngay bây giờ cho tôi có nhận xét. Thì ra lái tàu cũng dễ như lái xe. Xe nhỏ nhường xe lớn. Luôn luôn giữ bên phải!"

– "Không dễ đâu. Nếu dễ thì chúng tôi đâu phải học đến hai năm. So với lái xe, cô chỉ cần học vài tuần là được bằng lái. Thử so sánh: Lái xe thì đường làm sẵn, đường ai nấy đi. Lái nối đuôi nhau hoặc cùng chiều hoặc ngược chiều. Lái tàu thì hải trình thênh thang, tự do ngang dọc. Lại bị sóng gió, dòng nước đưa đẩy. Vì vậy luật hải hành rắc rối hơn nhiều. Phải nắm vững loại tàu nào ưu tiên hơn loại nào. Tàu đang trên gió hay dưới gió, đang xuôi dòng hay ngược dòng. Ai tránh trước, tránh sau. Muốn vượt qua mặt thì còi hiệu trao đổi thế nào... Đó là về ban ngày. Ban đêm càng rắc rối. Cỡ tàu lớn nhỏ, đi cùng chiều hay ngược chiều, đang neo hay đang chạy, tùy thuộc vào đèn treo và màu ánh đèn. May là bữa nay mình qua Vũng Tàu vào ban ngày chớ vào ban đêm, vốn đã về trễ sẽ còn trễ hơn. Luật buộc phải tập trung để nhận hay trả hoa tiêu cho các thương thuyền đi hoặc về Nam Vang và Sài Gòn. Khi đông quá, họ neo tùm lum nên chiến hạm phải giảm tốc độ."

Sợ chiến hạm phải neo đợi không biết đến bao giờ, tôi hỏi:

– "Tàu chiến chắc không cần hoa tiêu?"

– "Không và Có. Không cho chiến hạm bản địa và có cho chiến hạm ngoại quốc. Tuy nhiên, hoa tiêu cho chiến hạm ngoại quốc không cần phải là hoa tiêu chuyên nghiệp mà chỉ cần là Hạm Trưởng bản địa đương nhiệm. Ông Hạm Trưởng của chiến hạm này đã bị 'tạp dịch' hoa tiêu hai lần trong kỳ nghỉ bến lần trước."

– "Quá rối rắm!" Tôi thở dài, lắc đầu. "Xin trở lại với Bà Thủy. Bà là ai thì biết rồi: Thủy Long thần nữ. Nhưng sự tích ra sao?

– "Theo thuyết ngũ hành, vạn vật gồm các yếu tố Kim Mộc Thủy Hỏa Thổ. Các yếu tố này tương sinh tương khắc để vạn vật tồn tại và phát triển. Cổ nhân thần tượng hóa các yếu tố này như những thần nữ cai quản từng lãnh vực: Kim khí (Kim tinh thần nữ), Núi rừng: Bà Chúa Thượng Ngàn. Sông biển: Bà Thủy. Củi lửa: Bà Hỏa. Đất đai: Thổ thần. Dân gian gọi chung năm bà là Ngũ Hành Nương Nương. Rất nhiều miếu thờ Ngũ Hành Nương Nương ở các tỉnh miền Nam, đặc biệt ở các tỉnh duyên hải, sông ngòi và các nơi hay có hỏa hoạn."

Các đền thờ, miếu thờ thì giống nhau nhưng nơi nào thuận tiện đi lại thì đông người, ngược lại thì vắng vẻ. Thí dụ như đảo Hòn Bà ở Hàm Tân vì cách xa bờ nên ít người đến cúng kiếng; còn Vũng Tàu thì dính vào đất liền bằng một bãi cạn, khi thủy triều xuống có thể đi bộ ra đảo, nên đông nườm nượp."

– "Nhắc đến thủy triều, tôi là dân làng nên thấy rõ thủy triều rất ảnh hưởng đến đời sống dân quê. Đối với chiến hạm nó có ảnh hưởng gì không?"

– "Ảnh hưởng quá đi chứ! Rõ ràng ảnh hưởng lớn nhất là mối đe dọa tàu bè bị mắc cạn, bị đá ngầm. Tuy nhiên, thủy triều cũng ban cho lợi thế nếu biết khai thác. Cô giỏi sử địa, thử luận cổ suy kim. Hãy nhớ xem các trận đánh nào tổ tiên chúng ta đại thắng quân Tàu nhờ vào thủy triều?"

Câu hỏi trúng tủ, tôi đáp ngay:

– "Có hai trận. Một vào năm 938 do Ngô Quyền và một vào năm 1288 do Trần Hưng Đạo. Cả hai trận đại thắng đều nhờ vào thủy triều trên sông Bạch Đằng."

– "Thủy triều đối với chiến thuyền hay chiến hạm đều quan trọng như nhau. Chúng tôi tuần tiễu hoặc tham chiến trong sông hay ven biển đều quan tâm đến thủy triều. Gặp khi nước ròng, không để ý, bị mắc cạn là chết đứng như Từ Hải!"

– "Vậy thì làm sao thoát ra? Chẳng lẽ nằm đó làm mồi ngon cho địch?"

Tôi ngạc nhiên khi nghe tiếng 'địch' thoát ra từ chính miệng mình. Tôi đang đứng ở chiến tuyến nào mà gọi phe ta là địch? Giọng của Bằng êm ái, thân tình:

– "Câu hỏi gợi tôi nhớ một kỷ niệm thời mới ra trường. Trong chuyến công tác tuần duyên bảo vệ lãnh hải Vũng Tàu chúng ta đang tới, tiêu lệnh của Hạm Trưởng là chạy lên hướng Bắc 4 tiếng rồi chạy xuôi Nam 3 tiếng. Nhằm mùa gió đông bắc, biển động mạnh mà tàu thì nhỏ, nên đi phiên là cả một cực hình. Tàu chạy ngược sóng 3 tiếng, ói mửa cũng cả mười lần, quá mệt mỏi, tôi cho tàu quay đầu chạy xuôi sóng. Sau một tiếng khỏe khoắn, tôi bàn giao cho phiên kế tiếp. Mưa xối xả nên không thể định vị, tôi cho vị trí phỏng định. Tôi về phòng, lên giường là thiếp ngay. Đang ngủ say sưa thì bị đánh thức, nói Hạm Trưởng cần gặp tôi trên đài chỉ huy. Ông hỏi tôi:

– "Anh có theo đúng tiêu lệnh của tôi?"

Biết có chuyện, tôi thành thật:

– "Thưa, vì sóng to quá, không chịu nổi, tôi chạy lên 3 tiếng thì quay đầu chạy xuôi sóng!"

– "Khi đi tuần trên một trục nào đó, phải tăng thêm thời gian nếu bị gió ngược và giảm khi chạy xuôi. Anh chạy ngược mới 3 tiếng mà cho chạy xuôi thì tàu mắc cạn là phải rồi! Với cái lỗi hải nghiệp quá hiển nhiên, tôi đinh ninh là sẽ bị phạt nặng. Nhưng Hạm Trưởng chỉ nghiêm khắc cảnh cáo."

Võ Bằng lặng thinh nhìn những lượn sóng tạt vào hông tàu như còn thấm thía kỷ niệm đau thương. Tôi chợt nhớ anh chàng sắp lên làm Hạm Trưởng, liền hỏi:

– "Nếu là Hạm Trưởng, Đại úy xử sự thế nào?

– "Tôi sẽ trả lời khi làm Hạm Trưởng. Còn bây giờ ta đổi đề tài cho đỡ khô khan."

– "Chưa được! Đại úy để tàu mắc cạn nhưng chưa nói làm sao ra khỏi chỗ cạn?"

– "Rất may là lúc đó nước đang lớn nên 10 phút sau là lùi ra được. Nếu không thì phải chờ trọn chu kỳ thủy triều, nghĩa là hết ròng tới lớn là 12 tiếng."

– "Chu kỳ thủy triều là 12 tiếng? Đại úy dựa vào đâu mà có con số đó?"

– "Từ thời trung học cô đã biết rồi." Võ Bằng ngạc nhiên.

– "Học mà không được hành như Đại úy nên nhớ sao nổi!" Tôi cười.

– "Nhưng ít nhất cô hẳn còn nhớ các con số quen thuộc này. Không kể số lẻ, Quả đất tự quay quanh trục là 24 giờ, quay quanh Mặt trời 365 ngày. Mặt trăng quay quanh Quả đất là 29 ngày. Cả ba thiên thể này đều có lực hấp dẫn riêng. Chính lực các hấp dẫn đã giữ Quả đất quay quanh Mặt trời và Mặt trăng quay quanh Quả đất."

– "Tôi còn nhớ cũng chính lực hấp dẫn sinh ra thủy triều nhưng hấp dẫn thế nào và vì sao có hai lần thủy triều lên xuống trong ngày thì chưa thông!"

– "Chuyện thủy triều lên xuống cũng rắc rối như tình yêu, càng tìm hiểu càng rối mù. Vì vậy, tôi chỉ gợi ý vài điểm. Hiện tượng thủy triều là do sức hút của Mặt trăng, Mặt trời và lực ly tâm của Quả đất. Mặt trời là định tinh đứng yên. Quả đất quay quanh Mặt trời một năm mới giáp vòng, coi như đứng yên. Mặt trăng quay quanh quả đất một tháng mới giáp vòng cũng coi như đứng yên. Chỉ còn một yếu tố chuyển động là Quả đất tự quay quanh trục giáp vòng 24 giờ. Tức là tại một thời điểm và địa điểm nào đó, nước trên Quả đất bị lực hút của cả hai Mặt trời và Mặt trăng. Khi cả ba thẳng hàng sức hút mạnh tối đa, ta có thủy triều cao. Khi mặt trăng quay quanh Quả đất đến ngày thứ 7 hay 14, góc của Mặt trăng so với Mặt trời là 90°, hai lực triệt tiêu, thủy triều thấp."

Võ Bằng ngưng nói nhìn tôi. Tôi gật đầu. Anh chàng tiếp:

– "Đây là lý do trong một ngày có hai lần thủy triều lên, hai lần xuống. Khi nước chuyển động do lực hút ở mặt này của Quả đất thì mặt kia do lực ly tâm, cũng chuyển động tương tự. Nói khác đi, tại một địa điểm, chỉ cần 12 tiếng để tái lập mực nước cũ thay vì phải cần đến 24 tiếng, tức hai lần lên xuống trong ngày."

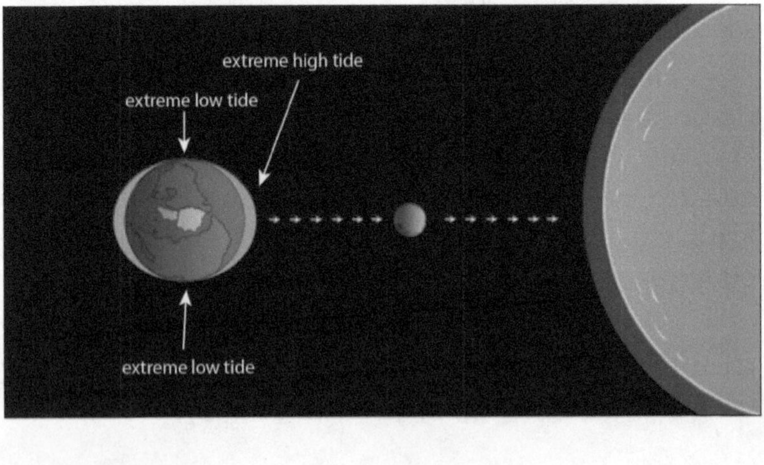

– “Nhưng mực nước lớn ròng của ngày hôm sau không cùng thời điểm ngày hôm trước.” Tôi thắc mắc.

– “Đúng, vì chu kỳ Mặt trăng quay quanh Quả đất là 29 ngày, lớn hơn 28 ngày của 4 tuần trăng, do đó thời điểm nước lớn ròng vào ngày hôm sau sẽ muộn 50 phút.”

– “Nhưng nếu không biết giờ nước lớn hôm qua thì làm sao biết hôm nay?”

– “Mỗi năm, chiến hạm nào cũng được cấp một quyển sách, gọi là ‘Bảng Thủy Triều’ trong đó người ta tính toán sẵn từng giờ từng phút chiều sâu của biển ở từng nơi trên thế giới...”

Tôi còn đang bán tính bán nghi với nhóm từ ‘từng giờ từng phút’ thì Võ Bằng lại tiếp:

– “Nói tới thủy triều, tôi nhớ đến câu hỏi của cô mà tôi bí hôm qua. Thủy triều đã giúp tôi thấy ‘vì sao ban đêm bầu trời đen tối’!”

Tôi muốn nói với Võ Bằng là Hạm Trưởng đã giải thích nhưng thấy bất tiện nên đành im lặng. Anh chàng tiếp:

– “Hiện tượng tuần trăng cho thấy bầu trời đen tối không phải vì mặt trời lặn mà vì Mặt trời trả lại bóng tối vĩnh hằng của vũ trụ. Chúng ta biết khi Mặt trời lặn, không có nghĩa toàn thể bầu trời của Quả đất đều tối. Bầu trời tối ở nước này nhưng bầu trời vẫn sáng ở nước kia. Khi Mặt trời lặn, Mặt trăng nhận ánh sáng của Mặt trời phản chiếu vào vũ trụ đen tối. Mặt trăng gần Quả đất, nhưng vì nhận ánh sáng chỉ một nửa bề mặt cố định nên tùy vị trí trong thái dương hệ mà phản chiếu ánh sáng mờ hay tỏ. Các vì sao thì cách quá xa nên chỉ đủ sức cho ánh sáng lấp lánh. Trả nợ câu bị bí rồi đó.”

– "Đã rõ. Rất cám ơn!"

– "Để tôi thử so sánh khác biệt giữa thủy triều và sáng trăng cho vui. Với thủy triều, bất kể Mặt trăng nằm giữa hay ngoài trục thẳng Mặt trời Quả đất, ta có thủy triều cực đại. Với sáng trăng, khi Mặt trăng nằm giữa ta có đêm 30. Còn nằm ngoài, ta có trăng rằm. Điều đáng nhớ: Đêm 30 hay trăng rằm đều sinh thủy triều cực đại. Còn mực nước cao thấp trong ngày hoặc đêm mờ, đêm tỏ là do trăng non, trăng lưỡi liềm, trăng thượng tuần, trăng rằm, trăng hạ tuần, trăng khuyết."

– "Còn 'trăng tàn trên hè phố' thì sao?" Tôi cười đùa.

– "Thì thôi mình chia tay..." Võ Bằng ngậm ngùi.

Tôi cũng thấy ngậm ngùi. Đúng là vài giờ nữa không bao giờ còn gặp lại nhau!

Tiếng Võ Bằng đột ngột thầm thì:

– "Cô có biết hai câu thơ này của ai không?

Đưa người, ta đưa người qua biển,
Lòng ta hòa tiếng sóng bập bùng..."

Võ Bằng tài thật, lúc nào cũng sẵn sàng tuôn ra thi ca để đánh động lòng người. Nếu chuyến đi kéo dài thêm vài ngày, chắc khó mà không xao xuyến. Nhưng hai câu thơ của ai mà nghe quen quen. Tôi bật cười:

– "Thơ của Đại úy. Đại úy nhại thơ Thâm Tâm:

Đưa người ta không đưa qua sông,
Sao có tiếng sóng ở trong lòng..."

– "Cô nhạy bén thật. Đáng phục! Rất đáng phục! Phải hôn Phượng?"

Tôi giật mình. Võ Bằng cố tình bắt chước từ ngữ 'phải hôn' của tôi nhưng không phát âm như ở thể nghi vấn mà là mệnh lệnh cách. Tôi sửa tư thế, sẵn sàng đưa tay chống đỡ. Nhưng anh chàng chỉ cười, nụ cười Burt Lancaster rất dễ thương. Tự dưng tôi không kềm được câu hỏi:

– "Theo tôi vừa được biết thì Đại úy đã đưa tới ba người qua biển. Tiếng sóng nào còn bập bùng mạnh nhất?"

Bằng trầm ngâm rồi mỉm cười hỏi lại:

– "Nghe cách cô Phượng đặt câu hỏi, xem ra tình yêu của cô vẫn đang... bập bùng?"

– "Đại úy trả lời trước đi!"

– "Tôi gom cả ba bập bùng cũ mang tặng người qua biển thứ tư."

Nghe như có gì chua xót trong tôi. Chua xót vì tôi là người thứ tư hay vì tôi không xứng đáng để nhận? Cho dù tôi không cho bom nổ, cả đời vẫn mang tiếng là tên khủng bố.

– "Đến lượt cô trả lời."

Tôi nhắm mắt, nghĩ câu đáp. Gió hâm hấp và nắng rát da. Tôi còn yêu Hưng hay đã hết? Rõ ràng là nếu còn thì cũng trên đà tan tác. Còn yêu Võ Bằng, có thể tình yêu đang chớm nở cùng với tiếng nổ của quả bom. Thử nghĩ tôi bị vạch mặt là kẻ khủng bố, liệu Hạm Trưởng có trừ khử con ác quỷ bằng cách ra lệnh ném tôi xuống biển. Võ nghệ của tôi hoàn toàn vô dụng trước bể cả mênh mông. Và rồi những con cá mập bu quanh. Từng cú ngoạm banh da xé thịt. Thân xác tôi cuối cùng chỉ còn là bộ xương như bộ xương của con kình ngư trong Ngư ông và Biển cả. Tôi rùng mình nghĩ mình thật dại đi nghe lời Hưng. Cứ tưởng tượng hai năm tới tôi vừa là nhà giáo vừa làm vợ Hưng. Vào lớp thì khuyên tuổi trẻ thật thà, về nhà thì nhận toàn lời dối trá. Lại còn tiếp tục dối mẹ dối cha rằng Hưng là người thành đạt, hiền lương. Tôi không thể là Phan Kim Phượng của Hưng, càng không thể làm nghề giết mướn cho lũ người gian trá.

Võ Bằng vẫn nhìn tôi, kiên nhẫn chờ câu trả lời. Tôi nói:

– "Tôi đang chiêm nghiệm xem có phải đang như Đại úy là gom những rung động của tình đầu để chuyển sang người đưa tôi qua biển lần đầu."

Không rõ Võ Bằng có nghe trọn vẹn lời tôi không khi anh chàng đột ngột nói to:

– "Hạm Phó nhận quyền chỉ huy."

Võ Bằng nghiêng người ra ngoài, quan sát qua ống dòm. Có ba thương thuyền chạy ngược chiều và một từ mạn tả theo hướng cắt ngang mũi chiến hạm, đâm thẳng vào ba thương thuyền. Cả bốn đều cùng cỡ và lớn hơn chiến hạm. Theo đúng sách vở, chiến hạm nhỏ nhất phải nhường lối nhưng Võ Bằng vẫn thản nhiên quan sát. Một lúc, khi chiếc thương thuyền cắt ngang mũi đổi hướng chạy cùng chiều, anh chàng mới ban lệnh cho tàu chếch sang phải, nhường đường.

Mắt tôi chợt dán vào tên Mỹ đang ngồi trên một trụ sắt bên mạn hữu. Cặp kiếng đen bất động trước trang sách phơi trọn nắng chiều gay gắt. Tôi bâng khuâng liệu hắn có đang tìm hiểu lý do tôi có mặt trên tàu như hắn nói? Và Thiếu úy An Ninh có đang theo dõi tôi? Nỗi lo lại tràn về. Tôi tự trấn an là cho tới lúc này tôi chưa thấy ai có cử chỉ hay lời nói bất thường. Bản thân vẫn tự do đi lại, vẫn được ưu ái đối xử. Có tật nên giật mình chăng?

Đến lúc này, tôi thấy rõ rằng việc cho bom nổ hay không, không còn quan trọng nữa. Nơi đặt bom đã chọn, chỉ còn cân nhắc và quyết định. Vấn đề sinh tử từ phút này là tôi sẽ làm gì cho 4 tiếng nữa qua mau và an lành rời tàu. Ngủ chăng? Ngủ là cách tiêu thụ thời gian nhanh nhất. Tôi lại đang buồn ngủ híp mắt. Nhưng nếu ngủ thì đi ngược lý do xin quá giang, hành động hết sức hớ hênh. Chỉ 4 tiếng nữa về nhà mặc sức mà ngủ. Tôi nhướng mắt nhìn bầu trời xanh. Màu xanh là màu hy vọng. Tôi hy vọng gì đây? Liệu còn hy vọng sẽ được khen thưởng và được thành hôn với Hưng sau khi bom nổ?

Phía xa bên mạn hữu lờ mờ một tháp trắng trên đỉnh núi. Tôi hỏi:

– "Cái tháp trắng kia là tháp gì, Đại úy?"

– "Cái tháp đó mà cô không biết thì hẳn cô chưa biết Vũng Tàu?"

– "Có định đi vài lần nhưng đều lỡ dịp!"

– "Đó là hải đăng Vũng Tàu do Pháp xây dựng từ giữa thế kỷ 19."

– "Nhờ đi chuyến này, tôi biết được bốn ngọn hải đăng là Phương Mai, Cù Lao Xanh, Kê Gà, Vũng Tàu. Thực sự Việt Nam có bao nhiêu hải đăng và tất cả đều do Pháp xây dựng?"

– "Miền Bắc có bao giờ đến đâu mà biết. Riêng ở miền Nam thì chỉ nhớ các hải đăng tôi đã có dịp 'nhờ cậy' là 4 hải đăng cô vừa nêu, hải đăng Sơn Trà ở Đà Nẵng, Pattle ở Hoàng Sa, Hòn Lớn Nha Trang, Cù Lao Ré Quảng Ngãi, Đại Lãnh Phú Yên, Bảy Cạnh Côn Sơn; Hòn Khoai Cà Mau... Tất cả đều do Pháp xây dựng."

– “Đại úy nói ‘nhờ cậy’ là ý gì?”

– “Ý của tôi liên quan đến mục đích thiết kế hải đăng: giúp tàu bè định hướng, đánh dấu bờ biển, bãi cạn, dẫn lối an toàn vào hải cảng.”

– “Tôi thấy Hạm Trưởng và Đại úy nhớ bao nhiêu thứ thậm chí cả chi tiết. Thật đáng phục!”

– “Nếu còn dịp gặp lại cô, còn nhiều chuyện... đáng phục hơn nữa. Cô mới nghe sự tích của vài đảo. Còn bao nhiêu chuyện về các quần đảo, như Quần đảo Hoàng Sa, Trường Sa, Nam Du, Thổ Chu, Ba Lụa, Hải Tặc. Mỗi quần đảo có sự tích riêng, câu chuyện thú vị riêng...”

– “Nghe hấp dẫn quá, tôi rất hy vọng có dịp nghe...”

– “Tạm thời nghe chuyện khó tin nhưng có thật. Cô có tin là trên đỉnh núi của hải đăng Vũng Tàu có một đơn vị Hải Quân hoạt động?”

– “Hải Quân hoạt động trên núi?”

– “Lạ quá phải hôn? Không chỉ trên một núi mà khá nhiều, có đến cả chục. Như có một toán trên núi Trà Cú tàu vừa đi qua, một trên núi Chóp Chài ở Tuy Hòa, một trên núi Sơn Trà ở Đà Nẵng...”

– “Hải Quân hoạt động gì trên núi?”

– “Bí mật quân sự. Tôi chỉ có thể nói tên các đơn vị này: Toán kiểm báo!”

– “Kiểm báo gì trên núi?”

– “Đại khái có nhiệm vụ như toán thám báo của Bộ Binh nhưng phương thức hoạt động khác biệt. Do hoạt động mang hiện tượng bất thường mà các toán này bị trêu chọc. Thực tế Hải Quân có hai Bộ Tư Lệnh Đặc nhiệm. Một là Bộ Tư Lệnh Hải Quân Hành Quân Sông đảm trách hành quân trong sông và một là Bộ Tư Lệnh Hải Quân Hành Quân Biển, đảm trách ngoài biển. Chúng tôi bịa ra một Bộ Tư Lệnh đặc nhiệm thứ ba trách nhiệm giám sát hoạt động của các toán kiểm báo này: Bộ Tư Lệnh Hải Quân/Hành Quân Núi."

Tôi bụm miệng cười. Cái anh chàng Võ Bằng này đáo để thật! Nhưng nghĩ cho cùng bị trêu ghẹo cũng phải thôi: Hải Quân mà hoạt động trên núi!

– "Nhân nói đến các Bộ Tư Lệnh, tại Vũng Tàu có một Bộ Tư Lệnh Hải Quân Vùng, phối hợp hoạt động với Quân Đoàn 3 Quân Khu 3. Có thể nói đây là Bộ Tư Lệnh Hải Quân Vùng mạnh nhất trong năm Bộ Tư Lệnh Vùng. Khu vực trách nhiệm rộng lớn, không chỉ gồm duyên hải, sông ngòi thuộc Quân Khu 3 và còn ôm đồm cả chín cửa sông Cửu Long thuộc Quân Khu 4."

Tiếng còi đổi phiên vang lên. Đồng hồ chỉ đúng 15:45. Võ Bằng nói lớn:

– "Thiếu úy Ấn xác định vị trí chiến hạm, chuẩn bị bàn giao."

Ấn 'đáp nhận' rồi loay hoay đo đạc. Võ Bằng quay sang tôi:

– "Lát nữa, bàn giao xong, chúng ta xuống sân mũi xem một thương thuyền đồ sộ bị phi pháo từ thời đệ nhị thế chiến, đến nay trên 20 năm vẫn còn phơi xác. Rồi nhân đó tôi sẽ nói về hải tiêu. Biết về hải đăng thì cũng nên biết về hải tiêu."

Tôi hết muốn biết gì thêm. Điều tôi đang muốn nhất là rời khỏi tàu. Tôi hỏi:

– "Còn bao lâu nữa tới Sài Gòn, Đại úy?"

– "Bốn tiếng, nếu không có gì trở ngại."

Lại 'nếu không có gì trở ngại'! Tôi thầm khấn nguyện: 'Lạy Trời, xin đừng có gì trở ngại!'

CHƯƠNG 16

VỊNH GÀNH RÁI
CHỦ NHẬT 6/8/1967 16:00G

Từ đài chỉ huy xuống boong chính, chúng tôi đứng vào khoảng trống giữa hai trụ sắt nơi chiều hôm kia đặt chiếc thang bắc lên cầu tàu. Chiếc thang đang được gắn lên vách và hai sợi dây an toàn đã được chăng ngang hai trụ. Chiều nay, dây an toàn được tháo ra, chiếc thang được hạ xuống, và từ đó tôi rời tàu.

Tôi liếc nhìn Võ Bằng. Anh chàng nhởn nhơ nói:

- "Bây giờ mời cô nhìn vào bờ. Đó là Bãi Sau. Hãy ghi nhớ vì sớm muộn gì cô cũng sẽ có dịp đến."

Bọt sóng ôm dọc bờ biển dài hàng chục cây số. Một dãy nhà toàn màu trắng gần mé biển lẫn vào bãi cát ngà rộng chen lẫn từng đám rong rêu. Sâu hơn là rừng cây. Xa hơn là các ngọn núi cuối dãy Trường Sơn phơi mình trong nắng chiều.

- "Bãi Sau hoang sơ quá. Còn Bãi Trước là bãi nào?"

- "Đừng nóng! Qua mấy chục chiếc ghe đánh cá rồi sẽ tới!"

Không có ghe nào ngoài khơi, tất cả neo rải rác dọc theo phần biển giữa chiến hạm và bờ. Có lẽ vùng này nhiều cá chăng? Tôi chợt nghĩ nếu chiến hạm mua cá của họ, chắc giá phải rẻ hơn nhiều. Tôi hỏi:

- "Đại úy, có khi nào chiến hạm mua cá ở các ghe đánh cá?"

- "Ít khi, dù ghe đánh cá rất mừng. Họ không lấy tiền. Họ đổi lấy dầu bởi vì họ biết chúng tôi rất hào sảng. Thì 'dân vận' vậy mà!"

- "Sao không 'dân vận' nhiều nhiều, ăn cho đã miệng!"

- "Có hai lý do tôi chắc cô thừa biết. Một là cái gì ăn hoài thì cũng ngán. Hai là nhà bếp phản đối vì làm cá cực nhọc."

Tên Mỹ ngẩng lên nhìn chúng tôi, nói to:

- "Xin chào quý vị. Quý vị mạnh giỏi."

Võ Bằng nói "Hello". Tôi sốt sắng:

- "Cám ơn Đại úy Ward. Xin chào."

Qua lối ứng xử lịch sự, thần sắc vui tươi, ăn nói thật thà đã là những yếu tố xóa dần ác cảm trong tôi. Giờ đây tôi thích thú ngắm hắn. Chiếc quần kaki màu nghệ, áo thun màu lam, mái tóc vàng, mắt kính đen, quyển sách trắng cùng với mũi tàu nhấp nhô trên nền biển xanh. Đúng là một bức tượng đa sắc không giống con giáp nào. Tôi hỏi Võ Bằng:

- "Rõ ràng, chiến hạm đâu có cần Đại úy Rick. Chỉ thấy hắn đọc sách, chơi bài!"

- "Rất đúng, nhưng có khi lại rất cần. Như khi hành quân hỗn hợp, cần phối hợp truyền tin. Như vừa rồi chiến hạm bị hư hỏng bất thường, hắn đã gọi các tàu Mỹ cập cầu Cam Ranh hỏi xin cơ phận thay thế. Nếu không có hắn, chiến hạm phải chạy một giò, chưa chắc sáng mai đã tới."

- "Một giò? Một giò là sao?"

- "Chiến hạm có hai dàn máy quay hai chân vịt. Khi một máy bị hư, chúng tôi gọi đùa là chạy một giò."

- "Tôi thực sự thích thú với lối đùa của Hải Quân. Nào là phi hành gia, nào là 'hành quân núi', 'chạy một giò'. Rồi còn gì nữa?"

- "Phải có gì khơi gợi mới nhớ ra được. Hẹn dịp khác."

- "Một chuyến công tác là lâu bao nhiêu ngày, Đại úy?" Tôi thử gợi ý.

- "Không lâu lắm! Thường là hai tới ba tháng."

- "Ba tháng mà không lâu hẳn công tác hấp dẫn?"

- "Rất hấp dẫn, cứ nước lớn trôi lên, nước ròng trôi xuống! Hay xác thực hơn là theo kiểu 'Muốn người ta người ta không muốn. Xách chiếc tàu chạy xuống chạy lên.'"

Tôi bụm miệng ngăn tiếng cười, thích chí hỏi thêm:

- "Tối ngày cứ xách tàu lên xuống... như vậy sao?"

- "Đôi khi kèm theo tập dượt các nhiệm sở tác chiến, vớt người, phòng tai..."

- "Phòng tai?"

- "Là phòng ngừa tai nạn như cứu thủy, cứu hỏa, trợt té. Lại đôi khi cho nhiệm sở săn tàu ngầm."

- "Có tàu ngầm thật à, Đại úy?" Tôi thật thà hỏi.

- "Có thật hay không thì tìm thấy mới biết. Cho đến nay săn hoài mà không thấy!"

- "Nếu thấy thì sao?"

- "Thì tiêu diệt." Võ Bằng cười. "Dường như tôi có chỉ cô xem dàn thả thủy lôi sau lái? Săn tàu ngầm cũng gay go lắm. Phải dùng Sonar để đo khoảng cách, tính hướng đi và vận tốc tàu ngầm, từ đó tính hướng lái và vận tốc tàu mình sao cho tàu mình ngay trên tàu địch. Đó là lúc cho thả thủy lôi. Nhưng trước khi thả, phải nhanh chóng đo độ sâu tàu địch để chỉnh độ sâu phát nổ của thủy lôi. Dĩ nhiên mình cũng phải áp dụng mọi phương thức an toàn để tránh ngư lôi của địch."

- "Chà! Gay go thật." Tôi kêu lên.

- "Thật ra việc thao dượt các nhiệm sở chỉ trong giờ làm việc. Còn ngoài ra, mọi người tự do..."

- "Với người thích học hỏi, thích đọc sách, thì chắc chắn họ tự trang bị thêm nhiều kiến thức?"

Bằng khẽ lắc đầu:

- "Với điều kiện biển êm! Nhưng rất không may là biển thường... không êm. Biển êm như hôm nay là bất thường, phải coi như là cô mang may mắn đến cho thủy thủ đoàn."

Tôi mang may mắn đến cho thủy thủ đoàn ư? Tôi nghe nghèn nghẹn, xót xa. Nếu Võ Bằng biết tôi không là một thiên thần mang đến may mắn mà lại là một tử thần mang đến chết chóc? Anh chàng nhởn nhơ nói:

- "Bây giờ cô hãy nhìn cái mỏm nhọn phía trước. Đó là mũi Nghinh Phong, bên ngoài là đảo Hòn Bà 2, ở đỉnh có ngôi miếu ngói đỏ tường trắng là nơi thờ Bà Thủy."

Do bận cơm trưa, tôi tiếc đã bỏ lỡ dịp ngắm đảo Hòn Bà ngoài khơi Hàm Tân nên giờ không thể so sánh. Hòn đảo ngay trước mặt thấp, tròn trịa. Cây xanh mọc đậm phía bờ nhưng phía biển chỉ sườn dốc cằn cỗi. Giọng Võ Bằng thúc hối:

- "Hãy để ý phần lái của một chiếc thương thuyền như đang dính vào mũi Nghinh Phong."

Từ phần lái, chiếc thương thuyền to lớn chầm chậm hiện nguyên hình với mũi tàu trườn lên bãi cát. Dù thân tàu đã bị rỉ sét nhưng vẫn còn cho thấy lớp sơn xanh và lườn màu gạch. Tàu có ba cột trụ cao. Trụ cao trước mũi đang treo lá cờ vàng ba sọc đỏ. Cột giữa tiếp nối đài chỉ huy với ống khói đen, hình trụ. Tôi hỏi:

- "Chiếc tàu bị cạn mà vẫn phải treo cờ! Luật đòi hỏi hả Đại úy?"

- "Tôi nghĩ thế. Theo tài liệu tôi được đọc, chiếc London Maru này của Nhật, dài 137 thước, rộng 17 thước, là thương thuyền thuộc loại lớn nhất thời đệ nhị thế chiến. Ngày 22 tháng 4 năm 1944, London Maru cùng với 4 chiếc khác neo cách mũi Nghinh Phong 2 hải lý, bị 7 chiếc oanh tạc cơ Hoa Kỳ oanh kích. Kết quả 3 chiếc chìm, một chiếc chạy thoát, chiếc London Maru bị hư hại và bị trôi giạt vào bờ. Tổng cộng trên 100 thủy thủ đoàn thiệt mạng."

- "Thì ra chúng ta vừa đi qua ba xác tàu và 100 xác người! Vừa rờn rợn vừa buồn buồn!"

Tôi nói mà lòng chùng xuống. Con số 100 thiệt mạng tương đương con số thủy thủ đoàn của chiến hạm này. Ngẫm nghĩ, tôi không hiểu nổi tôi. Biết xót thương cho thủy thủ nước ngoài mà lại dửng dưng hạ sát người cùng dòng máu?

- "Bây giờ cô nhìn chiếc phao xanh có hình tháp kia. Chiếc phao đang rung rinh theo nhịp sóng. Đó là phao báo hiệu thủy đạo bên tay phải của nó là vùng nguy hiểm, chỉ hải hành vùng bên tay trái. Ban đêm các phao này báo hiệu bằng đèn cùng màu xanh. Hãy nhìn vào bãi biển đông người, đó là Bãi Trước."

Bãi Trước ngắn ngủn, xô bồ hàng quán. Tôi thích Bãi Sau gần với thiên nhiên hơn. Nếu có dịp đi Vũng Tàu, tôi sẽ chọn Bãi Sau. Tôi quét tầm nhìn từ mũi Nghinh Phong dần về phía trái. Một vùng biển rộng lớn hình cánh cung có đường biên từ ngọn hải đăng qua phố thị đến rừng cây, từ đó nhạt dần. Hình ảnh trong đầu chỉ còn ngọn hải đăng được nền trời và nắng chiều tô điểm khối trụ màu trắng thêm trang trọng, kỳ vĩ. Võ Bằng lại lên tiếng như thấy hình ảnh hải đăng trong đầu tôi:

- "Tôi mê ngọn hải đăng này lắm. Mê không phải vì nó đẹp, nó kỳ vĩ mà vì mỗi khi thấy nó, tôi biết mình sẽ mệt hay khỏe!"

Đó là kiểu nói của Võ Bằng và tôi chịu nhịn:

- "Tôi không hiểu."

- "Nó là ngọn hải đăng đầu tiên mà cũng là ngọn hải đăng cuối cùng ghi dấu một chuyến đi về!"

- "Lại càng không hiểu!"

- "Khi ra biển, nó là hải đăng đầu tiên và biết mình sắp mệt suốt ba tháng dài. Khi về sông, nó là hải đăng cuối cùng báo hiệu sắp hưởng 15 ngày không sóng gió."

Thì ra là vậy và đúng như vậy. Thật lắm chuyện vẽ vời. Chàng ta lại tiếp:

- "Vì là ngọn hải đăng đặc biệt nên tôi tò mò tìm hiểu địa điểm dựng lên nó. Đó là ngọn Núi Nhỏ, còn có tên núi Tao Phùng. Sự tích là có nàng công chúa con vua Thủy Tề hóa thành cá vàng lội rong chơi. Một chàng chài lưới bắt được, thấy cá quá đẹp bèn đem về khoét núi làm hồ nuôi cá. Một hôm thấy mất cá mà người đẹp hiện ra kể rõ sự tình. Hai người nên duyên chồng vợ. Nhưng vua Thủy Tề không tha thứ, bắt về thủy cung, năm năm mới cho gặp một lần. Người đời thương cảm đặt tên là núi Tao Phùng."

- "Tao Phùng", cái tên nghe thật ý nghĩa. Nhưng về hình phạt thì nặng quá. Ngọc Hoàng chỉ phạt Ngưu Lang Chức Nữ mỗi năm gặp một lần trong khi vua Thủy Tề phạt tới năm năm!" Tôi xót xa!

- "Mức độ hình phạt phản ảnh cuộc sống của hai vì vua. Đúng là... một trời một vực! Ngọc Hoàng thì sống ở Thiên phủ, hàng chục tiên nữ hầu hạ, hàng trăm thiên binh thiên tướng canh phòng trong khi vua Thủy Tề thì ở Thủy cung, ngày đêm... lắc lư con tàu đi! Vua có cuộc sống phây phả thì dĩ nhiên ít khe khắt..."

Lối lý luận của Võ Bằng nghe tức cười nhưng không phải là không có lý. Tôi hỏi tiếp:

- "Còn tên Vũng Tàu, có sự tích gì không?"

- "Không. Nhưng có nhiều tên gọi, tùy thời. Khi thuộc xứ Chân Lạp, có tên là Chân Bồ; thời Pháp thuộc, mang tên Cape Saint-Jacques, gọi tắt Ô Cấp. Tây về nước, ta gọi Vũng Tàu. Cũng như mũi Nghinh Phong, thời xưa gọi là mũi Thùy Vân, thời Tây gọi là mũi Au Vent, 'người mình' gọi theo phiên âm Ô Quắn."

- "Và khu vực nhiều thương thuyền đang neo gọi là vịnh Vũng Tàu?"

- "Không, người ta gọi là vịnh Gành Rái." Bằng mỉm cười.

- "Vì sao có tên Gành Rái?"

- "Câu hỏi gợi tôi nhớ một bài khảo cứu về Vũng Tàu, đề cập Núi Lớn Núi Nhỏ có tên chung là núi Gành Rái do nhiều rái cá tụ tập ở đó. Và tên đó được đặt cho vịnh này." Võ Bằng cười tủm tỉm. "Bây giờ, đến lượt tôi hỏi: Có một địa danh cô từng đến viếng có âm giông giống Gành Rái, địa danh đó tên gì?"

Tôi ngẫm nghĩ một lúc rồi reo lên:

- "Gành Ráng. Nơi an nghỉ của Hàn Mạc Tử! Âm thì giông giống mà địa hình thì hai thái cực. Một nơi thì bờ đá cheo leo, một nơi thì bờ đất sình lầy. Một nơi đìu hiu heo hút, một nơi đông đúc tàu bè."

Tôi lướt mắt qua các trụ cột thương thuyền trong vịnh Gành Rái. Đúng với luật quốc tế, cờ vàng lộng lẫy tung bay cùng nhiều loại cờ khác màu tôi quên hết ý nghĩa. Hẳn là không thể thiếu cờ 'cần hoa tiêu' hoặc 'đã có hoa tiêu'. Ngoài khu thương thuyền đến tận cuối vịnh là vô số ghe và hàng đáy cá. Rừng cờ vàng phất phới cả hai nơi.

- "Nước vịnh Gành Rái cũng không trong xanh như ở Gành Ráng." Võ Bằng tiếp. "Phù sa từ các sông Lòng Tào, Thị Vải, sông Dinh cùng đổ ra vịnh vừa làm đục nước vừa phải cho nạo vét thường xuyên. Cũng vì cạn nên các hải tiêu đủ hình dạng, đủ sắc màu được thiết trí để chắc chắn các thương thuyền theo đúng thủy đạo, chuyển hướng kịp thời, tránh các chướng ngại vật... Vào ban đêm, đèn phao bật sáng theo màu tương tự."

Tôi nhìn các hải tiêu đặt tùm lum và kêu lên:

- "Như là một mê cung. Nhìn là hết thấy đường đi!"

Võ Bằng cười, chỉ tay hướng dọc theo bãi Trước:

- "Ở cửa sông Dinh có một hải cảng rất lớn, thương thuyền muốn đến đó phải qua mê cung. Vào sâu hơn là Căn cứ Hải Quân Cát Lở, nơi đặt Bộ Tư Lệnh Hải Quân Vùng. Nhắc tới sông Dinh, tôi chợt thấy thêm một trùng hợp lạ lùng. Như chúng ta biết, ở tỉnh Bình Tuy có Hòn Bà và ở Phước Tuy có Hòn Bà. Bình Tuy có sông Dinh, Phước Tuy có sông Dinh. Sông Dinh Bình

Tuy chảy ra biển gần Hòn Bà 1. Sông Dinh Phước Tuy chảy ra biển gần Hòn Bà 2."

Tôi thích thú được biết về sự 'tương đồng' của hai con sông Dinh này và phân vân không biết có gì lạ giữa bốn con sông cùng mang tên Dinh ở các tỉnh Nghệ An, Quảng Bình, Khánh Hòa, Ninh Thuận? Học tính tò mò của Võ Bằng, thế nào tôi cũng cố tìm hiểu vì sao có sự trùng tên nhiều như vậy!

- "Bây giờ cô Phượng hãy nhìn các phao này giản dị hơn." Võ Bằng chỉ một phao có hình chóp nón xa phía trước, bên phải mũi tàu. "Đó là loại phao dẫn đường vào cửa sông. Có hai màu. Màu xanh được đánh số lẻ và màu đỏ đánh số chẵn. Tàu thuyền vào ra theo nguyên tắc: Khi vào thì đi bên trái của phao màu xanh. Khi trở ra đi bên phải. Có những cửa sông, vì lý do nào đó người ta không dùng phao màu xanh mà lại dùng phao màu đỏ, đánh theo số chẵn 2, 4, 6... Trường hợp này theo nguyên tắc ngược lại. Nghĩa là khi vào thì đi bên phải. Khi trở ra, đi bên trái! Lại có trường hợp thấy phao xanh đỏ được đặt cả hai bên theo kiểu 'hàng phao thắp nến lên hai hàng', thì hiểu là thủy đạo chật hẹp, tàu thuyền chỉ đi ở giữa và cẩn thận tránh nhau."

- "Rắc rối quá Đại úy ơi!" Tôi cười.

- "Tôi cũng biết vậy, nhưng cô bảo cô muốn đi biển một chuyến cho biết nên tôi... ba hoa một chút vậy mà. Nếu cô đã chán nghe chuyện biển, thì đổi sang chuyện tình yêu." Võ Bằng nói dứt là hát: "Chuyện tình yêu đôi ta ngày ấy tuyệt như mơ. Chuyện tình yêu đôi ta ngày ấy đẹp như thơ. Mình làm quen nhau trên đường 'biển' khuya. Mình cho nhau yêu thương rồi xót xa. Rồi chia ly rồi đến phôi pha..."

Võ Bằng say sưa hát. Tôi hốt hoảng kêu lên:

- "Xin Đại úy nói tiếp chuyện về biển."

- "Đồng ý. Nhưng chúng ta đang từ biển tiến vào sông nên đã đến lúc bỏ biển để nói về sông. Mà nói đến dòng sông bất an này tôi không thể không nhớ tới dòng sông an bình..."

Võ Bằng bỏ lửng. Tôi sốt ruột:

- "Dòng sông an bình ở đâu?"

- "Cô đạo gì?"

Dù đã quen với lối nói vòng vo của Võ Bằng, tôi vẫn đổ quạu:

- "Đạo có dính dáng gì tới sông?"

- "Thì cô trả lời đi."

- "Ba mẹ tôi thờ Phật nhưng tôi không là Phật tử."

- "Vậy thì cô càng nên đọc 'Câu Chuyện Dòng Sông'. Tựa gốc là Siddhartha, dịch giả Phùng Khánh. Nếu cô còn nhớ đến tôi thì cô nên tìm đọc. Và khi đọc, hãy nhớ đến tôi."

Tôi mắng thầm 'người gì đâu mà nhiều chuyện' nhưng đáp bằng giọng nhẹ nhàng:

- "Tôi sẽ đọc sau. Bây giờ tôi rất muốn biết về dòng sông bất an chiến hạm sắp đi qua."

- "Nói về sông Lòng Tào, là nói về đánh đấm. Điều này gợi tôi nên báo với cô về tiếng còi 'nhiệm sở tác chiến'. Cô đã quen với tiếng còi đổi phiên hải hành. Tiếng còi nhiệm sở tác chiến khác hẳn. Nó không 'tít-te' mà 'tít-tít'. Âm thanh cặp đôi đó nổi lên dồn dập, liên tục, mục đích là hối thúc toàn thể thủy thủ đoàn nhanh chóng vào vị trí tác chiến."

- "Chiến hạm đang về nghỉ bến mà! Còn tác chiến gì nữa?" Tôi lo lắng hỏi.

- "Chính đoạn đường chót này mới thường xảy ra tác chiến. Để tôi nói có đầu có đuôi cho cô chuẩn bị tư tưởng."

- "Gì mà ghê vậy?" Tôi cố nén hồi hộp.

- "Về Sài Gòn, có hai ngả đi. Một là vào cửa Soài Rạp đi sông Soài Rạp. Hai là vào cửa Cần Giờ đi sông Lòng Tào. Cả hai sông hội tụ vào sông Nhà Bè. Từ Sông Nhà Bè tiếp tục tiến thêm 10 cây số sẽ đến câu hò nổi tiếng: 'Nhà Bè nước chảy chia hai. Ai về Gia Định, Đồng Nai thì về. Sông Soài Rạp dài 40 cây số, rộng nhưng dễ mắc cạn. Sông Lòng Tào dài gấp đôi, hẹp mà sâu. Do đó, dù phải mất thêm thì giờ, hầu hết thương thuyền chọn sông Lòng Tào. Riêng với chiến hạm thì không trở ngại với cả hai, tùy hoạt động vùng nào. Nếu hoạt động vùng ven biển miền Trung thì chọn Lòng Tào. Còn hoạt động ở Phú Quốc, miền Tây thì dùng sông Soài Rạp."

Võ Bằng ngưng nói, móc túi gắn điếu thuốc lên môi rồi móc túi còn lại lấy bật lửa. Hiệu Zippo tốt thật, gió khá mạnh mà chỉ quẹt một lần là bắt lửa. Anh chàng hít vài hơi rồi cẩn thận xoay người nhả khói theo chiều gió. Tuy vậy, mùi thơm vẫn thoang thoảng ngọt ngào. Tôi nhẹ hít đầy phổi. Hương thơm đến đâu, thần kinh rung động nhẹ nhàng và thấy khỏe khoắn hơn. Một cái gì thúc giục tôi đặt câu hỏi:

- "Mấy ngày nay không thấy Đại úy hút thuốc."

- "Thường thì các người đẹp không ưa ai hút thuốc."

Tôi nghĩ đến Hưng và đáp:

- "Chỉ đúng với người nào hút loại thuốc khét lẹt. Còn với Hạm Trưởng và Đại úy, mùi thuốc thơm rất ư là dễ chịu. Tôi cũng thấy dường như mùi thuốc của Đại úy khác với mùi thuốc của Hạm Trưởng."

- "Đúng, ông ấy hút thuốc Mỹ Pall Mall, còn tôi thì Capstan Việt Nam. Năm ngoái qua Mỹ tôi cũng hút Pall Mall và có mua dự trữ khi về nước. Ba tháng sau, hết sạch Pall Mall, tôi đành đổi Capstan ít tiền hơn. Có điều không ngờ việc chọn hiệu thuốc lại ứng cho hoàn cảnh hôm nay. Có thể sau khi cô rời tàu, tôi đổi sang Lucky với hy vọng gặp may mắn hơn."

- "Đại úy nói 'Không ngờ việc chọn hiệu thuốc lại ứng cho hoàn cảnh hôm nay' là sao?

- "Chữ Capstan là viết tắt của câu 'Cho Anh Phát Súng Tim Anh Nát!' Tôi nghĩ cô muốn nói với tôi câu đó.

- "Đại úy gieo tiếng oán cho tôi."

Tôi vừa nói vừa cười nhưng nụ cười tắt ngay. Có thể Võ Bằng không chỉ nát tim mà nát toàn thân thể! Tôi xuýt xoa lắc đầu hỏi tiếp:

- "Còn chữ Lucky thì sao?"

- "Tôi nói rồi, có nghĩa là may mắn." Võ Bằng cười.

Sợ Võ Bằng được dịp lung lay tình cảm, tôi vội nói:

- "Bây giờ xin trở lại sông Lòng Tào."

- "Đây là con sông huyết mạch, sinh tử cho kinh tế lẫn quân sự. Do đó địch dốc sức làm nghẽn tắc với quân số 1000 người gồm hai đội đặc công thủy. Có ba địa điểm dễ bị tấn công. Kể theo hướng tiến của chiến hạm, tại khúc sông cách Nhà Bè 45 cây số, là một ngã tư, nơi hội tụ các sông Lòng Tào, Đồng Tranh, sông Dừa và Ngã Bảy, do đó địch có thể phục kích từ nhiều hướng. Tại khúc sông cách Nhà Bè 20 cây số, nơi đó có góc quẹo gắt hình chữ V, tàu dễ bị leo lên bờ, dễ đụng nhau, nên thường giảm tốc độ. Tại khúc sông cách Nhà Bè 10 cây số có một dải san hô dài vài cây số dọc theo bờ bên hữu hạm, do đó tàu chạy sát tả hạm trở thành mục tiêu ngon lành cho địch."

Võ Bằng rít vài hơi thuốc rồi lại tiếp:

- "Để đối phó và bảo vệ hai thủy trình, Đặc Khu Rừng Sát được thành lập với đủ binh chủng Bộ Binh, Không Quân, Hải Quân. Riêng Hải Quân, có hai giang đoàn tác chiến, một giang đoàn trục lôi và một toán 10 Người Nhái. Và do địa thế đặc thù của Đặc Khu, gồm toàn cù lao và chi chít sông ngòi, Đặc Khu Trưởng là một Sĩ quan Hải Quân cao cấp."

Võ Bằng lại hít thuốc như bù hai ngày qua nhịn thèm. Tôi mỉm cười khích lệ:

- "Xem ra kỳ phùng địch thủ gặp nhau."

- "Kỳ phùng địch thủ?" Võ Bằng gằn giọng. "So sánh như vậy là xây cá nại! Một bên đường đường chính chính, một bên đánh lén đánh lút. Do đó có khi ta bị nhiều cú bất ngờ. Tuy nhiên, nhờ hoạt động lùng và diệt hữu hiệu của toán Người Nhái và bộ binh cũng như phản ứng nhanh chóng, mạnh mẽ của các trực thăng võ trang, các giang đỉnh hộ tống và trục lôi, nên chỉ vài trường hợp là tàu bị thủy lôi chìm."

Võ Bằng lại rít thuốc trước khi tiếp tục:

- "Địch thường tung ra ba đòn là phục kích, đánh mìn và đặt thủy lôi. Phục kích ở các khúc sông hẹp, đánh mìn ở các khúc quanh và đặt thủy lôi bất cứ nơi nào trên thủy trình. Năm ngoái cũng tháng này, thương thuyền Baton Rouge Victory bị thủy lôi chìm, chịu thiệt hại nặng về vật chất và 7 thủy thủ chết. Một tuần sau đó, một tàu rà thủy lôi bị mìn nổ, 2 chết. Một tháng sau, thêm một thương thuyền khác bị mìn chìm. Nhiều thương thuyền khác cũng bị đánh mìn nhưng thiệt hại nhẹ. Đồng thời với việc đánh mìn, riêng từ đầu năm nay, nhiều thương thuyền bị phục kích ở ba khúc sông nguy hiểm kể trên. Ngoại trừ thương thuyền đến từ Panama có 6 thủy thủ tử thương, tất cả thương thuyền còn lại chỉ thiệt hại không đáng kể.

Võ Bằng lại rít khói rồi búng mẩu thuốc lá ra khơi. Anh chàng quay nhìn tôi, giọng cợt đùa:

- "Vì thế nên hôm nay và chỉ hôm nay thôi, khi tàu đã vào sông Lòng Tào, nhiệm vụ của cô là ... nằm ngủ. Ở trên boong thì chết vì phục kích. Ở phòng ngủ thì chết vì thủy lôi. Phục kích thì thường xuyên. Thủy lôi thì chỉ năm khi mười họa. Do đó chỉ có nằm ngủ là khó chết nhất."

Tôi nghe mà rợn người. Nếu chiến hạm bị phục kích hoặc bị giật mìn hoặc trúng thủy lôi thì còn gì là tôi nữa! Các tin tức này đều có đăng báo. Chắc chắn là Hưng đã biết. Nhưng biết mà tại sao vẫn đưa tôi vào chỗ chết? Và chết do chính 'phe mình'!".

CHƯƠNG 17

SÔNG LÒNG TÀO
CHỦ NHẬT 6/8/1967 18:00 G

Tôi còn đang lo lắng bực bội vì bị Hưng dụ dỗ đưa vào tử địa thì Võ Bằng lên tiếng:

- "Để tôi đưa cô về phòng. Đến lúc tôi cần trở lên đài chỉ huy."

Tôi cảm thấy hụt hẫng lạ thường. Nỗi lo càng dâng cao khi đúng lúc tôi cần có người bên cạnh. Tôi than thở:

- "Đại úy vừa xuống phiên trực mà!"

- "Như tôi vừa nói, giang hành trên sông Lòng Tào thường bị phục kích, do đó mọi người đều phải túc trực tại vị trí tác chiến của mình."

- "Nhưng chưa nghe còi nhiệm sở tác chiến mà!" Tôi lầu bầu.

- "Từ lúc tàu hướng vào cửa sông là Hạm Phó phải có mặt trên đài chỉ huy rồi. Lẽ ra tôi đã tiếp tục ở trên đó nhưng thấy cửa Cần Giờ còn xa, mà giây phút cuối bên cô thì quá ngắn..."

Lời Võ Bằng lửng lơ mà buồn da diết. Với Võ Bằng, đây là những giây phút cuối cùng bên tôi, nhưng với tôi, cũng có thể là giây phút cuối cùng của đời người. Tôi ngẩn ngơ nhìn cửa Cần Giờ hiện lờ mờ trước mũi tàu. Chẳng lẽ tôi sinh cạnh sông Tiền, sống bên sông Cổ Chiên mà chết trên sông Lòng Tào?

Tôi quay nhìn Võ Bằng với hy vọng anh chàng buông cho vài lời trấn an nhưng chỉ bắt gặp tia nhìn đam mê.

- "Từ lúc này cho đến khi về tới Sài Gòn, tôi sẽ rất bận. Thậm chí cập cầu xong, còn bị kẹt buổi họp phân công. Vì vậy, chắc là không còn thì giờ ở bên cô và cũng không thể đưa cô về tận nhà."

- "Không sao, Đại úy. Tôi tự lo được." Tôi nhỏ nhẹ.

- "Cô dám đi tàu một mình thì dĩ nhiên dư sức tự lo. Nhưng phần tôi, tôi vẫn cho đó là một thiếu sót."

Tôi nhìn những dải lụa trắng mong manh vắt trên nền trời. Đó là mây gì? Cirrus hay Cirrocumulus. Mây có tình yêu không? Nếu không, sao gây bão tố? Quả bom là để gây đổ vỡ chớ đâu để bùng nở tình yêu? Võ Bằng lại một lần nữa như linh cảm những gì tôi đang nghĩ. Anh chàng hỏi:

- "Cô đạt mục đích của chuyến quá giang chứ?"

Tôi giật mình nhưng hiểu ra anh chàng chỉ muốn hỏi về mục đích trá hình. Tôi cười:

- "Rất thích thú với chuyến đi. Biết thêm nhiều điều mới lạ nhưng tiếc là nghe nhiều mà nhớ chẳng bao nhiêu! Chỉ có ngắm là hoàn toàn thỏa mãn."

- "Có lúc nào cô ngắm tôi không?" Võ Bằng cười nửa miệng.

- "Có chứ! Đại úy rất giống tài tử tôi... rất ghét!" Tôi đùa.

Võ Bằng cười thật tươi và mê đắm nói:

- "Còn cô, là sao Vệ Nữ tôi không ưa nhưng vẫn ngắm hằng đêm."

Tôi muốn nhắc anh chàng đang là ban ngày, ngôi sao đã lặn hà cớ gì cứ phóng tia mắt về tôi. Tia mắt mỗi lúc một nồng nàn biểu hiện anh chàng sắp ôm hôn. Tôi nhìn về mũi tàu nơi Đại úy Rick đọc sách, hy vọng sự hiện diện của hắn sẽ đủ để ngăn hành động liều lĩnh của Võ Bằng nhưng Đại úy Rick đã biến đi từ bao giờ. Dải hành lang và sân sau đều vắng ngắt. Biển lặng lẽ. Gió mơn man. Tôi hồi hộp chờ đợi và cân nhắc phản ứng. Võ Bằng chỉ cần choàng tay qua vai, kéo tôi lại gần. Tôi quyết định chọn cách đứng yên và nghiêng người ra xa như một lịch sự phản đối. Nếu anh chàng dùng sức mạnh? Thế võ nào được sử dụng để phòng vệ? Hay bỏ đi?

Võ Bằng vẫn đứng yên nhưng mắt vẫn đắm đuối nhìn. Một cảm giác lạ thường rần rật khiến tôi nổi gai ốc. Mặt tôi nóng bừng. Trí não mù mờ quên hết các thế võ. Tôi hồi hộp liếc Võ Bằng. Giọng anh chàng bình thản:

- "Để tôi đưa cô xuống phòng..."

Tôi thở hắt, hoàn hồn và thấy xấu hổ. Tôi đã sẵn sàng cho những xúc động từ một nụ hôn nhưng thái độ đứng đắn của Võ Bằng làm tôi ngỡ ngàng. Nhưng cảm giác từ nụ hôn hụt vẫn lan man. Tôi thẫn thờ nhìn cửa sông đang hẹp dần. Các lùm cây lưa thưa, nhạt nhòa. Con sông màu phù sa dài hun hút. Anh chàng dẫn đường. Tôi lẽo đẽo theo sau, bước chân chao đảo.

Khi vào phòng ăn, Võ Bằng hỏi tôi cần uống gì không. Tôi lắc đầu. Bước qua khu phòng ngủ, giọng anh chàng ấm áp:

- "Chuyến hải hành sắp chấm dứt và lẽ ra chuyến giang hành được tiếp nối cho tròn cuộc 'rong chơi' cô mong ước, nhưng đài chỉ huy lại là mục tiêu chính của địch trên sông Lòng Tào."

Võ Bằng ngưng nói như để tôi thấu hiểu cái lý do ngoài ý muốn rồi mới tiếp tục:

- "Cô hẳn quen với vùng sông nước miền Tây với 'dòng An Giang cây xanh lá thắm' nhưng quang cảnh Rừng Sát không được như thế. Cứ tưởng tượng cái tên gọi là y chang. Một đáng tiếc nữa là cô cũng lỡ dịp ngắm Thủ Đô về đêm trên con tàu di chuyển. Nếu không, biết đâu chừng cô bất ngờ bắt gặp người mình yêu đang tay trong tay dạo bến Bạch Đằng với ai đó..."

Dù đang lo, tôi vẫn bật cười:

- "Chắc Đại úy rút từ kinh nghiệm cá nhân?"

Võ Bằng không trả lời nhưng thân ái nói:

- "Để tôi lên đài chỉ huy suy gẫm xem có phải thế không! Trong khi chờ đợi, tôi cần nhắc một lần nữa là cô nên nằm ngủ, đừng đi lang bang. Hẹn gặp sau..."

Miệng thì nói mà mắt cứ dán vào khuôn mặt tôi. Tôi lại nghĩ đây mới đúng lúc anh chàng tặng tôi một nụ hôn từ biệt nhưng một lần nữa tôi lầm. Võ Bằng thản nhiên quay lưng và leo nhanh lên các bậc thang.

Tôi ngẩn ngơ, mệt mỏi bước vào buồng ngủ. Bầu không khí mát rượi khiến tôi càng thèm nhắm mắt. Tôi lột giày bata, thả người lên mặt nệm êm ái. Mắt đã nhắm kín mà như còn thấy màu trắng tinh của tấm *drap*. Mùi thuốc thơm lấn lướt mùi khói tàu. Tôi hít vào đầy phổi và cơn thèm ngủ nhẹ đi. Tôi lẩm cẩm nghĩ rằng khi đã xa chiến hạm, chiếc giường hẳn là thứ đáng nhớ nhất. Không! Không phải chiếc giường mà là mùi thuốc lá của nó. Dựa vào câu nói 'người đẹp thường không ưa mùi thuốc lá' thì hẳn khi quyết định nhường buồng cho tôi, Võ Bằng đã phải nhịn hút suốt cả tuần.

Anh chàng đâu biết rằng nếu cứ tiếp tục hút, mùi thơm sẽ nặng hơn và tôi sẽ phê hơn!

Bây giờ tôi càng kinh tởm mùi thuốc lá cũng như cả con người của Hưng. Tâm địa sao mà vô cùng ác độc. Khi yêu, tôi đã quá mù quáng, khờ dại dấn thân vào cuộc sống hiểm nguy và dối trá. Dối cả tên họ ngày sinh tháng đẻ. Dối cả mẹ cha. Hưng có yêu thương gì tôi đâu, chỉ lợi dụng để tiến thân trong tổ chức chuyên thực hiện công tác giết người. Nếu tiếp tục bên Hưng, tôi mãi mãi sẽ không còn là đứa con ngoan như ba mẹ tôi mong muốn.

Hưng còn là một người vô cùng man trá. Anh mô tả công tác tôi được giao phó vừa dễ dàng vừa vinh dự cho tôi. Anh bảo tôi được chọn vì em gái anh không lanh lợi bằng. Anh bảo quả bom được ngụy trang rất khéo, không tài nào khám phá. Anh bảo việc chọn nơi đặt quả bom cũng dễ như trở bàn tay. Còn việc chỉnh giờ cho bom nổ thì chỉ cần vặn cây kim vào nấc nửa tiếng hay một giờ.

Thực tế, tôi đã trải qua những phút giây đứng tim khi bị khám xét. Việc đem quả bom đến địa điểm cho nổ rất dễ đụng đầu nhân viên đi phiên và tuần phòng. Và thời chỉnh là cả vấn đề. Lúc nào cập cầu, không biết. Cập cầu rồi, lúc nào được rời chiến hạm, không biết. Nếu đặt bom dưới chân bàn ăn với thời chỉnh nửa giờ thì càng dễ chết. Thủ tục không ai rời tàu trước Hạm Trưởng, mà buổi họp kéo dài thì coi như tôi cùng họ... thăng thiên!

Nhưng họ đâu có đáng chết! Mà ngược lại hoàn toàn đáng sống. Suốt hai ngày qua chính tôi đã nghe và thấy sự thật không như Hưng tuyên truyền. Ngay chính

Hưng cũng tự mình mâu thuẫn. Chê "Ngụy" là bọn xấu xa, thế sao anh lại thản nhiên giao người vợ tương lai vào vòng tay yêu tinh của họ? Nếu quả thật họ xấu xa, hai ngày hai đêm vừa qua quá đủ cho thân tôi tan tác và không chừng đã làm thức ăn cho cá.

Hưng hễ có dịp là ca ngợi chủ nghĩa cộng sản, cho đó là lý tưởng đời anh. Tôi cũng đã coi đó là lý tưởng đời tôi. Nhưng giờ đây, cách hành xử thiếu tình người của Hưng khiến tôi suy nghĩ lại. Đeo đuổi lý tưởng của đời mình bằng cách hy sinh cả những người mình thương yêu nhất? Nếu cái gọi là lý tưởng đó tốt đẹp thì sao phải bao che hết bằng bức màn tre đến bức màn sắt? Một thế giới đại đồng không gia đình, không tôn giáo, không tổ quốc là thế giới ra làm sao? Nếu nó thực sự lý tưởng thì đâu phải cần khủng bố, giết người; đâu phải đem sinh mạng nhiều thế hệ thanh niên để thử nghiệm nó!

Lâu nay tôi vẫn tin lời Hưng cho rằng chính quyền miền Nam là "Ngụy". Giờ đây chính tôi quan sát tận tai tận mắt, không có gì chứng tỏ họ là "Ngụy". Sự việc khiến tôi liên tưởng đến các sử liệu tôi đọc được ở Thư viện Quốc Gia, trước khi lên đường đến địa linh Tây Sơn Tam Kiệt. Dù là hậu duệ vua Gia Long, tôi vẫn không thể không cho rằng thật là quá mỉa mai khi gán cho vị Hoàng Đế từng chiến thắng 50 ngàn quân Xiêm, ba trăm ngàn quân Thanh, giữ vững bờ cõi là "Ngụy". Ngược lại, vua Gia Long mới chính là Ngụy. Ông đã 'cõng rắn cắn gà nhà' qua hành động cầu viện quân Xiêm, quân Pháp, lại còn hứa nhượng đất đai, để cuối cùng Dân Tộc phải trải qua một trăm năm nô lệ. Hành động hiện nay của Cộng Sản Miền Bắc có khác gì triều Nguyễn? Chính họ ôm chân Nga Tàu nhưng gọi chính quyền Miền Nam là "Ngụy". Tôi không thấy Mỹ có hành động xâm lược. Chỉ thấy quân Cộng Sản Miền Bắc với vũ khí Nga Tàu, vượt vĩ tuyến xâm lược miền Nam.

Giờ đây mặt thật của Hưng đã lột trần. Sự khinh miệt đã hoàn toàn xóa sạch mọi tin yêu. Không còn nghi ngờ gì nữa. Hưng rủ rê tôi ra Quy Nhơn đâu phải vì chiều ý tôi muốn khảo sát di tích triều đại Tây Sơn. Anh chỉ lợi dụng ước mơ đó của tôi, sắp xếp lớp lang để gài tôi vào công tác đặc công và dùng chiến công ấy nâng cao địa vị giết người của anh.

Một ý tưởng khác càng thêm chua xót. Giả sử tôi chết vì thủy lôi? Giấy tờ mang tên Phan Kim Phượng không xác minh được tôi là ai. Chỉ tội nghiệp cho ba mẹ tôi, mất đứa con độc nhất mà không biết vì lý do gì, còn sống hay đã chết. Nếu ông bà tra hỏi Hưng, hẳn anh sẽ tỉnh bơ nói láo, rằng đã đưa tôi ra bến xe nhưng không rõ chuyện gì xảy ra trên đường về. Tôi đã quá dại khờ. Một bài học lớn để thành người, nếu tôi sống sót chuyến này...

Theo lời hứa, hôm nay Hưng sẽ đón tôi ở bến Bạch Đằng. Rất có thể anh đã không chờ vì chiến hạm về quá trễ. Nhưng chắc chắn anh sẽ mò đến nhà. Tôi sẽ nói gì khi quả bom không nổ, chiếc tàu vẫn nguyên vẹn? Đổ thừa cho trở ngại kỹ thuật là hợp lý nhất. Chỉ cần nói tôi đã thời chỉnh đúng theo hướng dẫn. Rồi tôi sẽ tìm cách xa lánh dần. Dứt khoát đột ngột thì quá lộ liễu, chắc chắn tôi bị thanh toán. Tôi sẽ viện lý do thần kinh quá căng thẳng sau mấy ngày trên chiến hạm địch, cần thời gian tĩnh tâm để học hành...

Tống khứ Hưng không mấy khó, cái khó nhất hiện tại là tống khứ quả bom. Ném xuống sông? Chối cãi vào đâu khi Võ Bằng đã dặn đừng đi lang bang mà lại bắt gặp tôi ôm một thùng nặng lên boong! Để nguyên trong xách rời tàu thì rất có thể bị lục xét ngừa ăn cắp mang đồ khỏi tàu. Cách tiện nhất là bỏ nó dưới bàn viết và nhờ Võ Bằng liệng giùm xuống sông. Thời gian tàu nghỉ bến là thuận tiện nhất, đa số về với gia đình.

Tôi tự khen mình nhanh trí, giải quyết thỏa đáng. Tôi hăng hái ngồi bật dậy, mở túi xách mang quả bom để sát vách dưới gầm bàn. Tôi mở túi xách kia lấy cái thời chỉnh ngụy trang bằng gói quà đem đặt ở góc bàn. Tôi bật đèn, mở ngăn kéo tìm cây viết và giấy trắng.

Tôi ngồi thừ người không biết bao lâu. Viết gì đây? Tự thú chăng? Nhờ Võ Bằng vứt quả bom mà không tự thú thì anh chàng cũng biết. Có tự thú thì đến lúc anh chàng đọc thư, tôi cũng đã mất dạng.

Anh Bằng,

Giữ lời đã hứa, trước khi rời tàu, danh xưng Đại úy đã được thay thế bằng 'Anh'. Và vì Phượng chỉ là tên giả mà tên thật thì chưa thuận tiện nêu ra nên 'đành' xưng 'Em'.

Cùng với việc gọi 'anh', em còn có 'nhã ý' tặng anh món quà. Món quà này anh xem xong thì vui lòng... vứt bỏ. Chắc anh ngạc nhiên khi nghe em nói thế? Thú thật, cái em gọi là món quà thật ra là một quả bom do chính em mang xuống để đánh chìm chiến hạm cùng sát hại nhiều người, trong đó có thể có cả anh.

Em buộc phải nhờ anh vứt bỏ vì em đổi ý!

Từ nhỏ tới lớn chưa bao giờ em được thưởng thức cuộc sống biển khơi muôn vẻ muôn màu, chưa bao giờ được biết nhiều điều thú vị về trời sao mây nước, nhất là chưa bao giờ em được đối xử bằng tình người chân thành nồng ấm như hai ngày đêm trên chiến hạm...

Em thật lòng muốn đích thân gặp Hạm Trưởng, tất cả thủy thủ đoàn, kể cả Đại úy Rick Ward để tỏ lời cám ơn nồng nhiệt nhất, nhưng trong trường hợp bất khả, xin anh chuyển lời giùm em cùng với lời cam kết: không bao giờ em quên chiếc Hộ Tống Hạm Đống Đa HQ 007 đã giúp in vào ký ức của em những hoạt cảnh hải hành sinh động nhất trần đời, đặc biệt nhớ hoài ba bữa cơm 'bình dân mà sang trọng'...

Riêng với anh, em biết nói gì bây giờ? Một lời cám ơn nồng nàn nhất hẳn không phải là điều làm anh hài lòng. Thôi để em nói thế này: đương nhiên hình bóng anh đã ẩn vào tiềm thức và vì vậy, chắc chắn thỉnh thoảng em sẽ nằm mơ thấy anh. Nhưng nếu lỡ giấc mơ đó thường xuyên đến, em đành phải tự khuyên mình rằng em không chút gì xứng đáng với anh.

Nói như vậy có nghĩa là vĩnh biệt.

Em

Tôi đọc lại, thấy viết thế là đủ. Có viết thêm thì nét chữ cũng bị nhòe vì nước mắt. Tôi xếp lá thư làm ba và đặt dưới 'gói quà'. Tôi kéo khung ảnh 'mẹ bồng con' che khuất thư và quà. Khi Võ Bằng thấy khung ảnh sai chỗ, chàng ta sẽ dời lại chỗ cũ và thấy hai món kia.

Tôi thở ra, lê bước qua giường. Sự việc đã đâu vào đó, tôi tưởng sẽ vào ngay giấc ngủ nhưng lại cứ nghĩ ngợi lan man. Dường như còn gì đó chưa thanh thỏa. À, còn lời hứa sẽ trả lời câu hỏi độc nhất của Võ Bằng. Chắc anh chàng nói tùy hứng và đã quên. Nếu nhớ thì vừa rồi đã hỏi.

Nhưng tôi vẫn không yên tâm. Một anh chàng 'láu cá' như Võ Bằng dễ gì quên. Mà sẽ hỏi gì đây? Tôi đã đoán đó là câu 'Cô có yêu tôi không' và tôi đã dự trù trả lời là có. Nếu anh chàng hỏi 'Cô sẽ nhớ tôi chứ?' Thì câu trả lời cũng giống như trên. Còn nếu là 'Nhà cô ở đâu?' Một địa chỉ ma thì quá dễ.

Tôi chợt giật mình khi nghĩ nếu bị hỏi: 'Cô có là Việt Cộng?' Có thể bị hỏi câu này lắm. Biết đâu chừng Thiếu úy An Ninh đã nghi ngờ tôi là Việt Cộng và đã báo với Võ Bằng. Tôi trả lời thế nào? Đương nhiên phải đành nói dối lần chót là 'Không'.

Nói dối lần chót mà cũng là nói thật từ bây giờ. Tôi chẳng bao giờ còn dại dột theo Việt Cộng. Ngẫm nghĩ, Võ Bằng nói quá đúng. Tôi học đại học miễn phí, ra trường được ngay cái danh giáo sư, nối nghiệp mẹ cha. Có là thứ vô ơn bạc nghĩa mới tiếp tục 'ăn cơm Quốc Gia thờ ma Cộng Sản'!

Cho tới nay vẫn chưa bị bắt đã là đại phước. Còn tiếp tục nghe lời Hưng, tiếp tục biểu tình chống đối, rồi bị bắt nhốt, bị đuổi ra khỏi trường, ai nhận lãnh giùm tương lai tôi mù mịt? Là đứa con duy nhất, bao kỳ vọng cha mẹ đặt vào tôi, ông bà sẽ buồn khổ đến đâu khi biết tôi đã thành đặc công Cộng Sản! Và bị cầm tù...

Tiếng còi 'tít-tít' dồn dập, rền rĩ vang lên. Những tiếng động đâu đây. Những tiếng chân chạy hối hả. Dù đã được báo trước và từ nhỏ đã tự luyện mình phớt lờ mọi gian nguy mà giờ tôi vẫn nghe rõ tiếng tim thùm thụp.

Hẳn chiến hạm sắp đến ngã tư, khúc sông nguy hiểm thứ nhất trong ba khúc sông, nơi 'phe địch' có thể phục kích từ nhiều hướng. Tôi ngóc đầu nhìn hông tàu. Vách sơn màu trắng trông mong manh quá, súng cỡ nào cũng có thể bắn thủng. Tôi nhìn lên trần. Các thanh đà ngang trông như những lưỡi đao sẵn sàng cắt đứt thân tôi nếu thủy lôi hất tôi lên cao.

Còi tác chiến cũng có nghĩa là tôi đang nằm trên quả thủy lôi không biết nó nổ lúc nào. Cũng không biết sức công phá của nó có làm kích hoạt quả bom tôi mang theo? Nếu nó nổ, tôi có chết cũng đáng đời!

Những tiếng 'tít-tít' tiếp tục réo gọi, hối thúc, đe dọa. Tim tôi như ngưng đập, người lạnh toát. Thủy trình theo như Bằng nói là dài 80 cây số mất ít nhất 4 tiếng. Bốn tiếng chắc đủ cho tim tôi ngưng đập mãi mãi! Thôi thì ác giả ác báo.

Tôi không nhận biết chiến hạm đang còn chạy hay ngừng vì chỉ còn âm thanh rù rù rất nhẹ. Không một chút đong đưa, tôi như đang nằm trên chiếc giường êm ái trong căn phòng riêng ở Vĩnh Long. Nhưng tâm trạng, nói theo Võ Bằng, thì một trời một vực. Tôi đang sợ! Con tàu càng lặng yên càng đáng sợ. Tôi cầu Trời khấn Phật phù hộ tôi được an lành. Sau chuyến đi này, tôi sẽ đi chùa thường hơn.

Trong thân xác rã rời, tôi tưởng dễ chìm vào giấc ngủ để khỏi phải âu lo nhưng vẫn cứ nghĩ ngợi miên man. Tôi có đang yêu Võ Bằng? Trước Hưng, tôi có vài mối tình học trò nhẹ nhàng. Lên đại học gặp Hưng, tôi cho đây mới thực là tình đầu. Nhưng giờ thì quá sợ tình đầu. Võ Bằng cũng trải qua ba mối tình. Phải chăng giai nhân 'mẹ bồng con' là tình đầu?

Tôi mơ màng thấy Bằng đứng ở cánh phải của đài chỉ huy, cạnh Hạm Trưởng trên chiếc ghế đặc quyền của ông. Tôi như thấy Đại úy Rick đứng ôm chiếc la bàn. Tôi cũng thấy các nhân viên sẵn sàng ở các ổ súng.

Tôi nghĩ đến khúc quẹo gắt tàu phải giảm tốc độ và đài chỉ huy trình diện sát bờ sông. Tôi thiếp đi trong niềm âu lo: 'Liệu Võ Bằng có sao không?'

KẾT

Tiếng 'cộc cộc cộc' lớn dần khiến tôi tỉnh ngủ và nhận ra đó là tiếng gõ cửa. Tôi hỏi:

– "Ai đó?"

Giọng nói của Võ Bằng:

– "Cô Phượng chuẩn bị rời tàu. Chừng nào xong thì ra phòng ăn."

Tôi lật đật ngồi dậy. Đồng hồ chỉ 21:05. Chậm thêm một tiếng so với dự trù. Tôi đã ngủ say sưa suốt ba bốn tiếng và mừng là được an toàn. Vĩnh biệt thủy lôi và phục kích! Tôi thở phào nhẹ nhõm, bước đến mở túi xách lấy bọc trang điểm rồi vào buồng vệ sinh.

Mười lăm phút sau, tôi mang hai túi xách bước ra ngoài. Võ Bằng ngồi ở chiếc ghế vẫn nhường cho tôi và các sĩ quan hiện diện đông đủ. Ghế Hạm Trưởng còn trống. Vừa lúc, tôi nhận ra ông đang ngồi ở bộ salon với vị Thiếu tá lạ mặt. Cả hai đang đăm đăm nhìn tôi. Tôi khẽ cúi chào, vội nói:

– "Xin lỗi nhị vị Thiếu tá, tôi mải nhìn ghế Hạm Trưởng..."

– "Tôi biết." Ông cười nhạo.

Tôi định nói lời cám ơn và từ biệt thì Hạm Trưởng lên tiếng:

– "Giới thiệu với cô Phượng, đây là Hải Quân Thiếu tá Thái Quốc Tân, Trưởng Phòng An Ninh Bộ Tư Lệnh Hạm Đội. Thiếu tá muốn gặp cô hỏi vài việc..."

Tôi lo lắng nhìn vị Thiếu tá đang thong thả đứng lên. Ông tươi cười:

– "Tôi đã xin phép Hạm Trưởng mời cô lên Hạm Đội."

Tôi cố giữ vẻ tự nhiên, hỏi:

– "Thưa Thiếu Tá, về việc gì?"

Ông đưa tờ giấy đang cầm lên ngang tầm mắt tôi:

– "Về việc này."

Đó là tờ giấy phép quá giang của tôi. Chẳng lẽ họ đã biết đó là giấy giả? Tôi ra vẻ ngạc nhiên:

– "Thưa tôi không hiểu!"

– "Tôi được biết đó là giấy giả."

– "Giấy giả?" Tôi kêu lên.

– "Vì vậy chúng tôi cần mời cô về Phòng An Ninh để hỏi thêm chi tiết."

Tôi định nhìn Thiếu úy Tiến, An Ninh chiến hạm nhưng kịp nhận ra không phải lúc. Nên tỏ ra vô tội bằng cách tiếp tục nhìn vị Thiếu tá với vẻ mặt ngạc nhiên. Ông nói với Hạm Trưởng:

– "Tôi sẽ thông báo kết quả trong thời hạn sớm nhất."

– "Cám ơn nhiều."

Hạm Trưởng đứng lên chìa tay. Vị Thiếu tá bắt tay và chào kính. Ông quay lui nói với anh Hạ sĩ quan tùy tùng đứng gần khung cửa giúp mang hai túi xách của tôi. Tôi muốn giữ lại một nhưng anh không đồng ý.

Võ Bằng đứng lên đến trước Hạm Trưởng:

– "Xin phép Hạm Trưởng cho tôi đưa cô Phượng lên hạm kiều."

Ông gật đầu. Tôi lấy giọng tự nhiên:

– "Xin cám ơn Thiếu tá đã cho dịp hưởng hai ngày đêm trên biển thật đẹp. Sẽ không bao giờ quên." Tôi hướng về các sĩ quan: "Xin chào các anh. Chào Đại úy Rick."

Mọi người vẫy tay. Rick nói: "Bye, bye". Vị Thiếu tá đi trước. Võ Bằng và tôi theo sau. Anh Hạ sĩ quan đi sau cùng. Tôi giữ bước chân tự nhiên mà lòng tràn ngập lo âu. Rõ ràng tôi đang bị bắt và sẽ bị tra hỏi ai cung cấp giấy giả. Dĩ nhiên tôi sẽ khai là nhờ Hưng và hoàn toàn không biết đó là giấy giả. Hưng đáng để nhận mọi rắc rối và hình phạt. Tôi sẽ được ra về...

Nhưng nếu Võ Bằng không ném bỏ quả bom mà lại đem giao nộp? Trường hợp này, tôi sẽ thú thật mọi sự. Tôi sẽ khai tôi ở trong tổ chức đặc công của Hưng nhưng đã nhận ra sai lầm nên quyết cải tà quy chánh. Dù rằng tôi đã không cho nổ quả bom, nhưng nếu phải trả một giá nào đó, thì cũng là lẽ công bằng...

Bước ra hành lang, cơn gió hâm hấp ập tới khiến tôi gần ngộp thở. Tôi nhìn lên các ghế đá dọc bờ sông. Ghế nào cũng có cặp đôi. Tôi mong Hưng có mặt để nhìn tận mắt tôi bị bắt nhưng Hưng đã không đợi. Trên cầu tàu, gần chân hạm kiều, chiếc xe Jeep đã đậu sẵn.

Khi tôi bước đến trạm kiểm soát, Trung úy Thân, anh Hạ sĩ quan và anh lính gác mỉm cười chào. Tôi đáp lễ, nói:

– "Xin chuyển lời từ biệt đến tất cả các anh."

Vị Thiếu tá bước lên hạm kiều. Trung úy Thân hô 'nghiêm' và tất cả đưa tay chào. Vị Thiếu tá chào đáp. Tôi dợm bước theo thì Võ Bằng nói:

– "Cô Phượng chưa rời tàu được."

Tôi băn khoăn ngoảnh lui. Anh chàng cười:

– "Cô còn nợ tôi câu hỏi cuối cùng!"

Tôi cười thầm: 'Biết ngay, dễ gì anh chàng quên!'. Tôi nói:

– "Rất vui được thanh thỏa!"

– "Chừng nào chúng ta ngao du núi Tao Phùng?" Võ Bằng chiếu tướng.

Câu hỏi bất ngờ ngoài dự đoán. Tôi đã nói lời vĩnh biệt trong thư, hơn nữa giờ đây là thân 'cá chậu chim lồng' thì sao nói được chừng nào. Nhưng chia tay đâu lẽ mang tiếng bội ước! Tôi cười chua xót, dịu giọng:

– "Chừng nào có dịp tình cờ!"

– "Dịp tình cờ?" Võ Bằng nhăn mặt.

– "Dà, dịp tình cờ!" Tôi nhỏ nhẹ.

– "Hãy dứt khoát: Một tháng, một năm, năm năm? Hay cô còn khó khăn hơn cả vua Thủy Tề là 'chẳng bao giờ?'" Giọng Võ Bằng thiết tha.

Tôi nghẹn ngào nhìn Võ Bằng. Tôi có thể hứa láo nhưng đã tự thề là từ nay không sống bằng dối trá. Thôi thì đang mặt đối mặt, lời cuối gọi anh xưng em thay cho thời điểm hẹn hò:

– "Anh Bằng. Anh nói chỉ hỏi một câu duy nhất trước khi em rời tàu. Anh đã hỏi và em đã trả lời. Vừa rồi là câu hỏi thứ nhì!"

VŨ THẤT
Virginia, tháng 3/2023

BẠT

Truyện dài Đời Thủy Thủ 2 của nhà văn Vũ Thất khởi đăng trên trang nhà Thất Sơn Châu Đốc (thatsonchaudoc.com) từ tháng 10 năm 2022 và kết thúc vào tháng 4 năm 2023 gồm 17 chương sách với phần Mở và phần Kết qua chuyến hải hành từ vùng biển Quy Nhơn qua Phú Yên, Nha Trang, Cam Ranh, Ninh Thuận, Bình Thuận, Bình Tuy, Phước Tuy, Gành Rái, sông Lòng Tào và cập bến Sài Gòn. Chuyến đi khởi hành ngày 04 tháng 8 năm 1967 và kết thúc vào ngày 06 tháng 8 năm 1967, vỏn vẹn sau hai ngày và hai đêm đường mà đã xảy ra không biết bao nhiêu sự kiện dồn dập cho một cuộc hành trình nhiều hiểm nguy này... Xin có vài cảm tưởng:

- Trước nhứt, đọc truyện dài Đời Thủy Thủ 2 của nhà văn Vũ Thất tôi mê nhứt là tác giả đã đưa mình qua các vùng biển vừa kể với nghệ thuật tả cảnh rất là cảnh của một người từng sống trên chiến hạm qua khắp đất trời biển rộng mịt mùng; chỉ riêng về khía cạnh này thôi, tôi tin khó có tác giả nào qua nổi nhà văn Vũ Thất.

• Ghi nhận kế tiếp là từ những cảnh vật trời biển bao la ấy, với nhân vật Phượng, qua đó tác giả đã cho các nhân vật khác trên chiến hạm, tùy mỗi người, mỗi cấp bậc, mỗi phần hành, mỗi nhiệm vụ và trách nhiệm, các nhân vật vừa hư hư thực thực ấy có dịp trổ tài về khoa ăn nói với cách giới thiệu rất nhà nghề về các nhiệm vụ và cách vận hành của chiến hạm giống như chính tác giả là người nắm tay người đọc và dẫn dắt, cắt nghĩa mạch lạc cho những người đọc nhà quê già như tôi biết thế nào về sự vận hành của một chiến hạm trên mặt đại dương bao la về đêm cũng như lúc ban ngày! Nếu không có dịp may được đọc *Đời Thủy Thủ 2*, làm gì tôi biết được lon nào là cấp nào trong binh chủng Hải quân; vịnh nào là vùng nào trên các hải phận từ Quy Nhơn tới Gành Rái, và còn biết bao điều thú vị trong các trang sách hấp dẫn ấy nữa...

• Thêm nữa, ở chương 4, người đọc rất thú vị biết thêm được sở thích và kiến thức quảng bác của Đại úy Võ Bằng qua kệ sách trong phòng ngủ của ông trên tàu, làm cho người đọc nhà quê già khú đế nhưng ưa tò mò như tôi có thể suy đoán rằng có lẽ ông Võ Bằng này có quê quán là dân gốc gác vùng Thất Sơn Châu Đốc vì thấy ông cũng mê *"Thất Sơn Mầu Nhiệm"*của Nguyễn Văn Hầu chăng?

"- Nautical Navigation - Dutton

- Handbook of Damage Control

- The Cruel Sea - Nicholas Monsarrat

- The Old Man And The Sea - Ernest Hemingway

- *Martin Heidegger & Tư Tưởng Hiện Đại – Bùi Giáng*
- *Quẳng Gánh Lo Đi Và Vui Sống – Nguyễn Hiến Lê*
- *Hoàng Tử Bé – Antoine de Saint-Exupéry*
- *Điệu Ru Nước Mắt – Duyên Anh*
- *Thất Sơn Mầu Nhiệm – Dật sĩ & Nguyễn Văn Hầu"*

• Thứ nữa là qua cái việc hư hư thực thực của nhân vật Phượng trong câu chuyện, chúng tôi nghĩ ngay đến số phận của chiến hạm với chuyến hải hành chỉ dài hai ngày hai đêm nhưng sao nghe thời gian dường như quá dài, dài đến độ mới tới chương 2, nhà văn Lâm Chương phải đành thốt lên: *"Đọc hụt hơi luôn!"*

Là người đọc thuộc thế hệ được sanh ra vào các năm đầu thập niên 1940-1943, nhưng sao trong lòng tôi cứ vừa đọc *Đời Thủy Thủ 2* với cảnh tàu phải qua các hải phận vào lúc ban đêm trời biển tối đen vừa nhớ câu thơ mở đầu bài thơ ***Oceano nox*** *(Biển đêm)* của Victor Hugo (*) mà cách nay lâu lắm rồi chừng như có tới gần sáu bảy chục năm chúng tôi đã được nghe giáo sư Nguyễn Văn Hay, thầy dạy môn Pháp văn trường Trung học Thoại Ngọc Hầu (Long Xuyên) của chúng tôi đã đọc và cắt nghĩa cho học trò lớp đệ lục chúng tôi hồi đó (niên khóa 1957-1958), dù tuổi đời lúc bấy giờ chúng tôi còn quá nhỏ, vốn vô tư lự nhưng sao chúng tôi ngồi nghe mà lòng cứ bồi hồi về những chuyến hải hành, về phận đời của những thuyền trưởng, những thủy thủ khi tàu bị dông bão mịt mù...

• Ngoài nội dung với cốt truyện vừa gay cấn, vừa tình cảm, vừa tranh luận đến độ có lúc sự căng thẳng lên tới mức muốn nghẹt thở làm người đọc có cảm tưởng như nhân vật nào cũng ở vào thế thủ, mạnh ai nấy lo thủ thế, lo giữ phần hồn của chính mình; ở đó nó còn cho người đọc biết thêm nhiều chữ dùng rất đặc biệt của những người thủy thủ đi tàu trên biển như:*"hữu tiến", "tả lùi", "lái thẳng"...(chương 2);"nhiệm sở tác chiến" (chương 17), "hạm kiều"(chương Kết)... v.v...* Đặc biệt, chương thứ 10: *"Nhật Đạo Thái Bình Dương"* là chương sách hấp dẫn với người đọc nhà quê già như tụi tôi vì lần đầu tiên khi ở tuổi đời ngoài tám bó này, tôi mới nghe kể về mấy chữ rất mới như *"Nhật đạo Thái Bình Dương"*. Sao gọi là *"nhật đạo"* và sao lại gọi là *"Nhật đạo Thái Bình Dương"* mà không là *"nhật đạo"* các đại dương khác trong vũ trụ này? Chắc có lẽ sẽ mời bạn thử đọc lại chương thứ 10 này vì nó lạ và hấp dẫn cho một chuyến hải hành "xuyên nhật đạo" từ bên Mỹ về Việt Nam rất chuyên nghiệp của những người lính biển, mà người ngoài rất khó biết nếu không có dịp tác giả giới thiệu qua chương sách mới vừa kể!

• Dà, các nhà văn viết tiểu thuyết, truyện ngắn hay truyện dài rồi cũng đến lúc tới hồi phải kết thúc; do vậy mà ***Đời Thủy Thủ 2*** qua hết chương 17 rồi cũng phải ***Kết*** với nhân vật Phượng ở chương ***Kết:***

"Tiếng 'cộc cộc cộc' lớn dần khiến tôi tỉnh ngủ và nhận ra đó là tiếng gõ cửa. Tôi hỏi:

– "Ai đó?"

Giọng nói của Võ Bằng:

– "Cô Phượng chuẩn bị rời tàu. Chừng nào xong thì ra phòng ăn."

Tôi lật đật ngồi dậy. Đồng hồ chỉ 21:05. Chậm thêm một tiếng so với dự trù. Tôi đã ngủ say sưa suốt ba bốn tiếng và mừng là được an toàn. Vĩnh biệt thủy lôi và phục kích! Tôi thở phào nhẹ nhõm, bước đến mở túi xách lấy bọc trang điểm rồi vào buồng vệ sinh.

Mười lăm phút sau, tôi mang hai túi xách bước ra ngoài. Võ Bằng ngồi ở chiếc ghế vẫn nhường cho tôi và các sĩ quan hiện diện đông đủ. Ghế Hạm Trưởng còn trống. Vừa lúc, tôi nhận ra ông đang ngồi ở bộ salon với vị Thiếu tá lạ mặt. Cả hai đang đăm đăm nhìn tôi. Tôi khẽ cúi chào, vội nói:

– "Xin lỗi nhị vị Thiếu tá, tôi mải nhìn ghế Hạm Trưởng..."

– "Tôi biết." Ông cười nhạo.

Tôi định nói lời cám ơn và từ biệt thì Hạm Trưởng lên tiếng:

– "Giới thiệu với cô Phượng, đây là Hải Quân Thiếu tá Thái Quốc Tân, Trưởng Phòng An Ninh Bộ Tư Lệnh Hạm Đội. Thiếu tá muốn gặp cô hỏi vài việc..."

Tôi lo lắng nhìn vị Thiếu tá đang thọng thả đứng lên. Ông tươi cười:

– "Tôi đã xin phép Hạm Trưởng mời cô lên Hạm Đội."

Tôi cố giữ vẻ tự nhiên, hỏi:

– "Thưa Thiếu Tá, về việc gì?"

Ông đưa tờ giấy đang cầm lên ngang tầm mắt tôi:

– "Về việc này."

Đó là tờ giấy phép quá giang của tôi. Chẳng lẽ họ đã biết đó là giấy giả? Tôi ra vẻ ngạc nhiên:

– "Thưa tôi không hiểu!"

– "Tôi được biết đó là giấy giả."

– *"Giấy giả?" Tôi kêu lên.*

– *"Vì vậy chúng tôi cần mời cô về Phòng An Ninh để hỏi thêm chi tiết."*

(...)

Ngay từ đầu, ở phần Mở, qua Đại úy Võ Bằng, tác giả đã gợi cho biết *Giấy Phép Chuyển Vận* có sự nghi ngờ là giấy giả nên việc xuống tàu không suôn sẻ rồi:

"Tôi dừng chân ở cuối cầu thang cũng vừa đúng lúc anh chàng hạ sĩ quan mang hai gạch gãy đặt chân lên cầu tàu. Anh lịch sự hỏi:

- "Chào cô. Cô muốn tìm ai?"

Tôi nở nụ cười thật tươi gây cảm tình:

- "Tôi muốn xin quá giang về Sài Gòn!"

- "Cô có giấy phép quá giang?"

Tôi mở bóp, trao tờ Lệnh Chuyển Vận. Anh hạ sĩ quan xem rồi nhã nhặn:

- "Cô vui lòng chờ một chút."

(...)

"Tiếng "giấy phép" gợi trong tôi cảm giác nôn nao, bồn chồn. Nếu như họ biết đó là giấy giả thì sao? Hưng đã trấn an tôi nhiều lần rằng không ai có thể khám phá ra giấy giả. Trước tôi anh đã cho hai cô đi quá giang dò đường cũng bằng giấy giả và mọi sự êm xuôi. Hai lần đó, người bảo lãnh là hai thủy thủ. Riêng với tôi lần này là một Trung úy, xem ra uy thế hơn nhiều."

Và quả đúng như vậy! Hạm phó Đại úy Võ Bằng lẽ ra từ chối cho quá giang vì đây là tàu chiến nhưng vì nghĩ đến người bạn cùng khóa của mình: Trung úy Phan Kim Đính nên ông trình xin Hạm Trưởng chấp thuận. Đến khi tàu cập bến Sài Gòn, chính cách cư xử khá ân cần và quá tử tế của thủy thủ đoàn dành cho mình trong suốt lộ trình từ Quy Nhơn về Sài Gòn tới giờ phút chót, đã cảm hóa nhân vật Phượng để rồi cô phải thốt lên với Đại úy Võ Bằng qua suy nghĩ cuối cùng trước khi rời tàu:

"Tôi nghẹn ngào nhìn Võ Bằng. Tôi có thể hứa láo nhưng đã tự thề là từ nay không sống bằng dối trá. Thôi thì đang mặt đối mặt, lời cuối gọi anh xưng em thay cho thời điểm hẹn hò..."

Theo thiển ý của tôi, tôi mạo muội nghĩ rằng ở phần *Mở* và phần *Kết* truyện *Đời Thủy Thủ 2* như vậy không phải là lối kết có hậu như các truyện Tàu ngày xưa [2] mà ở đây nó có sự nhất quán giữa lời Mở và lời Kết để rồi sự tình sau khi nhân vật Phượng theo Thiếu tá Thái Quốc Tân lên bờ, rồi số phận của cô Phượng sẽ ra sao; phần này tác giả có dụng ý muốn dành cho người đọc góp phần của mình sau khi đọc hết cuốn truyện của ông, mỗi người sẽ có cái kết rất riêng của mình tùy theo cái nhân sinh quan và cái nhìn của mỗi người đọc về cốt truyện vừa kể.

Thay Lời Kết:

Viết về *Đời Thủy Thủ 1* của nhà văn Vũ Thất, tám năm về trước, tôi có viết:

"Tôi không mơ mình sẽ đem lại cho bạn điều gì mới mẻ, bởi một lẽ giản dị là tác phẩm này in lần đầu vào năm 1969, tức đã lâu lắm rồi, làm sao mình có thể tìm ra được điều gì mới lạ sau khi cuộc chiến cũng đã tàn rồi sau bốn mươi năm?!?

Nhưng có một điều là, sở dĩ tôi đọc lại Đời Thủy Thủ 1 và ghi lại vài cảm tưởng này bởi vì khi tác giả sáng tác tác-phẩm này là lúc tôi cũng chỉ thua ông vài ba tuổi, và có thời tôi cũng ở Nha Trang ba bốn năm, và tôi có biết thế nào là tình yêu thuở đôi mươi và tôi cũng biết thế nào là chiến tranh khốc liệt khi mình còn rất trẻ nên khi đọc lại Đời Thủy Thủ và ngồi xuống ghi lại mấy cảm tưởng này không phải nhằm giới thiệu hay quảng cáo sách cho tác giả, bởi lẽ chắc ông nay cũng không còn cần ai quảng cáo hay khen chê gì về mình; mà ở đây tôi chỉ muốn ghi lại cho mình, cho chính mình mà thôi, và dịp này, như một lời cảm ơn chân thành của một người đọc, tôi muốn gởi đến tác giả khi tác phẩm của ông mang cho mình bồi hồi sống lại một thời hoa mộng của tuổi đôi mươi ngày nào, nay đã xa rồi, xa lắm hơn năm mươi năm!"

(Kinh Xáng Bốn Tổng, ngày 02 tháng 12 năm 2015)

Và hôm nay, cách nay vừa 8 năm về trước, cũng cùng tâm trạng như vậy, khi chúng tôi ngồi ghi lại vài cảm tưởng về *Đời Thủy Thủ 2* của nhà văn Vũ Thất, chúng tôi chỉ muốn vừa để giới thiệu vừa để bày tỏ cùng tác giả niềm ngưỡng mộ một nhà văn dù ở tuổi ngoài tám mươi nhưng ở ông vẫn tỏa sáng một văn tài qua tác phẩm mới còn nóng hổi này vậy!

Quả thật, truyện dài *Đời Thủy Thủ 2*, về nhiều phương diện, là một tác phẩm rất thú vị!

Trân trọng,
Hai Trầu Lương Thư Trung
(Một người đọc nhà quê già)
Houston, ngày 08 tháng 4 năm 2023.

Cước chú:

1/ Bài thơ *Oceano* nox (Biển đêm) của Victor Hugo dài có tới 8 đoạn, mỗi đoạn gồm sáu câu với câu mở đầu:

"Oh! Combien de marins, combien de capitaines..."

(Ôi! Bao thủy thủ, bao thuyền trưởng?)

2/ "Bốn Lối Kết Bốn Nhân Sinh Quan" trong tác phẩm Mười Câu Chuyện Văn Chương của học giả Nguyễn Hiến Lê, nhà xuất bản Văn Nghệ, California, Hoa Kỳ, năm 1986.

VÀI CẢM NHẬN CỦA ĐỘC GIẢ

• Chỉ mới "Mở" thôi đã thấy hồi hộp và lo cho cả trăm mạng trên tàu.

Nhà văn Nguyễn Thị Lộc Tưởng

• Nguyệt Mai rất đồng thuận với chị Lộc Tưởng, anh Vũ Thất viết truyện này rất lôi cuốn. Congrats, anh Vũ Thất!

Nhà thơ Trần Thị Nguyệt Mai

• Ngay mở đầu đã thấy gay cấn, hấp dẫn và hơi lạnh người với Cô Phượng, đặc công.

Nhà văn Khiêm Cung - Dương Văn Chung

• Rất thú vị được đọc Đời Thủy Thủ 2...

Nhạc sĩ Nguyễn Thiện Lý

• Chưa biết ai thắng ai. Mang bom nổ lên tàu nhưng lại vướng bom tình.

Song Ngư Tâm Trần

• Đọc hụt hơi luôn.

Nhà văn Lâm Chương

• "Đời Thủy Thủ 2" đang tới cao trào, chờ đọc phần tiếp theo...

Thái Lý

• Đúng là hay thiệt! Lâu rồi tui mới đọc câu chuyện như thật xảy ra trên hạm.

Nòng Nọc Kiên Nguyễn

• Mới đọc sơ câu chuyện đã thấy hấp dẫn. Kết luận nhẹ nhàng và hợp lý.

Cám ơn nhà văn Vũ Thất đã cho đọc một sáng tác hay!

Song Ngư Nguyễn Văn Minh

• Rất hay! Ly kỳ lắm! Các thủy thủ nên đọc.

John ThuBui

*** Từ thuở còn thơ, tôi đã thích đọc sách về phiêu lưu mạo hiểm của các nhân vật anh hùng từ truyện Việt qua truyện Tàu. Lớn lên thì vùi đầu vào xem truyện của Clive Cussler, Dan Brown, Lee Child... và nhiều tác giả nổi tiếng khác. Xem phim thì thích xem James Bond và Tom Cruise trong Mission Imposible hay Top Gun...

Với nhà văn Vũ Thất, tôi vốn thích câu chuyện phiêu lưu mạo hiểm Đời Thủy Thủ, vì vậy khi thấy tác giả bắt đầu đăng từng phần truyện dài "Đời Thủy Thủ 2" là tôi cứ mãi chờ mong hàng tuần được đọc thêm phần kế tiếp.

Đời Thủy Thủ 2 quả đúng là một cuộc phiêu lưu mạo hiểm. Từ Quy Nhơn, chiến hạm cho một cô sinh viên đi quá giang về Sài Gòn mà không ai ngờ đó là một đặc công Việt Cộng. Cô nàng mang theo quả bom, dự tính thời chỉnh cho bom nổ khi tàu cập bến Bạch Đằng. Thế nhưng cô nàng cũng không ngờ chính sinh mạng mình còn mong manh hơn khi phải trải qua hai ngày hai đêm giữa không gian chật hẹp toàn đàn ông và súng đạn. Chuyến hải hành phiêu lưu mạo hiểm càng lúc càng hồi hộp, hấp dẫn.

Bên cạnh mối hiểm nguy cho cả hai bên, tác giả khéo léo lồng vào các mẩu chuyện thú vị về hàng hải thiên văn, về các đặc điểm của từng hải phận và thành phố và về nhiệm vụ bảo vệ lãnh hải. Tác giả cũng cho thấy anh chàng Hạm Phó mang cả trái tim lãng mạn tặng nhầm đối tượng.

Tóm tắt, "Đời Thủy Thủ 2" là một cuốn truyện giá trị và thích thú. Mời quý độc giả tham gia một chuyến hải hành thật đẹp đầy hương vị hoa biển.

Nhà văn Tôn Nữ Thu Nga

*** Khi tác phẩm "Đời Thủy Thủ 2" của nhà văn Vũ Thất khởi đăng từng kỳ trên các trang mạng, độc giả khắp nơi đã nồng nhiệt đón nhận qua việc lưu lại những nhận xét nồng hậu như "ly kỳ, hồi hộp, gay cấn, nóng lòng chờ đọc tiếp ..." Quả thật, với bút pháp mạch lạc, hành văn sáng sủa và cốt truyện hấp dẫn, tác giả đã trọn vẹn lôi cuốn và chinh phục người đọc ngay từ dòng chữ đầu, khi vai nữ chính vừa bước chân lên cầu tàu gặp ông Hạm Phó hào hoa để xin được "đi biển có đôi".

Rồi êm ái như con tàu từ từ tách bến, chuyện tình thơ mộng cũng từ từ nở hoa. Rồi khi con tàu lướt vô sóng dập gió vùi, tình yêu cũng lao vào lâm ly gay cấn. Qua tâm tình giữa nữ đặc công và vị Hạm Phó, người đọc có dịp bước vào nhiều địa hạt đặc thù khác như lịch sử, địa lý, thiên văn hàng hải... Tác giả đã nhẹ nhàng khéo léo xen kẽ vào lãnh vực thực tế chuyên môn, nhiệm vụ quan trọng trên chiến hạm như hải hành, vận chuyển, hải pháo... bằng các câu đối thoại dí dỏm, tình cảm mơ mộng lãng mạn như chuyện tình ngư nữ, như cội nguồn của những chòm sao. Lại thêm nhiều bất ngờ thích thú, lắm lúc khó phân biệt được chân giả, như vị Hạm Phó đang trên đài chỉ huy, uy nghi dõng dạc ban lệnh điều động chiến hạm hay đang miên man say đắm cùng dải Ngân Hà, chia sẻ nỗi buồn chia tay của Ngưu Lang Chức Nữ...

Các Sinh Viên Sĩ Quan Hải Quân thường được rao giảng hải nghiệp là "một ngành học uyên bác, một cuộc sống hải hồ, một nghề nghiệp cao quý"; qua "Đời Thủy Thủ 2, tác giả còn cho biết thêm cái "một" nữa, đó là "một tình yêu gay cấn". Gay cấn không chỉ vì "hai người hai hướng" mà giữa hai người còn thêm... trái bom nổ chậm!

Nhìn chung, đây là một tác phẩm quý hiếm nhiều giá trị đáng đọc, nhất là tác giả lại là một nhà văn HQ/QLVNCH hiếm có tại hải ngoại.

Nhà biên khảo Trần Đỗ Cẩm

*** Như chị Nguyệt Mai viết trong bài giới thiệu, văn phong trong sáng và tình tiết hồi hộp, thông tin lôi cuốn của tiểu thuyết về Hải quân VNCH sẽ giúp độc giả học hỏi nhiều điều thú vị mà vẫn được giải trí — vì Đời Thủy Thủ 2 cũng là một tiểu thuyết gián điệp, gay cấn và có phần sống động hơn Cảm Tình Viên của Nguyễn Thanh Việt!

Đồng thời, nhân vật chính trong Đời Thủy Thủ 2 là một phụ nữ thông minh, có võ và biết ráp bom, một female James Bond — cấp tiến và phức tạp hơn nhân vật Vô Danh và toàn những nhân vật đàn ông đã choán hết không gian và đẩy các nhân vật phụ nữ ra lề trong Cảm Tình Viên. Tóm lại là Thúy rất thích cách anh diễn tả tinh thần độc lập và biết ứng biến của người đẹp Nha Mân. Tiểu thuyết, tuân theo quy luật classic của Aristotle trong sự đoàn kết của cấu trúc giữa không gian và thời gian, cũng tăng cường sự hồi hộp nghẹt thở xen kẽ với những đoạn tả cảnh thơ mộng, sự bao la và mông lung của nước, của biển.

Nhà văn Đinh Từ Bích Thúy (tạp chí Da Màu)

*** Hầu như độc giả nào sau khi đọc xong "Đời Thủy Thủ 2" cũng muốn anh viết tiếp "Đời Thủy Thủ 3" để biết anh giải quyết tình trạng của cô Phượng như thế nào sau khi bị thằng Hưng việt cộng nhẫn tâm đưa người yêu mình vào chỗ chết. Anh đã thành công trong tác phẩm này vì sau khi đọc xong, người đọc oán giận thằng Hưng và bọn cộng sản bao nhiêu thì thương mến cô Phượng bấy nhiêu!

K. V. N. (Trung tá KQ)

*** Tác-phẩm có nội dung đặc sắc đưa lịch-sử vào văn-chương và viết bằng hồi ức, nhất là với độc giả như tôi chưa được dịp đọc Đời Thủy Thủ tập đầu xuất bản năm 1969. Với ngôn-ngữ, tiếng nói của một miền Nam đã mất, tác-giả đã thành công vẽ lại đời sống của một thời và sinh hoạt của những thủy thủ, những người lính bảo vệ tổ quốc - qua chuyện của một nữ sinh viên phản chiến bị cộng sản lợi dụng sai lén đem bom xuống chiến hạm...

Nhà phê bình văn học Nguyễn Vy Khanh/Facebook

Giới thiệu cuốn "Đời Thủy Thủ 2" của Vũ Thất
Song Thao

Vũ Thất là một tác giả có tác phẩm từ trước 1975 tại Việt Nam. Đó là các cuốn: Đời Thủy Thủ, Trong Cơn Bão Biển, Một Dòng Sông Cho Chiến Đỉnh. Chỉ cần đọc tên các tựa sách, người ta cũng biết ông là người của biển cả. Vũ Thất, tên thật là Võ Văn Bảy, một sĩ quan Hải Quân. Cuốn Đời Thủy Thủ 2 tôi vừa nhận được cũng theo dòng biển đó.

Tôi cũng thích thú theo dòng chữ nghĩa của cuốn Đời Thủy Thủ 2. Tôi hầu như không có chút hiểu biết nào về cuộc sống của các thủy thủ lênh đênh trên biển. Sự tò mò của tôi hầu như được giải đáp tất cả trong cuốn sách dày hơn 300 trang này. Từ những điều căn bản như sĩ quan, hạ sĩ quan, thủy thủ ăn mặc khác nhau ra sao, làm sao phân biệt cấp bậc sĩ quan và hạ sĩ quan khi nhìn vào lon lá họ đeo, tới các ngành chuyên môn của các thủy thủ trên tàu, ý nghĩa các loại cờ treo trên tàu, phân biệt các loại tàu như chiến hạm, chiến đỉnh, chiến thuyền, cách dùng la bàn, cách nhìn các vì sao trên trời để định phương hướng. Thú thật là tôi có chú em Trung úy Hải Quân nhưng vẫn rất mù mờ về những điều này. Vì vậy, đọc Đời Thủy Thủ 2, với tôi, là một cách học hỏi khá thú vị.

Thú vị còn là vì Đời Thủy Thủ 2 là một truyện tình cảm pha lẫn... phiêu lưu trinh thám. Nhân vật chính là một cô sinh viên trẻ mang tên giả, giấy tờ giả, mang một trái bom xuống tàu với mưu toan cho nổ chìm tàu. Cô gái gốc Nha Mân này có người tình là sinh viên tranh đấu, nằm vùng tại

Sài Gòn. Điệp vụ này là quà cưới mà người tình đòi hỏi cô thực hiện trước khi hai người nên vợ nên chồng. Trái bom đã được cô mang trót lọt xuống tàu nhưng các thủy thủ dưới tàu, từ Hạm Trưởng, Hạm Phó tới sĩ quan cố vấn Mỹ và các thủy thủ đối đãi quá nồng hậu nên trái bom đã không nổ và cô gái đã hiểu bản chất của người tình nằm vùng.

Trân trọng giới thiệu cuốn truyện hấp dẫn và đầy kịch tính này tới các bạn.

Song Thao

Vài ý kiến về Truyện dài Đời Thủy Thủ 2

Khiêm Cung

Tôi thích thú đọc từng câu, từng chữ Truyện dài Đời Thủy Thủ 2 của Nhà văn Vũ Thất, không thấy mỏi mắt và buồn ngủ như mọi khi. Lý do trước hết, tác giả đã gây cho tôi một nỗi lo lắng là chiến hạm có thể bị phá hoại, khiến tôi tò mò muốn biết câu chuyện kết thúc ra sao, do đó khi đọc tới Chương 9 – Vịnh Cam Ranh, giữa đường Quy Nhơn – Sài Gòn, tôi đặt câu đố vui để bạn bè đoán già đoán non xem chiến hạm kết cuộc có bị hề hấn gì hay không. Hơn nữa, trang nhà Thatsonhaudoc.com đã cho đăng mỗi tuần một chương, tôi có thời gian để nghiền ngẫm cả 18 chương của cuốn truyện dài.

Ngay ở Chương 1, tôi thấy tác giả viết theo lối tự truyện với chủ từ "tôi". Nhiều người, trong đó có tôi, ngỡ "tôi" là tác giả, nhưng đó là một người đẹp tên Phan Kim Phượng, quê quán ở Nha Mân – Vĩnh Long, có trình độ văn hóa, đang theo học Ban Sử Địa Trường Đại học Sư Phạm Sài Gòn, là đặc công của Cộng sản, trá hình là khách quá giang đi từ Quy Nhơn về Sài Gòn. Phượng quen với Kiến Trúc Sư Hưng, nhân viên cơ quan USAID, quê ở Quy Nhơn, thành viên Tổ đặc công nội thành Sài Gòn. Hai người bị bố ráp trong khi nghe Khánh Ly trình diễn nhạc Trịnh Công Sơn tại Đại học Văn Khoa Sài Gòn, rồi từ đó hai người yêu nhau, Phượng được đưa đi học tập đường lối đấu tranh và cùng với Hưng có hành động chống phá chế độ Việt Nam Cộng Hòa. Phượng giả vờ quá giang để đặt bom cho nổ tung chiến hạm. Đó là điều kiện cần và đủ để Thành ủy chấp nhận cho Phượng và Hưng thành vợ thành chồng.

Cái khéo là để cho nhân vật chánh, Cô Phượng, nói lên ác cảm của mình đối với Mỹ và Việt Nam Cộng Hòa để rồi dần dần chính nhân vật đó có nhận xét bên nào đúng, bên nào sai, tác giả không tự bào chữa cho chế độ mình đang sống và đang phục vụ. Cô Phượng rất thông minh, lanh lợi, bản lãnh sống "trong lòng địch", nhưng cũng là "hoa lạc giữa rừng gươm", cả thủy thủ đoàn nam giới đều có cảm tình với cô, hướng dẫn cho cô biết mọi nơi, mọi việc trên chiến hạm, giải thích cho cô những địa danh, những di tích lịch sử dọc duyên hải miền Trung từ Quy Nhơn đến Sài Gòn, chỉ cho cô các vì sao, giải thích vì sao bình minh và hoàng hôn lại đầy sắc màu, vì sao bầu trời và đại dương lại màu xanh và tại sao màu xanh đại dương lại đậm hơn màu xanh bầu trời, vì sao có mây và vì sao mây có nhiều loại, lắm màu, vì sao có bão, gặp bão làm sao tránh, chỗ cạn chỗ sâu dưới biển, nhật đạo Thái Bình Dương là gì. Họ giúp cô phân biệt cấp bậc trong Hải quân VNCH, ý nghĩa các loại cờ với màu sắc, kích cỡ khác nhau, các đèn hiệu để thông tin ban đêm.

Cô Phượng tưởng rằng tên sĩ quan Mỹ mới có thực quyền chỉ huy chiến hạm và đám quân nhân Việt Nam trên chiến hạm, kể cả hạm trưởng đều là kẻ thừa hành, là ngụy quân, ô hợp, háo sắc... Được Đại úy Võ Bằng, Hạm phó nhường phòng ngủ, tiếp đãi hết sức niềm nở. Lại được Thiếu Tá Hạm trưởng cho đến thăm phòng riêng của ông. Lúc này cô Phượng có ý nghĩ đen tối là có thể bị cưỡng hiếp, chuẩn bị sử dụng võ để tự vệ, nhưng cô đã hố to. Vị chỉ huy chiến hạm luôn thân tình, đứng đắn, không xúc phạm đến cô.

Chân tình và tư cách của cả thủy thủ đoàn làm cho cô Phượng hồi tâm, thấy thực tế khác hẳn với những gì phía bên kia và Hưng đã nhồi sọ. Đời Thủy Thủ 2, theo thiển ý, có giá trị cao về mặt đấu tranh tư tưởng, không cần phải bắc nhiều cái loa lên các cột đèn để ơi ới tuyên truyền xuyên tạc như đối phương đã từng và đang làm.

Đọc Đời Thủy Thủ 2 mới thấy ngoài kỹ năng chuyên môn đã được đào tạo cùng với những máy móc thiết bị của ngành hàng hải, tập quán nhân gian cũng giúp cho việc dự báo thời tiết cho người đi sông, đi biển rất nhiều:

– Ráng mỡ gà có nhà thì giữ (bầu trời có màu óng ánh như mỡ gà thì sắp có dông mưa);

– Cơn đằng Đông vừa trông vừa chạy, cơn đằng Nam vừa làm vừa chơi (Nếu thấy mưa ở hướng Đông thì mưa sắp tới, thấy mưa ở hướng Nam thì không mưa hay mưa chậm tới chỗ của mình);

– Chuồn chuồn bay thấp thì mưa, bay cao thì nắng, bay vừa thì râm...

Đời Thủy Thủ 2 sẽ rất khô khan, nếu không có mối tình "thấy vậy mà không phải vậy" của Đại úy Hạm phó Võ Bằng và Cô Phan Kim Phượng. Ai trên chiến hạm cũng nghĩ rằng hai người là nhân tình của nhau, tội nghiệp cho Đại úy Hạm phó nhà tôi có tiếng mà không có miếng. Tôi đã được làm quen với Thiếu úy Võ Bằng qua Đời Thủy Thủ (1), bây giờ được nghe Đại úy Võ Bằng nói chuyện với Cô Phượng mà phục cái lối đối thoại treo trả, duyên dáng, thanh nhã, và tình tứ của ông.

Chắc chắn tác giả phải là người lâu năm trong ngành hải quân và lão luyện chuyện đời mới sáng tác được một truyện dài với quá nhiều chi tiết kỹ thuật, chuyên môn nhưng không quên điểm tô thêm mối tình thơ mộng trái ngang.

Ngoài ra, Đời Thủy Thủ 2 đã làm cho người đọc một phen ứa nước mắt với câu chuyện về lòng chung thủy của loài chim yến: khi thành vợ thành chồng suốt đời sống với nhau, cùng nhau xây tổ ấm, suốt đời sống với tổ ấm đó, khi yến con bị giết hay bị con người phá tổ, yến mẹ đâm đầu vào vách đá ngay tổ của mình để chết theo con hoặc theo tổ và yến cha cũng đập đầu vào cùng chỗ đó để chết theo vợ. Nghe thật não nùng, yến bổ cách mấy mình cũng rất ngại, không dám dùng.

Sau cùng, Chương Kết Đời Thủy Thủ 2 làm cho độc giả lại phải bâng khuâng ngơ ngẩn. Bom không nổ, nhưng Cô Phượng bị đưa đi thẩm vấn. Cô sẽ bị kết tội ra sao? Cô đã viết thư để lại, tỏ sự cảm mến với Võ Bằng và thủy thủ đoàn, tỏ sự hồi tâm bằng cách nhờ ông ném bỏ xuống sông trái bom oan nghiệt. Đại úy Võ Bằng sẽ xử trí cách nào? Sẽ ném bỏ quả bom hay trình báo cho Hạm Trưởng? Có bị liên lụy gì không?

Cho tới giờ phút này bạn bè chỉ giải đáp được một phần câu đố vui của tôi đã đặt ra là quả bom không nổ, chiến hạm không hề hấn gì, nhưng chuyện gì sẽ xảy ra cho Cô Phượng và Đại úy Hạm phó Võ Bằng, không ai đoán nổi. Hỏi tác giả, tác giả hứa trả lời trong "Đời Thủy Thủ 3"! Mọi người chỉ biết nhìn nhau và... chờ!

Có thể ví một cuốn truyện dài như một vườn hoa đầy hương sắc, người thưởng ngoạn đứng ở một góc vườn không thể ghi nhận hết muôn hồng ngàn tía. Do đó, xin chỉ nêu lên vài ý kiến thô thiển sau khi chiêm ngưỡng vài khóm hoa trong vườn hoa biển lạ mà đẹp Đời Thủy Thủ 2.

Khiêm Cung
(Sydney, giữa Đông 2023)

Cảm nhận khi đọc Đời Thủy Thủ 2

Trọng Thanh

Sau nhiều tháng theo dõi, chờ đợi và thích thú (của tôi), truyện dài Đời Thủy Thủ 2 – tác giả Vũ Thất – đã đến đoạn kết, và nay sách đã xuất bản.

Chắc nhiều người viết đồng thuận với tác giả, và chắc nhiều người đọc chưa thỏa mãn, muốn có điều gì hơn nữa.

Riêng tôi, thấy ý kiến của Khiêm Cung* đăng trên trang VHNT/TTNM khá đầy đủ, có thể nói: chắc là hợp với ý kiến của số đông. Dù vậy, xin nêu ra đây đôi điều cảm nhận, phần nào có liên quan đến bản thân.

Tôi không có thói quen đọc sách để giải trí, mà chỉ tìm đọc những tác phẩm trong đó có những điều phải tìm hiểu, thuận và nghịch, để cho tâm trí được "sáng" hơn một chút, tầm nhìn được "rộng" hơn một chút – có phần "cầu lợi". Đời thủy thủ 2 đáp ứng được điều mong muốn ấy.

Điểm lại từng chương, thấy đó là thì hiện tại, đến cuối sách nhìn lại toàn bộ, tất cả là thì quá khứ.

Người đọc đã yên tâm khi con tàu bình an, người đọc cũng yên tâm về nhân vật mang tên giả Kim Phượng, cô cũng được bình an mới có thể "tường thuật" lại mọi diễn tiến đã trở thành quá khứ. Tuy nhiên với lá thư viết cho Võ Bằng, Kim Phượng còn nợ bạn đọc. Nói một cách khác là nhà văn Vũ Thất còn nợ bạn đọc. Vậy, bạn đọc hãy chờ đợi Đời Thủy Thủ 3 chưa biết đến lúc nào!

Thật ra, từ khi bắt đầu vào truyện, do lối xưng danh bằng "ngôi thứ nhất" của nhân vật chính, tôi đã không lo lắng nhiều về số phận chiến hạm, thủy thủ đoàn và Kim Phượng, chỉ phân vân không biết tác giả sẽ đưa đến chung cuộc thế nào cho đẹp, nên tự mình nghĩ "nếu ta là nhà văn" thì sao? Cái kết "dự định" của tôi minh bạch quá, không hay, không có được tính cách "tiểu thuyết" – vì tôi chỉ thử nghĩ chứ không phải là nhà văn.

Tôi thích thú đọc Đời Thủy Thủ 2 vì... trong không khí chiến tranh (lúc ấy) tác giả đưa vào một câu chuyện tình cảm thật đẹp, thật thơ mộng. Không đắm đuối, nồng nàn, không đau khổ cùng tột nhưng cũng đủ nét ray rứt khi phân vân, lựa chọn để đi đến quyết định, của nữ sinh viên tuổi trẻ một thời.

Tác giả đã thành công khi diễn tả sự chuyển biến trong lý trí và tình cảm của nhân vật nữ duy nhất trong truyện mang tên giả Phan Kim Phượng.

Bên cạnh đó, người đọc còn được biết thêm nhiều điều bổ ích về hải quân, về một phần quan trọng trong lãnh hải Miền Nam, nhất là về chuyện "trên trời dưới biển", ngày và đêm, các vì sao v.v... Như bản thân tôi, có nghe về "đường sang ngày", giờ mới hiểu việc chiến hạm vượt qua "nhật đạo". Tuyệt vời. Lúc học trung học, tôi được vị thầy tận tâm và uyên bác nhiều đêm chỉ rõ các vì sao: nam tào, bắc đẩu, thần nông, ngân hà, bồ cạp v.v... nhưng cũng chỉ hiểu với trình độ một cậu học trò nhỏ nhìn lên hằng hà sa số tinh tú. Và thời niên thiếu ấy chưa có được chút "tình yêu" thơ mộng, nhẹ nhàng trong sáng của chú chăn cừu. Dù có lần đọc ở đâu đó rằng: Hãy thử hỏi người chăn cừu xứ Écosse, có muốn đổi lấy ngai vàng đế vương bậc nhất hoàn cầu không? Xa đàn cừu, thác nước, vầng mây... chàng sẽ vô cùng đau khổ và chết dần chết mòn trong nỗi đau khổ ấy.

Đọc những đoạn viết về thiên nhiên, mây trời, trăng sao... trong Đời Thủy Thủ 2, chắc nhiều bạn đọc sẽ nghĩ: Sao ông Võ Bằng biết rõ và nhớ kỹ vậy? Tài thật! Rồi chắc họ sẽ nghĩ: A, hẳn ông nhà văn Vũ Thất lật sách ra tham khảo mới viết nổi! Có sao đâu? Miễn là nhà văn đã cung cấp cho người đọc những điều hay ho, bổ ích.

Đời Thủy Thủ 2 cũng gợi lại những kỷ niệm.

Có lần chúng tôi ra chơi Cù lao Xanh (thuộc tỉnh Bình Định). Nhờ một đơn vị hải quân đóng ở Sông Cầu đưa đi. Con tàu (tuy nhỏ) cũng đủ tiện nghi, tới gần ủi bãi, thả "bửng" cho chúng tôi xuống lội vào. Chúng tôi cắm trại, vui chơi, phát thuốc (xin từ Ty Y tế) cho đồng bào. Đêm ấy tôi được nhìn cảnh trăng lặn nơi biển đảo và hằng bao năm chưa bao giờ gặp lại cảnh này. Con tàu neo lại để chiều hôm sau cho chúng tôi về lại Sông Cầu.

Có lần tôi được ngồi trên máy bay, dọc bờ biển từ Quy Nhơn vào. Nhìn xuống thấy rõ những vũng, vịnh, y hệt bản đồ chúng tôi đã học thời tiểu học, rồi trung học (1952), ngày ấy vị giáo sư Địa lý đã chỉ cho chúng tôi: đây là những hải cảng tốt của Miền Nam Trung Phần từ mũi San Hô đến mũi Dinh, trong sách (chữ Tây) của P. Gourou. (Lúc chúng tôi học, sách tiếng Việt gần như không có, quý thầy dùng sách tiếng Pháp dịch ra, dạy chúng tôi. Chuyện đời xưa cũng vậy, vị thầy dạy Pháp văn cầm quyển sách "cổ tích" ông Phạm Duy Khiêm viết bằng chữ Tây kể cho chúng tôi nghe!).

Tôi cũng có dịp đi (theo) tàu HQ từ bến Bạch Đằng SG ra Nha Trang. Không nhớ là HQ 4 lẻ mấy, tàu lớn.

Buổi sáng đầu tiên thích thú nhìn biển, mơ mộng theo bài Hoa Biển, thấy những con sóng bạc đầu bên dưới lui dần, đẹp quá. Ra khơi không bao lâu bị bão, thời gian kéo dài thêm, chúng tôi hết thức ăn nước uống mang theo, trong cảnh say sóng nhồi dập tôi bị mệt lả. Tới một lúc nào đó, bỗng nhiên nghe yên lặng và nhẹ nhàng. Tàu vào vịnh Nha Trang. Như một phép mầu. Tôi tỉnh dậy, nhưng chưa khỏe hẳn, nên "hành trang" nhờ một bạn trẻ hơn mang vác. Trong khi ấy có mấy người nữ, coi như không sao cả, họ đi lại nhanh nhẹn thoăn thoắt. Chắc là khách quá giang như nhân vật Kim Phượng.

Nói thêm một chút là (qua tác giả) nhân vật Võ Bằng giỏi quá, ngoài nghiệp vụ còn thông thạo cả văn thơ, nhạc, điện ảnh, đọc rất nhiều sách, xem nhiều phim, biết tên tuổi nhiều tác giả xưa và nay, các tài tử xi-nê nữa, còn am hiểu cả văn chương bình dân, ca dao, tục ngữ, có những câu rất "đời".

Chỉ có một điều, nhận định của tôi không giống nhân vật Phan Kim Phượng (có phải là nhận định của nhà văn Vũ Thất?) về vua Gia Long.

Nguyễn Huệ và Nguyễn Ánh, mỗi vị đều có những ưu điểm và khuyết điểm, nhiều khi do các "sử quan" của mỗi giai đoạn tô hồng hoặc bôi đen để hướng dẫn dư luận. Ta nên xét toàn bộ công nghiệp bằng cái nhìn khách quan, công bằng.

Lâu lâu mới đọc được một tác phẩm hay, nên có mấy điều cảm nhận sơ lược như vậy.

Trọng Thanh

Cảm nghĩ về tác phẩm Đời Thủy Thủ 2

Vương Trùng Dương

"Chỉ người đã trải nghiệm cả ánh sáng và bóng tối, cả chiến tranh và hòa bình, cả thăng và trầm, chỉ người ấy đã thực sự trải nghiệm cuộc sống." (Stefan Zweig)

Nhà văn Vũ Thất, sinh năm 1940 tại Tân Châu, Nam Kỳ Lục Tỉnh. Cựu học sinh trung học Võ Tánh Nha Trang (1957-1959).

Sinh Viên Sĩ Quan Khóa 11 Đệ Nhất Bảo Bình (1961-1963), TTHL Hải Quân Nha Trang. Xuất thân với 81 Sĩ Quan Khóa 11 Đệ Nhất Bảo Bình có các nhà văn Trần Đỗ Cẩm (biên khảo Quân Sử), Tuấn Anh Trần Trọng Hải, Vũ Hữu San, Trần Quang Thiệu, Tam Giang Hoàng Đình Báu, Phan Lạc Tiếp, Chu Bá Yến (Chủ Nhiệm bán nguyệt san Việt Báo Florida)... và Vũ Thất Võ Văn Bảy. Nguyệt san Chiến Sĩ Cộng Hòa hân hạnh được đăng các bài viết, tác phẩm của các nhà văn trên trong suốt 16 năm qua.

Chức vụ cuối cùng của Vũ Thất Võ Văn Bảy là Chỉ Huy Trưởng Liên Đoàn 3 Ngăn Chặn, Đồng Tâm nhưng chiến đấu đến giờ phút cuối nên bị kẹt lại trong nước. Anh đã trải qua các trại tù: Trại 1 (Hoàng Liên Sơn), Nam Hà B (Hà Nam Ninh), Z30D (Hàm Tân).

Vượt biên: tháng 3/1984, ghe số MB 160 Pulau Bidong, Malaysia.

Tác phẩm ấn hành trước năm 1975 ở Sài Gòn: Đời Thủy Thủ (1969), Trong Cơn Bão Biển (1969), Một Dòng Sông Cho Chiến Đỉnh (1974)...

Khi định cư tại Virginia, nhà văn Vũ Thất tiếp tục cầm bút. Tháng 6/2023, ấn hành tác phẩm Đời Thủy Thủ 2.

Tác phẩm Đời Thủy Thủ xuất bản lần đầu năm 1969, Thư Ấn Quán tái bản năm 2012 tại Hoa Kỳ. Tác phẩm dày 300 trang, gồm 14 chương và chương kết.

Trước khi giới thiệu đến Đời Thủy Thủ 2 sau 54 năm, ghi nhận lại tác phẩm đầu tay của nhà văn Vũ Thất.

Nhân vật chính Võ Bằng, sĩ quan Hải Quân trẻ tuổi, mới ra trường, bước đầu vào hải nghiệp, cuộc đời thủy thủ trên biển cả, sông nước, trong đó tình chiến hữu, tình yêu, tình người lính (huynh đệ chi binh) với quê hương trong thời chinh chiến.

Tấm lòng của tác giả cũng là phần đời của bao người trai thời chiến đã dấn thân vào con đường binh nghiệp để bảo vệ giang sơn.

Mở đầu trang sách "Tôi lặng ngắm hình ảnh quen thuộc của thành phố về đêm. Những ô cửa sổ của các cao ốc có kích cỡ khác nhau, không cùng độ sáng. Vài vì sao rải rác trên khung trời úa vàng. Bây giờ là cuối tháng tư, còn là mùa Xuân, đúng ra là tôi phải thấy các chòm sao quen thuộc nằm về hướng Bắc. Tôi tẩn mẩn ôn lại tên từng chòm sao. Chòm Đại hùng tinh, Tiểu hùng tinh. Chòm Hải sư, Song nam, Thiên hậu... Tôi cũng không thấy nhóm Bảo Bình, là chòm sao quen dạng nhất được dùng để đặt tên cho khóa tôi...". Và, mối tình của Bằng (Hải Quân Thiếu úy Võ Bằng số quân 60A700653) nơi miền thùy dương cát trắng, với ba mối tình lãng mạn đó nặng trĩu trong lòng người lính biển... Rồi những chuyến hải hành phải chống chọi với bao nhiêu sóng gió, nguy hiểm trên đại dương. Đời thủy thủ của chàng trai trẻ được trang trải với cuộc tình lãng mạn, trắc ẩn, và cuối cùng (chương kết) mang căn bệnh tương tư!

Với nhiều ghi nhận của các nhà văn về tác phẩm này, trích đôi dòng của Lương Thư Trung:

"Cuộc tình tay ba giữa Hiền, Thanh và Bằng còn kéo dài mãi về sau này, nhưng trước Hiền nhân vật Võ Bằng còn có Bạch Tuyết giữ chân chàng trai trẻ thôi hết lang bang trong Đời Thủy Thủ...

... Trong các chương kế tiếp, người đọc bị tác giả dẫn dắt qua hết những bất trắc này đến bất trắc khác trong các bước đường tình ái của nhân vật Võ Bằng. Ở chương 5, Tâm, Tuyết và Võ Bằng; ở chương 6 lại có Hiền tìm thăm Võ Bằng và cũng có gặp Tâm, nhưng lần này Võ Bằng tỏ ý muốn rời Hiền nên cuộc gặp cũng chẳng có gì vui; rồi chương 8 lại Tâm, Tuyết và Võ Bằng; chương 10, chương 11, chương 12 và nhiều chương khác nữa, có thêm nhiều người đẹp nữa nhưng tôi không thể mất lịch sự đến độ quên để bạn tìm đọc những chương sách còn lại trong truyện dài Đời Thủy Thủ này để biết cuối cùng Hải Quân Thiếu úy Võ Bằng sẽ ghé lại bến nào trong những ngày trái tim bị bầm giập ấy?...

... Truyện dài Đời Thủy Thủ hấp dẫn là nhờ tài dựng truyện đã đành mà cách viết các câu đối thoại giữa các nhân vật, đặc biệt vai nhân vật nào có ngôn ngữ riêng của nhân vật ấy, mà cái hay là đối thoại hợp với từng hoàn cảnh, từng câu chuyện và từng cảnh đời lại ngắn gọn nhưng súc tích, đầy đủ, không dư, không thiếu. Tác phẩm đầu tay mà tác giả viết đối thoại được như vậy tôi nghĩ ông đã là một nhà văn khi chưa viết văn rồi! Vì tôi cũng thường đọc nhiều sách, nhứt là truyện ngắn truyện dài và cả tiểu thuyết trước đây cũng như sau này, tôi ít khi gặp được các tác phẩm có những câu đối thoại tự nhiên và hay như vậy, ngoại trừ Vũ Thất và Lâm Chương là hai nhà văn mà tôi đã được đọc...”

Với nhà văn Hà Kỳ Lam: “Đời Thủy Thủ cho người đọc dịp hiếm hoi khám phá thế giới của một người lính biển thời chiến, ở đó không chỉ có cái thăm thẳm của biển trời, bão tố thiên nhiên, mà còn bão tố của những cuộc tình “ủi bãi” vội vã, và bão tố của chiến trận. Và vượt lên trên tất cả mọi thường tình, người ta thấy long lanh cái đẹp của tình đồng đội, tình huynh đệ chi binh.”

* * *

Tác phẩm Đời Thủy Thủ 2, tiếp nối sau nửa thế kỷ, một chặng đường khá dài nhưng được tác giả gầy dựng lại thời quá khứ trong cuộc đời người lính.

Đời Thủy Thủ 2 đã phổ biến trên trang web Thất Sơn Châu Đốc (thatsonchaudoc.com), quê hương của nhà văn Vũ Thất từ tháng 10/2022 đến tháng 4/2023 trước khi in thành sách.

Sách dày 318 trang trong bối cảnh và thời gian chỉ trong hai ngày, hai đêm qua các hải phận, gồm 17 chương: Chương I Vịnh Quy Nhơn ngày 4/8/1967 (trang 23). Chương II & III Hải Phận Bình Định cùng ngày (trang 38, trang 56), Chương IV Hải Phận Phú Yên ngày 5/8 (trang 70), Chương V, VI, VII & VIII Hải Phận Khánh Hòa ngày 5/8 (trang 83, trang 88, trang 111 & trang 128), Chương IX Vịnh Cam Ranh ngày 5/8 (trang 144), Chương X Nhật Đạo Thái Bình Dương 9/2/1967 (trang 162), Chương XI Hải Phận Ninh Thuận ngày 5/8 (trang 177), Chương XII Hải Phận Ninh Thuận ngày 6/8 (trang 191), Chương XIII Hải Phận Bình Thuận ngày 6/8 (trang 222), Chương XIV Hải Phận Bình Tuy ngày 6/8 (trang 238), Chương XV Hải Phận Phước Tuy ngày 6/8 (trang 254), Chương XVI Vịnh Gành Rái ngày 6/8 (trang 268), Chương XVII Sông Lòng Tào (trang 282) & Kết (trang 295).

Tựa tác phẩm với bài viết của Trần Thị Nguyệt Mai (trang 9). Mở của tác giả (trang 13). Bạt của Lương Thư Trung (trang 299) & Vài cảm nhận của độc giả (trang 309)...

Nhân vật chính không phải là HQ Đại úy Vũ Bằng mà là người đẹp Nha Mân, cô Phan Kim Phượng sinh viên khoa Sử Địa thuộc Đại học Sư Phạm Sài Gòn, cảm tình viên của phong trào sinh viên phản chiến, có người yêu là kiến trúc sư Hưng, nhân viên USAID, con trai chủ thầu rác cho căn cứ Mỹ ở Quy Nhơn. Thuộc gia đình khá giả nhờ chiến tranh nhưng chàng ta lại đi theo Việt Cộng và muốn lôi kéo người yêu cùng hoạt động với mình. Dù đã được hai bên cha mẹ đồng ý, nhưng với điều kiện nếu hai người muốn cử hành hôn lễ, nàng phải lập "thành tích" bằng cách dùng giấy tờ giả để đi theo chiến hạm của Hải Quân VNCH nhằm lập công phá hoại... nhưng cuối cùng Kim Phượng gặp Trưởng Phòng An Ninh Bộ Tư Lệnh Hạm Đội và chia tay Võ Bằng.

Bối cảnh và từng mẩu chuyện xảy ra trong thời gian ngắn từ vịnh Quy Nhơn đến sông Lòng Tào, qua ngòi bút linh động của tác giả đã dẫn dắt người đọc theo dõi từng diễn biến.

Trong phần Tựa của Trần Thị Nguyệt Mai ghi nhận:

"... Trong chuyến hải hành dài 50 tiếng đó, qua từng chương sách, tác giả đã khéo léo tỉ mỉ giới thiệu về Hải Quân VNCH mà ông chọn làm binh nghiệp. Từ cách phân biệt sĩ quan, hạ sĩ quan và thủy thủ đoàn dựa trên kiểu quân phục và cấp bậc đến các ngành nghề chuyên môn cũng như việc thuyên chuyển, thăng cấp trong Hải Quân. Rồi cách bày trí, kích cỡ của các phòng trên chiến hạm, cách chọn màu sơn, tiếng còi hiệu thay đổi phiên hải hành hoặc sẵn sàng chiến đấu. Ông cũng giới thiệu các loại chiến hạm, chiến đỉnh, chiến thuyền và duyên đoàn, các loại hiệu kỳ mang những ý nghĩa khác nhau, như tàu đang chở hàng nguy hiểm, tàu đang lâm nạn, tàu đang neo v.v... Cách xác định vị trí tàu trên đại dương để tránh bị giạt vào vùng đá ngầm, bãi cạn.

Qua mỗi hải phận Miền Nam, tác giả nhắc tới các danh lam thắng cảnh kèm theo một câu chuyện về đặc điểm nơi đó, hoặc lịch sử, hay văn nghệ rất lý thú. Cũng có lúc tác giả giới thiệu sách hay phim ảnh nên xem để hiểu rõ hơn về một sự việc được đề cập... Đặc biệt, tác giả kể lại chuyến hải hành xuyên Thái Bình Dương suốt 45 ngày, xuyên nhật đạo nhằm đúng Mồng Một Tết Đinh Mùi 1967 thật thú vị...

... Đặc công người đẹp Nha Mân mang quả bom xuống chiến hạm nhưng lại được Hạm Trưởng, Hạm Phó, thủy thủ đoàn, kể cả cố vấn Mỹ vô tình tiếp đón nồng hậu trên suốt cuộc hải hành. Qua việc tận tai tận mắt nghe thấy sinh hoạt của chiến hạm, thấm thía lòng nhiệt thành bảo vệ Tổ Quốc của mỗi người...".

Trong phần Bạt của Lương Thư Trung ghi: "Đọc truyện dài Đời Thủy Thủ 2 của nhà văn Vũ Thất tôi mê nhất là tác giả đã đưa mình qua các vùng biển vừa kể với nghệ thuật tả cảnh rất là cảnh của một người từng sống trên chiến hạm qua khắp đất trời biển rộng mịt mùng; chỉ riêng về khía cạnh này thôi, tôi tin khó có tác giả nào qua nổi nhà văn Vũ Thất...".

Nhà văn Áo Stefan Zweig (1881-1942) là một trong những nhà văn nổi tiếng nhất của châu Âu vào những thập niên đầu của thế kỷ XX, ông là tiến sĩ Triết nên đem sở học phân tích tâm lý nhân vật vào tác phẩm rất sâu sắc trong mọi hoàn cảnh. Truyện ngắn 24 Giờ Trong Đời Người Đàn Bà, năm 1968, dựng thành phim 24 Hours in a Woman's. Và, với tựa đề này trong tập truyện gồm 5 truyện ngắn hay nhất của ông.

Trong phạm vi Văn Chương Việt Nam hải ngoại tròn một thế kỷ sau, có thể nói Đời Thủy Thủ 2 với nhân vật trong truyện kể trong 50 giờ với tâm lý nhân vật từ nội tâm đến đối tượng, với tôi, tác giả là "hiện thân" của Stefan Zweig. Tính nhân bản trong văn chương Stefan Zweig và Vũ Thất đồng cảm ở điểm đó, nhân vật bị cám dỗ, lôi cuốn không bị vùi dập mà nhận thức được bóng tối của tâm hồn.

Little Saigon, July 4, 2023
Vương Trùng Dương

Cảm tưởng khi đọc truyện Đời Thủy Thủ 2

Thuhuongseattle

Cầm cuốn truyện Đời Thủy Thủ 2 của nhà văn Vũ Thất trên tay, tôi thật sự cảm động vì có dịp đọc lại văn Vũ Thất, một người lính biển.

Hình bìa ĐTT2, một chiến hạm mờ tỏ nơi góc bể với khối tia sáng xuyên qua bầu trời mây xám đen dày đặc kinh hồn rọi sáng mặt biển một màu trắng bạc làm nền cho một chiến hạm đang rẽ sóng trong tĩnh lặng đợi chờ một cơn giông bão. Tôi mường tượng hay chỉ một hải cảng bình an? Đây là một tuyệt phẩm chủ ý hay vô tình?

Nhân vật chính, Kim Phượng, một sinh viên duyên dáng, xinh đẹp, năm thứ ba đại học ban Sử Địa, cũng là một đặc công Cộng Sản nằm vùng. Người đẹp xin quá giang từ Quy Nhơn về Sài Gòn, mang theo một trái bom với sứ mạng đánh chìm chiến hạm và thủy thủ đoàn như một món quà cho đảng để được làm đám cưới với Hưng, người cô yêu.

Đại úy Hạm Phó Võ Bằng hân hoan tiếp đón và vô tư hướng dẫn người đẹp đặc công thăm viếng các phòng sở trên chiến hạm. Còn người đẹp thì cười thầm sự si dại của Hạm Phó và lợi dụng để tìm chỗ đặt bom đánh chìm tàu mang theo nhiều xác chết gồm cả Hạm Phó, Hạm Trưởng.

Giữa tình thế nguy nan, tác giả đưa người đọc vào cái nhiêu khê của cuộc đời vì tuy Kim Phượng nghe lời người yêu làm đặc công nhưng lại vẫn yêu lá cờ vàng ba sọc đỏ. Lá cờ Việt Nam Cộng Hòa đã ăn sâu vào tim óc cô từ ngày mới lớn. Suốt trong thời cắp sách đến trường, cô đã luôn luôn xúc động, bồi hồi vừa hát Quốc Ca vừa ngắm nhìn lá cờ vàng ba sọc đỏ bay trong nắng. Và hình ảnh lá cờ trên chiến hạm đã đánh thức lương tri của cô:

Trang 113: "Lá Quốc kỳ nền vàng ba sọc đỏ bay phất phới ở đỉnh cột giữa tàu... Tôi thực sự ngạc nhiên trước hình ảnh sống động... Tôi say sưa ngắm hình ảnh mới mẻ vừa khám phá. Nắng vàng và trời xanh tô điểm lá cờ thêm lộng lẫy, uy nghi. Dù Hưng, nói gì thì nói, tôi vẫn yêu lá cờ vàng ba sọc đỏ. Còn ý nghĩa nào đẹp hơn ba miền chung dòng máu đỏ da vàng. Tôi chào kính lá cờ đó từ lớp mẫu giáo cho đến ngày nay và chắc chắn tôi còn tiếp tục chào kính cho đến hết đời. Lá cờ đó không chỉ là biểu hiện của dân tộc trường tồn mà còn là biểu hiện quãng đời trưởng thành tươi đẹp của tôi và cuộc sống đầy trọng vọng của ba má tôi. Khi nghe lời Hưng chống Mỹ cứu nước, tôi mụ mị quên mất là lá cờ này ngày ngày vẫn ngạo nghễ phất phới khắp Miền Nam. Bọn Mỹ mang quân đến xâm lược chẳng lẽ quên một việc ưu tiên sơ đẳng là thay thế lá cờ vàng bằng cờ sao sọc? Con đường tôi chọn hiện tại có đúng là lý tưởng?"

Rồi qua nhiều lần sinh hoạt cùng Hạm Trưởng, Hạm Phó và thủy thủ đoàn, qua đích thân quan sát hoạt động trên tàu, qua chuyến đi nhiều ý nghĩa và đầy tình người, cô đặc công dần dần nhận ra sự tuyên truyền láo khoét của những người gọi là cách mạng. Thực chất cuộc chiến chẳng phải là giải phóng mà là cưỡng chiếm Miền Nam bằng khủng bố, súng đạn. Khi thấy Hạm Phó Võ

Bằng chân chất bao nhiêu, cô càng nhận ra người cô đang yêu gian ác bấy nhiêu...

Bên cạnh sự chao đảo về lý tưởng của cô Phượng, Đời Thủy Thủ 2 còn kể về mối tình thơ mộng "sớm nở" giữa trời mây nước nhưng có "tối tàn" hay không thì không ai biết... Bởi vì họ chỉ có hai ngày bên nhau rồi chia tay... Tác giả thành công trong việc đưa người đọc từng phút đồng cảm với mối tình chớm nở của "đôi trẻ" cũng như tạo được sự ngỡ ngàng thương xót khi họ đột ngột lìa xa trong cảnh bẽ bàng.

Người đọc cũng được giải thích nguyên nhân các hiện tượng mắt thấy tai nghe hàng ngày và thêm ngạc nhiên thích thú với các trang nói về Thiên Văn. Nhất là cách nhận dạng sao, cách đo phương vị và cách tính tọa độ cho tàu đi đúng hướng. Các tên của những vì sao được đưa vào ca dao rất thú vị như "Sao Tua chín cái nằm kề, Thương em từ thuở mẹ về với cha." Hoặc: "Còn trời còn nước còn non. Còn cô Chức Nữ hãy còn chàng Ngưu." Và khá nhiều tinh tú với tên lịch sử cổ kim Đông Tây được gom lại ở những trang này.

ĐTT2 còn hấp dẫn, thú vị với những kiến thức về hàng hải, chuyên nghiệp của lính biển cũng như những kiến thức về văn hóa văn chương gồm các tác phẩm trong nước và ngoại quốc...

Truyện dài Đời Thủy Thủ 2 chấm dứt khi chiến hạm cập bến Bạch Đằng Sài Gòn. Vũ Thất ưu ái dành cho độc giả chọn kết cục theo ý riêng của từng người.

Vũ Thất làm khó người đọc chăng? Riêng tôi rất thích loại kết cục này trong bất cứ truyện ngắn hay dài. Người đọc cần nghĩ suy, cần tham gia câu chuyện, tuy là đọc nhưng vừa để giải trí, cũng vừa là học hỏi. Và lối kết Đời Thủy Thủ 2 cũng mang ý nghĩa câu chuyện sẽ còn tiếp nối. Có đúng chăng nhà văn Vũ Thất sẽ cho xuất bản "Đời Thủy Thủ 3" với tình thế quê hương Miền Nam bị bức tử? Và thêm một mối tình thơ mộng hơn nữa và trọn đời bền vững, không dở dang tức tưởi như hai quyển trước? Tôi hy vọng được đọc ĐTT3 một ngày không xa.

Đời Thủy Thủ 2 có lối văn trong sáng, dễ đọc dễ hiểu, tuy có bàn về chuyên nghiệp, kể lể chuyện sao trời nhưng bằng những từ bình dị đơn giản. Vũ Thất đã đề cập đến tình yêu quê hương, đến bổn phận và trách nhiệm người lính biển một cách rất hấp dẫn, thú vị. Và có lẽ là người duy nhất viết về đời thủy thủ một cách rất thực tế, rành rẽ, lôi cuốn.

Đời Thủy Thủ 2 là một quyển truyện có giá trị nên có trong tủ sách gia đình.

Thuhuongseattle
(Nguyên chủ bút chủ nhiệm Tạp Chí Văn Học Nghệ Thuật VĂN HỮU tại thành phố Seattle, tiểu bang Washington, Hoa Kỳ)

Vài cảm nghĩ về 'Đời Thủy Thủ 2'
Trần Doãn Nho

"Đời Thủy Thủ 2", tác phẩm mới của nhà văn Vũ Thất, vừa được nhà xuất bản Nhân Ảnh phát hành vào đầu mùa Hè 2023, là một truyện dài gồm 17 chương và hai phần "Mở" và "Kết".

Với một lối văn trong sáng, trau chuốt nhưng không làm dáng, tác phẩm đưa người đọc thực hiện một chuyến hành trình bằng tàu Hải Quân dọc theo bờ biển miền Nam, trải qua ba Vịnh và chín Hải Phận, từ Quy Nhơn đến sông Lòng Tào (Sài Gòn), lồng trong câu chuyện khá hồi hộp của một cuộc song đấu diễn ra trong lòng nhân vật chính, xưng "tôi", đội lốt một ai đó tên Phan Kim Phượng: "đấu tư" (tưởng) và "đấu tình".

Sau khi đọc xong "Đời Thủy Thủ 2," tôi xin được ghi lại một vài cảm nghĩ có tính cách "ngoài lề".

Sau lưng Phượng, là Hưng, người tình, đồng thời cũng là người chỉ đạo Phượng thực hiện âm mưu đánh chìm chiếc Hộ Tống Hạm 007 của Hải Quân Việt Nam Cộng Hòa (VNCH). Chàng Hưng này, tuy hoạt động cho cộng sản, nhưng lại bỏ nghề kiến trúc sư để xin vào làm sở Mỹ và cha là người thầu rác Mỹ. Rõ ràng là Hưng có một đời sống sung túc, chẳng hề là dân vô sản. Điều này khiến ta suy đoán, hoặc Hưng là kẻ chạy theo phong trào hoặc gia đình Hưng thuộc loại "cộng sản" nòi: làm sở Mỹ để tạo một vỏ bọc an toàn cho hai cán bộ nằm vùng. Có thể nói, đó là hình ảnh điển hình của một thành phần mà chính quyền VNCH thời đó gọi là "ăn cơm quốc gia thờ ma cộng sản".

Phượng thì có hơi khác. Gia đình Phượng là một gia đình bình thường, có một cuộc sống lương thiện và ổn định dưới chế độ VNCH. Đậu được vào được trường Đại Học Sư Phạm có lẽ là một trong những ước mơ đẹp của tuổi trẻ miền Nam thời đó. Nhưng chính đây đồng thời cũng là môi trường hoạt động tích cực của tổ chức cộng sản.

"Vào một tối ca nhạc Trịnh Công Sơn và Khánh Ly ở sân trường Văn Khoa, chúng tôi đứng gần nhau và cùng chạy trốn khi mật vụ giải tán. Từ đêm đó chí hướng của tôi bắt đầu thành hình. Mỗi tháng một lần, Hưng đưa tôi ra ngoại ô dự buổi học tập đường lối chánh sách cách mạng. Tôi đã nhìn thấy Mỹ là quân xâm lược, là tên sen đầm quốc tế" (trang 40, 41).

Kể ra thì cô Phượng này thuộc loại nhạy cảm, nóng vội và anh chàng Hưng này đúng là thứ cán bộ lành nghề, chỉ có một lần gặp tình cờ mà đã chụp được một con mồi ngon. Tuy nhiên, thời VNCH, những người như Phượng không phải là trường hợp cá biệt. Có thể nói, cô là hình ảnh điển hình của thành phần sinh viên học sinh gọi là tả khuynh, xuất hiện ở miền Nam trong thời cao điểm cuộc chiến tranh Quốc-Cộng. Không bị nhồi sọ một chiều trong nhà trường cũng như trong xã hội, nên họ mang một thái độ khá nghịch lý: vừa yêu thích không khí tự do của chế độ VNCH, nhưng đồng thời lại không đồng tình, thậm chí chống đối, với chính chế độ đó. Chẳng lạ gì, thái độ đó trở thành mảnh đất thuận lợi cho tổ chức "sinh viên vận"/ "trí vận" của cộng sản cài sẵn trong các trường đại học.

Chính tôi đã từng là một sinh viên như Phượng: thích nhạc phản chiến, ghét Mỹ, chống chính quyền, sẵn sàng tham gia các cuộc xuống đường đòi hỏi đủ thứ, kể cả những thứ mình đang... thụ hưởng: được học hành tử tế, được luật pháp bảo vệ, được phát biểu tự do... Đó vừa là thái độ lại vừa là "mốt" thời thượng của giới trẻ thành thị miền Nam.

"Mốt" thời thượng cộng với tình yêu đã khiến cô sinh viên Phượng đầy tương lai trở thành một đặc công thứ thiệt. "Nhiệm vụ của tôi là phải đặt quả bom đâu đó có thể gây thiệt hại tối đa cho người và chiến hạm. Đó là điều kiện cần và đủ để Thành Ủy cho phép tôi và Hưng thành vợ thành chồng" (trang 39). Một cuộc hôn nhân, nếu được thực hiện thành công theo kiểu này, quả là một hợp đồng đẫm máu! Nhưng sách lược cộng sản mà: mọi phương tiện đều tốt nếu đạt được mục đích.

Là như thế, nhưng dưới ngòi bút của Vũ Thất, Phượng là nhân vật "kép": vừa chính diện, lại vừa phản diện. Nhận lời làm đặc công, Phượng bị tình yêu lôi kéo hơn là lý tưởng. Đã thế, cô sống trong một gia đình, "... từ thuở tôi biết nói suông câu, tôi lại nhập tâm lời dạy của cha mẹ là phải luôn thật thà, không nói dối. Tôi chỉ tập nói dối từ ngày quen Hưng" (trang 47). Nói theo ngôn ngữ cộng sản, cô còn mang thứ đạo đức tiểu tư sản, "giác ngộ cách mạng" chưa đủ sâu sắc, chưa căm thù giai cấp, căm thù đế quốc Mỹ một cách "không gì lay chuyển nổi".

Không lạ gì, ngay trong những giờ đầu tiên lên tàu, cô đã dao động. Đang nghĩ kế phá hoại chiếc tàu, cô nhớ đến cha mẹ. "Tôi chợt nhớ đến ba má tôi và nghe rùng mình. Trời ơi, mãi đến lúc này tôi mới nghĩ tới hai người thương yêu và tin tưởng tôi nhất. Ông bà đâu có ngờ con gái mình quá liều lĩnh. Khi nhận lời công tác, tôi không hề nghĩ tới cha mẹ, chỉ lo sợ Hưng giận, chỉ biết chiều lòng người yêu. Lỡ tôi có mệnh hệ nào. Tôi không dám nghĩ tới...” (trang 66).

Khi nhìn thấy lá Quốc Kỳ nền vàng ba sọc đỏ bay phất phới ở đỉnh cột giữa tàu, “Tôi say sưa ngắm hình ảnh mới mẻ vừa khám phá. Nắng vàng và trời xanh tô điểm lá cờ thêm lộng lẫy, uy nghi. Dù Hưng nói gì thì nói, tôi vẫn yêu lá cờ vàng ba sọc đỏ. Còn ý nghĩa nào đẹp hơn ba miền chung dòng máu đỏ da vàng. Tôi chào kính lá cờ đó từ lớp mẫu giáo cho đến ngày nay và chắc chắn tôi còn tiếp tục chào kính cho đến hết đời. Lá cờ đó không chỉ là biểu hiện của dân tộc trường tồn mà còn là biểu hiện quãng đời trưởng thành tươi đẹp của tôi và cuộc sống đầy trọng vọng của ba má tôi. Khi nghe lời Hưng chống Mỹ cứu nước, tôi mụ mị quên mất là lá cờ này ngày ngày vẫn ngạo nghễ phất phới khắp miền Nam. Bọn Mỹ mang quân đến xâm lược chẳng lẽ quên một việc ưu tiên sơ đẳng là thay thế cờ vàng bằng cờ sao sọc? Con đường tôi chọn hiện tại có đúng là lý tưởng?” (trang 114). Cảm giác và suy nghĩ bất chợt này cho thấy cô đã có dấu hiệu “mất lập trường”.

Không lạ gì, cô sinh viên đã phải trải qua một cuộc song đấu: bên trong, đấu tranh tư tưởng với chính mình; bên ngoài, “đấu tình” với Hạm Phó Võ Bằng, người đã đứng ra “bảo lãnh” cho cô được quá giang chuyến hành trình để thực hiện nhiệm vụ. Hai cuộc đấu này là điểm mấu chốt trong quá trình “giải hoặc” trong tư tưởng của cô nữ sinh viên Sư Phạm.

Gay go nhất và có lẽ nét đặc sắc trong bộ truyện chính là cuộc đấu thứ hai này. Vừa mới gặp, viên sĩ quan có khuôn mặt giống tài tử Burt Lancaster, da sạm đen, nhưng "coi được" này đã làm cô xao động. Với kiến thức uyên bác về Hải Quân và với những lời đối thoại duyên dáng, thông minh, dí dỏm, chàng sĩ quan Hải Quân Võ Bằng, đầy kinh nghiệm tình trường nhưng chưa vợ này, đã từng bước chinh phục trái tim của cô đặc công.

Anh chàng, vô hình trung, có vẻ như đã hoàn thành một nhiệm vụ không hề được giao phó: phá vỡ âm mưu đánh chìm chiếc chiến hạm. Và Phượng, rốt cuộc, chào thua: thua chính mình (tự ý không thực hiện công tác phá nổ chiến hạm) và thua chàng sĩ quan Hải Quân, hay đúng hơn, thua tiếng nói của trái tim (mình).

***

Vũ Thất, trong cả hai tác phẩm "Đời Thủy Thủ" (1969) và "Đời Thủy Thủ 2" (2023), đều có một cái "kết" không giống ai: kết (桔), nhưng không thúc (束). Chỉ ngừng (viết) mà không chấm dứt câu chuyện. Chấm dứt một sự kiện, nhưng không chấm dứt một số phận. Có thể câu hỏi mà nhiều độc giả nghĩ đến là: số phận của cô sinh viên và qua đó, của mối tình, rồi sẽ ra sao?

Tôi, trái lại, có một câu hỏi khác: Đại úy Võ Bằng, hay nói cách khác, Bộ Chỉ Huy chiến hạm, có biết cô ta là đặc công không? Hỏi tức là trả lời: Biết, nhất định là biết và biết ngay từ khi cô làm giấy tờ xin phép quá giang, hay ít nhất, cũng biết khi cô bước chân lên tàu.

Ấy thế mà, trong suốt hơn hai ngày, trong lúc cô sinh viên đấu tranh với mình từng giây từng phút thì mọi sinh hoạt trên tàu cứ diễn ra hồn nhiên y như... bình thường, chẳng ai ngờ rằng chiến hạm sắp bị đánh bom. Không những thế, tất cả mọi người, từ hạm trưởng, hạm phó, cố vấn Mỹ cho đến những thủy thủ trên tàu đều tiếp đón cô một cách niềm nở, thân tình và lịch sự. "Từ nhỏ tới lớn chưa bao giờ em được thưởng thức cuộc sống biển khơi muôn vẻ muôn màu, chưa bao giờ được biết nhiều điều thú vị về trời sao mây nước, nhất là chưa bao giờ em được đối xử bằng tình người chân thành nồng ấm như hai ngày đêm trên chiến hạm..." (Thư Phượng gửi Võ Bằng, trang 289, 290).

Đây chính là nét tinh tế riêng của tác phẩm. Theo tôi, tác giả đã biến một cuộc đối phó căng thẳng với kẻ địch thành một màn kịch đầy ý nghĩa. Thay vì bắt ngay cô sinh viên để tránh mọi rắc rối ngay từ đầu, thì Bộ Chỉ Huy Hộ Tống Hạm Đống Đa 007 đã tìm cách thuyết phục cô bằng tấm lòng, bằng kiến thức và bằng nghệ thuật giao tiếp giữa người với người, giữa người lính và người dân.

Vậy thì chàng lính thủy Võ Bằng đã không "vô hình trung" chút nào. Công cuộc "chiêu hồi" này, theo tôi, đã được Bộ Chỉ Huy dàn xếp một cách tỉ mỉ, hay nói đúng hơn, bởi... Võ Bằng. Mặc dầu đã từng tự nhủ, "Lẽ ra tôi phải giả vờ ngu dốt thời sự," nhưng trong khi trò chuyện với Võ Bằng, cô sinh viên đã vài lần "hớ hênh" để lộ thái độ chống chính quyền và chống Mỹ của mình, khiến anh chàng phải tìm cách giải thích. Nhưng sau đó, nếu để ý, ta sẽ thấy lúc nào Võ Bằng cũng chủ động cắt ngang: "Hãy ngưng! Chúng ta lại đi vào chính trị. Nói qua chuyện khác vui hơn" (trang 77).

Và cuối cùng, sứ mệnh đặc công của cô sinh viên thất bại. Một thất bại đẹp! Vì "... đương nhiên hình bóng anh [Võ Bằng] đã ẩn vào tiềm thức và vì vậy, chắc chắn thỉnh thoảng em sẽ nằm mơ thấy anh" (Thư Phượng gửi Võ Bằng, trang 290).

Phan Kim Phượng đã gặp một Trọng Thủy. Nhưng chắc cô không gánh chịu số phận của Mỵ Châu.

Tôi đoán thế.

Trần Doãn Nho

Mục Lục:

ĐÔI NÉT VỀ TÁC GIẢ

VŨ THẤT VÕ VĂN BẢY

Sinh quán Tân Châu, Châu Đốc.

Cựu Sĩ quan Quân Lực Việt Nam Cộng Hòa.

TÁC PHẨM ĐÃ XUẤT BẢN:

Đời Thủy Thủ (1969 – 2012)

Trong Cơn Bão Biển (1969)

Một Dòng Sông Cho Chiến Đỉnh (1974 – 1985)

Đời Thủy Thủ 2 (2023)

Nhân Ảnh
2023

Liên lạc Nhà xuất bản
Nhân Ảnh
E.mail: han.le3359@gmail.com
(408) 722-5626

www.ingramcontent.com/pod-product-compliance
Lightning Source LLC
LaVergne TN
LVHW040602061026
849523LV00001B/38